முகவரி இல்லாத கடிதங்கள்

ஒரு கிராமத்தின் எழுபது ஆண்டு
ரகசியம்

அண்ணா முரளி

Made with ♥ on the Notion Press Platform
www.notionpress.com

அம்மாவுக்கு -

சொல்லாத வார்த்தைகளை
எழுத்தாக்கிய முதல் கை.

நான் எழுதக் கற்றுக்கொண்ட
ஒவ்வொரு எழுத்திலும்
உன் குரல் இருக்கிறது;
நான் சொல்லத் தவறிய
ஒவ்வொரு வார்த்தையும்
உன் மௌனத்தில் கற்றது.

இந்தப் புத்தகம் உன்னுடையது -
நான் வெறும் தபால்காரன்.

பொருளடக்கம்

பொருளடக்கம்

பொருளடக்கம்

பொருளடக்கம்

முன்னுரை

தஞ்சாவூர் மாவட்டத்தின் ஒரு கிராமத்தில், ஒரு பழைய வீடு இடிக்கப்படவிருந்த நாள்,
அதன் பூஜை அறைத் தரைக்கடியில் ஒரு இரும்புப் பெட்டகம் கண்டெடுக்கப்படுகிறது.
அதற்குள் - எழுபது ஆண்டுகளாக ஒரு பெண் எழுதி வைத்த கடிதங்கள், நாட்குறிப்புகள்,
ஆவணங்கள். அவள் ஊருக்கு எழுத்தாள்; ஊரின் ரகசியங்களைக் காகிதத்தில் காத்தவள்;
ஆனால் தன் சொந்த ரகசியத்தை மட்டும் வாழ்நாள் முழுக்கச் சுமந்தவள்.

இந்த நாவல் அந்தப் பெட்டகத்தைத் திறக்கிறது.

இது ஒரு குற்ற விசாரணைக் கதை அல்ல; நீதி பற்றிய கதை. ஒரு காதல் கதையும் அல்ல;
காத்திருப்பு பற்றிய கதை. மூன்று தலைமுறைகள், ஒரு கிராமத்தின் எழுபது ஆண்டுகள்,
நிலம், மானம், மௌனம் - இவற்றுக்கு நடுவே, ஒரு கேள்வியை இந்தக் கதை மீண்டும்
மீண்டும் கேட்கிறது: சொல்லப்படாத உண்மைகள் எங்கே போகின்றன?

இக்கதையின் ஊரோ, மனிதர்களோ, சம்பவங்களோ உண்மையானவை அல்ல - அனைத்தும்
கற்பனை. ஆனால் ஒவ்வொரு கிராமத்திலும் ஒரு செங்கமலம் இருந்திருக்கிறாள்;
ஒவ்வொரு குடும்பத்திலும் ஒரு பூட்டிய பெட்டகம் இருக்கிறது. அந்த வகையில், இது
கற்பனை மட்டுமல்ல.

தமிழில் ஒரு நீண்ட நாவலை எழுதுவது - மொழியின் வளத்தையும், தஞ்சை வட்டாரப்
பேச்சின் இனிமையையும், காலத்தைக் கடந்து நிற்கும் மனித உணர்வுகளையும் - ஒரே

நூலில் கொண்டுவர முயன்ற முயற்சி இது. அதில் நான் எவ்வளவு வென்றேன் என்பதை
நீங்கள்தான் தீர்மானிக்க வேண்டும்.

காவிரி வற்றினாலும் ஆறுதான். கதைகளும் அப்படித்-தான் - சொல்லப்படாமல்
போனாலும், அவை எங்கோ ஓடிக்கொண்டேதான் இருக்-கின்றன.

இந்தக் கதையை உங்கள் கைகளில் சேர்த்து வைக்கி-றேன்.

- அண்ணா முரளி

வீடு

1

கண்ணாடி கோபுரம்

கைதட்டல் ஓய்ந்த பிறகுதான் அருளுக்கு அந்த அறையின் குளிர் தெரிந்தது.

சான் ஹோசே நகரின் பதினோராவது மாடியில், கண்ணாடிச் சுவர்களால் ஆன அந்த மாநாட்டு அறையில், நூற்றைம்பது பேர் எழுந்து நின்று கைதட்டிக் கொண்டிருந்தார்கள். மூன்று வருடங்கள். மூன்று வருடங்களாக அவன் குழு உருவாக்கிய மென்பொருள் அன்று காலை உலகெங்கும் வெளியிடப்பட்டிருந்தது. நிறுவனத்தின் தலைமை அதிகாரி மேடையில் நின்று, "இந்த வெற்றியின் சிற்பி" என்று அருளின் பெயரைச் சொன்னபோது, எல்லா முகங்களும் அவனை நோக்கித் திரும்பின.

அருள் புன்னகைத்தான். சரியான அளவு புன்னகை. அதிகமும் இல்லாமல், குறைவும் இல்லாமல். பதினான்கு வருட அமெரிக்க வாழ்க்கை அவனுக்குக் கற்றுக்கொடுத்த எத்தனையோ விஷயங்களில் அதுவும் ஒன்று - முகத்தை ஒரு கணினித் திரை போல வைத்துக்கொள்வது. தேவையானதை மட்டும் காட்டுவது.

யாரோ அவன் தோளில் தட்டினார்கள். யாரோ கைகுலுக்கினார்கள். யாரோ "celebration dinner" என்றார்கள். அவன் தலையசைத்தான். ஆனால் அவன் மனம், அந்தக் கண்ணாடிச் சுவர் வழியே வெளியே பார்த்துக்-

கொண்டிருந்தது. மாலை ஆறு மணி. கலிபோர்னியாவின் வானம் இன்னும் பகலின் நிறத்திலேயே இருந்தது. கீழே, நெடுஞ்சாலையில் கார்கள் - ஆயிரக்கணக்கான கார்கள் - ஒளிரும் எறும்புகள் போல ஊர்ந்துகொண்டிருந்தன. ஒவ்வொரு காருக்குள்ளும் ஒரு மனிதன். ஒவ்வொரு மனிதனுக்குள்ளும் ஒரு வீடு. அந்த வீடு எங்கோ இருக்கும்.

அவன் வீடு எங்கே இருக்கிறது?

இந்தக் கேள்வி அவனுக்குப் புதிதல்ல. ஆனால் சமீப காலமாக அது கேட்கும் நேரம் மாறியிருந்தது. முன்பெல்லாம் நள்ளிரவில், தூக்கம் வராத படுக்கையில்தான் வரும். இப்போது இப்படி - வெற்றியின் நடுவில், கைதட்டல்களின் நடுவில், எல்லோரும் சூழ்ந்து நிற்கும் கணத்தில் - வந்து நிற்கிறது. தனிமை என்பது ஆள் இல்லாத அறை அல்ல என்று அவனுக்கு இப்போது தெரியும். தனிமை என்பது நிறைந்த அறையில், உன்னை மட்டும் யாரும் அறியாமல் இருப்பது.

"அருள், பார்ட்டிக்கு வர்றீங்கதானே?" - பிரியா, அவன் குழுவின் இளம் பொறியாளர், கேட்டாள்.

"கொஞ்சம் வேலை இருக்கு. நீங்க கிளம்புங்க, நான் வர்றேன்," என்றான்.

அவன் வரமாட்டான் என்று அவளுக்கும் தெரியும். அவனுக்கும் தெரியும். அமெரிக்காவில் சில பொய்கள் மரியாதையின் மொழி.

* * *

இரவு ஒன்பது மணிக்கு அவன் தன் அடுக்ககத்தின் கதவைத் திறந்தபோது, உள்ளே இருந்த இருட்டு அவனை வரவேற்றது. விளக்கைப் போடாமலே சில நிமிடங்கள் நின்றான். இந்த வீட்டின் இருட்டுக்கும் அவனுக்கும் இப்போது நல்ல பழக்கம்.

இரண்டு படுக்கையறை அடுக்ககம். ஒரு அறையில் அவன் தூங்குகிறான். இன்னொரு அறையின் கதவு பத்து மாதங்களாகத் திறக்கப்படவில்லை. அந்த அறையில் ஷாலினியின் பொருட்கள் இருந்தன - அவள் எடுத்துச்

செல்ல "பிறகு வருகிறேன்" என்று சொல்லிவிட்டுப் போனவை. சியாட்டிலில் அவளுக்குப் புது வேலை, புது வாழ்க்கை. வழக்கறிஞர்கள் வழியாக வந்த கடைசி மின்னஞ்சலில் அவள் எழுதியிருந்தாள்: "உன்னை வெறுக்கல அருள். ஆனா உன் கூட வாழ்றது தனியா வாழ்றத விட கஷ்டமா இருந்துச்சு."

அந்த வரியை அவன் எத்தனை முறை படித்திருப்பான்? வாழ்க்கையில் சில வாக்கியங்கள் அப்படித்தான். கத்தி போல உள்ளே இறங்கி, பிறகு அங்கேயே தங்கிவிடுகின்றன. உன்னோடு சேர்ந்து மூச்சு விடுகின்றன.

அவன் மறுக்கவில்லை. அதுதான் வேதனை. ஷாலினி சொன்னது தவறென்று ஒரு வரி கூட அவனால் எழுத முடியவில்லை. அவன் நல்ல கணவனாக இருந்தான் - கடன் அட்டை கணக்குகள், காப்பீடுகள், விடுமுறைப் பயணங்கள், ஞாபகமாக வாங்கும் பிறந்தநாள் பரிசுகள். எல்லாம் சரியாகச் செய்தான். ஆனால் ஒரு இரவு அவள் அழுதுகொண்டே கேட்டாள்: "நீ எப்பவாவது எனக்கிட்ட உன் மனசுல இருக்கறத சொல்லியிருக்கியா? ஒரு தடவையாவது?" - அவன் வாய் திறந்தது; வார்த்தைகள் வரவில்லை. கணினியில் எழுதுவது போல மனதை எழுத முடிந்தால் எவ்வளவு நன்றாக இருக்கும் என்று அன்று நினைத்தான்.

சமையலறையில் மீதமிருந்த சாதத்தை சூடாக்கி, தயிர் ஊற்றி, உப்பும் ஊறுகாயுமாக சாப்பிட்டான். வெற்றி விழா நடந்துகொண்டிருக்கும் இரவில், உலகின் மிகப் பெரிய தொழில்நுட்ப நகரத்தில், ஒரு முப்பத்தாறு வயது "வெற்றியாளன்" தயிர் சாதம் சாப்பிடுகிறான். அவனுக்கே சிரிப்பு வந்தது. இந்த தயிர் சாதத்தின் ருசியில்தான் எத்தனை மைல் தூரம் ஒளிந்திருக்கிறது.

சாப்பிட்டு முடித்து, மடிக்கணினியைத் திறந்தான். வேலை மின்னஞ்சல்களைப் பார்க்காமல், வேறொரு folder-ஐத் திறந்தான். அதன் பெயர்: "Drafts."

நாற்பத்தேழு மின்னஞ்சல்கள். எதுவும் அனுப்பப்படவில்லை.

ஷாலினிக்கு பதினொன்று. அப்பாவுக்கு பத்தொன்பது. யாருக்குமே இல்லாமல், வெறும் காற்றுக்கு எழுதியவை பதினேழு. இது அவனுக்கே விசித்திரமான பழக்கம். மனதில் ஏதாவது கனக்கும்போது மின்னஞ்சல் எழுதுவான் - முழுவதுமாக, நிதானமாக, ஒவ்வொரு வார்த்தையாக. பிறகு "Send" பொத்தானுக்கு மேல் சுட்டியை வைத்து... அப்படியே மூடிவிடுவான். எழுதும்போது இருக்கும் தைரியம் அனுப்பும்போது இருப்பதில்லை.

அப்பாவுக்கு எழுதிய கடைசி வரைவு மூன்று வாரங்களுக்கு முந்தையது. "அப்பா, நான் இங்க தனியா இருக்கேன்னு உங்களுக்குத் தெரியுமா? தெரிஞ்சா என்ன சொல்லுவீங்க?" - இரண்டே வரிகள். அதற்கு மேல் எழுத முடியவில்லை. அவனும் அப்பாவும் கடைசியாக மனம் விட்டுப் பேசியது எப்போது என்று நினைவில்லை. போனில் பேசினால் மூன்றே கேள்விகள்: "சாப்பிட்டியா? உடம்பு எப்படி இருக்கு? மழை பெய்யுதா?" - பதினான்கு வருடங்களாக அதே மூன்று கேள்விகள். தண்டவாளம் போல நேரான, மாறாத உரையாடல்.

* * *

சனிக்கிழமை காலை. இந்தியாவில் சனிக்கிழமை இரவு. அம்மாவின் வீடியோ அழைப்பு வந்தது.

"சாப்பிட்டியாடா?" - மீனாட்சியின் முதல் கேள்வி எப்போதும் இதுதான். திரையில் அவள் முகத்துக்குப் பின்னால் சென்னை வீட்டின் சுவர் - அதில் தாத்தா வைரவனின் மாலை போட்ட படம்.

"சாப்பிட்டேன்மா. நீங்க?"

"நாங்க சாப்பிட்டாச்சு. உன் மொறவாட்டு ரேவதி போன் பண்ணியிருந்தா தெரியுமா..." - அம்மா ஊர் விஷயங்களைச் சொல்லத் தொடங்கினாள். அருளுக்கு இந்த நேரம் பிடிக்கும். அம்மாவின் குரலில் ஊர்ச் செய்திகள் கேட்பது, தூரத்திலிருந்து சொந்த மண்ணின் வாசனையை முகர்வது

போல. யார் யாரோ பெயர்கள், யார் யாருடையவோ கல்யா-ணங்கள், காவிரியில் தண்ணீர் வந்த கதை, கோயில் கும்-பாபிஷேக நிதி...

"...அதான் கொற்றமங்கலத்து வீட்டு விஷயம் ஒரு வழியா முடிஞ்சுது," என்றாள் அம்மா, இயல்பாக.

அருளின் கை நின்றது. "என்ன முடிஞ்சுது?"

"பங்காளி வழக்குதான்டா. எல்லாரும் சம்மதிச்சு கையெ-ழுத்துப் போட்டாச்சு. வீடும் நிலமும் விக்கறதுன்னு முடி-வாயிடுச்சு. அதுவும் சும்மாவா - ஹைவே வருதாம் அந்த வழியா. அரசாங்கமே நல்ல விலை குடுக்குதுன்னு..."

"வீட்டை... இடிச்சிடுவாங்களா?"

"பின்ன என்னடா பண்ணுவாங்க? அறுபது எழுபது வரு-ஷத்து வீடு. யாரு பாத்துக்கப் போறா? நீயோ அமெரிக்கால. நாங்களோ சென்னைல. பாம்பு புத்து மண்டிக்கிடக்கு அங்க."

அருள் ஒன்றும் பேசவில்லை. கைலாச விலாசம். தாத்-தாவின் வீடு. கோடை விடுமுறைகளின் வீடு. சிவப்பு காவி பூசிய கூடத்தில், மழைக்காலத்தில் கால் வைத்தால் ஏறும் அந்தக் குளிர்ச்சி. முற்றத்து துளசி மாடம். பூஜை அறை-யில் தாத்தா சாம்பிராணி காட்டும்போது எழும் புகை, உத்-திரத்தின் கருமையில் கலந்து மறையும் அழகு. வீட்டுக்குப் பின்னால், தென்னந்தோப்புத் தாண்டினால் காவிரி. தண்ணீர் குறைந்த மாதங்களில் மணலில் சிரட்டை வைத்து ஆழக்கி-ணறு தோண்டிய சிறுவன் அவன்.

"அதான் உன்கிட்ட சொல்லணும்னு..." அம்மா குரலைத் தாழ்த்தினாள். "பவர் ஆஃப் அட்டார்னில உன் கையெழுத்-தும் வேணுமாம். உன் பேருக்கும் பங்கு இருக்கில்ல, தாத்தா உயில்படி."

அப்போது பின்னணியில் அப்பாவின் குரல் கேட்டது - "யாரு? அருளா?" - மீனாட்சி திரும்பிப் பார்ப்பதற்குள் சாமிநாதன் வந்து போனை வாங்கிக்கொண்டார். திரையில் அப்பாவின் முகம். அறுபத்தெட்டு வயதிலும் கூர்மை குறை-யாத கண்கள்.

"சாப்பிட்டியா?"

"சாப்பிட்டேன்ப்பா."

"உடம்பு எப்படி இருக்கு?"

"நல்லா இருக்கு."

ஒரு கணம் மௌனம். தண்டவாளத்தின் மூன்றாவது கேள்வி வரவில்லை. அதற்குப் பதிலாக, சாமிநாதன் சொன்னார்: "வீட்டு விஷயம் அம்மா சொன்னா இல்ல. பேப்பர் வந்ததும் கையெழுத்து போட்டு அனுப்பிடு. அவ்வளவுதான் உன் வேலை."

"அப்பா, ஒரு தடவை நான் வந்து வீட்டைப் பாத்துட்டு..."

"தேவையில்ல." - பதில் கத்தி வீச்சு போல வந்தது. பிறகு, தன் குரலின் கூர்மையை அவரே உணர்ந்தவராக, சற்று மென்மையாக: "வேலையை விட்டுட்டு வர்ற அளவுக்கு அங்க ஒண்ணுமில்லடா. பழைய வீடு. இடிஞ்ச சுவரு. அவ்வளவுதான். கையெழுத்து போட்டு அனுப்பு. இந்த விஷயத்துல இத்தோட நிறுத்திக்க."

போன் அம்மாவிடம் திரும்பியது. அவள் வழக்கம்போல வேறு பேச்சுக்கு மாறினாள். ஆனால் அருளின் மனதில் அப்பாவின் அந்த ஒரு வரி சுற்றிக்கொண்டிருந்தது.

இந்த விஷயத்துல இத்தோட நிறுத்திக்க.

விசித்திரம் என்னவென்றால் - அப்பாவின் குரலில் இருந்தது கோபம் அல்ல. அருளுக்கு அது தெளிவாகத் தெரிந்தது. பதினான்கு வருடம் தொலைபேசியில் மட்டுமே தந்தையைக் கேட்டுப் பழகியவனுக்கு, குரலின் நிறங்களைப் பிரித்தறியத் தெரியும். அன்று அந்தக் குரலில் இருந்தது வேறு ஏதோ.

பயம் போல இருந்தது அது.

எதற்கு? இடிபட இருக்கும் ஒரு பழைய வீட்டைப் பற்றி அறுபத்தெட்டு வயது மனிதர் எதற்குப் பயப்பட வேண்டும்?

* * *

அடுத்த சில நாட்கள் வழக்கம் போலவே ஓடின. அலுவலகம், கூட்டங்கள், code review, இரவு உணவாக ஏதோ ஒன்று, தூக்கம் வராத படுக்கை. வீட்டு விஷயத்தை அவன்

கிட்டதட்ட மறந்துவிட்டிருந்தான். அல்லது மறந்துவிட்டதாக நினைத்துக்கொண்டிருந்தான்.

வியாழக்கிழமை நள்ளிரவு. மணி ஒன்றரை.

போன் அதிர்ந்தது. திரையில் தெரிந்த பெயர்: **முத்து ஊர்.**

முத்து. பால்ய நண்பன். ஒரே வகுப்பு, ஒரே பெஞ்ச், ஒரே காவிரி. வருடத்துக்கு இரண்டு முறை - தீபாவளிக்கும் பொங்கலுக்கும் - வாழ்த்துச் சொல்லும் நட்பாகச் சுருங்கிப்போன உறவு. அவன் இப்படி நேரம் பாராமல் அழைத்ததே இல்லை.

"முத்து? என்னடா, இந்த நேரத்துல?"

மறுமுனையில் ஒரு கணம் மூச்சுச் சத்தம் மட்டும். பின்னால் எங்கோ தவளைகள் கத்தும் ஒலி - ஊரின் இரவு. பிறகு முத்துவின் குரல் வந்தது. பழைய குரல்தான், ஆனால் அதில் ஏதோ ஒன்று இறுகியிருந்தது.

"அருள்... வீட்டை காலி பண்ணிட்டிருக்காங்கடா. அடுத்த வாரம் இடிக்க machine வருது."

"தெரியும்டா. அப்பா சொன்னாரு. பேப்பர் வரட்டும்னு..."

"பேப்பர் கீப்பர் எல்லாம் இருக்கட்டும்." - முத்து இடைமறித்தான். அவன் குரல் இன்னும் தாழ்ந்தது, யாரோ அருகில் இருப்பது போல. "நேத்து சாயங்காலம் பூஜை அறையை காலி பண்ணும்போது... வேதநாயகம் வாத்தியாரு ஒண்ணு கண்டுபிடிச்சிருக்காரு. தரைக்கு அடியில."

"தரைக்கு அடியிலயா? என்னது?"

"போன்ல சொல்ற மாதிரியில்லடா அது." - ஒரு இடைவெளி. தவளைகளின் ஒலி. தூரத்தில் ஒரு நாய் ஊளை. - "வாத்தியாரு சொன்னாரு: 'வேற யார்கிட்டயும் சொல்லாத, முதல்ல அருளை வரச்சொல்லு'ன்னு. உன் பேரைத்தான் சொன்னாருடா. ஸ்பெசிஃபிக்கா உன் பேரை."

"ஏண்டா? எனக்கும் அதுக்கும் என்ன..."

"அருள்." - முத்து அவன் பேச்சை முடிக்கவிடவில்லை. - "வீட்டை இடிக்கப் போறாங்க. நீ வரணும்."

2

காவிரி கடக்கும் ரயில்

சென்னை விமான நிலையத்தில் இறங்கியதும் முதலில் அவனைத் தொட்டது வெப்பம் அல்ல; வாசனை. ஈரமான காற்றில் கலந்த அந்த வாசனைக்கு ஒரு பெயர் இல்லை. மண், புகை, மல்லிகை, கடல், டீசல் - எல்லாம் சேர்ந்த ஒரு கலவை. பதினான்கு வருடங்களாக உலகின் எந்த நகரத்திலும் அவன் முகராத கலவை. மூக்கு அதை அடையாளம் கண்டதும், உடம்புக்குள் ஏதோ ஒன்று தளர்ந்தது.

வீட்டுக்குப் போனபோது மணி காலை ஆறு. அம்மா கதவைத் திறந்தாள். அவளுக்குப் பின்னால், ஹாலின் சோபாவில், அப்பா உட்கார்ந்திருந்தார். இந்த நேரத்தில் அவர் வழக்கமாக நடைப்பயிற்சிக்குப் போயிருப்பார். இன்று போகவில்லை. காத்திருந்திருக்கிறார்.

"ஒரு வாரம் leave போட்டுட்டு வந்திருக்கியா?" - வணக்கமும் இல்லை, விசாரிப்பும் இல்லை. நேரடியாக விசாரணை.

"இரண்டு வாரம்ப்பா."

"எதுக்கு?"

"வீட்டைப் பாக்கணும். கையெழுத்து போடறதுக்கு முன்னாடி ஒரு தடவை..."

"வீட்டைப் பாக்கறதுக்கு இரண்டு வாரமா?" சாமிநாதன் எழுந்து நின்றார். "முத்து போன் பண்ணானா?"

அருள் பதில் சொல்லவில்லை. அந்த மௌனமே பதிலாகிவிட்டது.

"என்ன சொன்னான்?"

"வேதநாயகம் வாத்தியாரு என்னை வரச்சொன்னாராம். வீட்டுல எதோ கண்டுபிடிச்சிருக்காங்களாம்."

ஒரு கணம். ஒரே ஒரு கணம்தான். ஆனால் அந்தக் கணத்தில் அப்பாவின் முகத்தில் எதையோ அருள் பார்த்தான். கதவு சாத்தப்படுவதற்கு முன் வீட்டுக்குள் தெரியும் இருட்டு போல - ஒரு நொடி தெரிந்து மறைந்தது.

"பழைய வீட்டுல என்ன கண்டுபிடிக்க முடியும்? எலி வளை. பாம்புப் புத்து." அவர் குரல் சீராக இருக்க முயன்றது. "அந்த வாத்தியாருக்கு வேற வேலையில்ல. ஊர்ல ஓய்ஞ்சு உக்காந்திருக்கறவங்களுக்கு எல்லாம் ஒவ்வொரு கதை வேணும்."

"அப்பா." அருள் நிதானமாகச் சொன்னான். "நான் போயிட்டு வரேன். அவ்வளவுதான்."

"போயிட்டு வா." சாமிநாதன் திரும்பி உள்ளறை நோக்கி நடந்தார். கதவருகே நின்று, திரும்பாமலே சொன்னார்: "ஆனா ஒண்ணு. அந்த ஊர்ல யாரு என்ன கதை சொன்னாலும் அதையெல்லாம் நிஜம்னு நம்பிடாத. செத்துப்போனவங்களப் பத்தி உளறறதுக்கு அந்த ஊருக்கு நாக்கு நீளம்."

அறைக் கதவு மூடியது. அம்மா மெதுவாகச் சொன்னாள்: "ரெண்டு நாளா சரியா தூங்கல அவரு. நீ வர்றேன்னு சொன்னதுல இருந்து."

* * *

எழும்பூரில் ஏறிய ரயில் காலை எட்டரைக்குப் புறப்பட்டது. ஜன்னல் ஓரத்தில் உட்கார்ந்தான். விழுப்புரம் தாண்டியதும் நிலம் மாறத் தொடங்கியது. கருவேல முட்களும் பாறைகளும் குறைந்து, பச்சை அதிகரித்தது. வயல்கள். வாய்க்கால்கள். தென்னை வரிசைகள். ஒவ்வொரு சிறிய நிலையமும் கடக்கும்போது, பெயர்ப் பலகைகளை வாசித்-

தான் - சிறுவயதில் தாத்தாவுடன் இதே வழியில் வரும்போது விளையாடிய விளையாட்டு. தாத்தா ஒவ்வொரு ஊர்ப் பெயருக்கும் ஒரு கதை சொல்வார். எந்தக் கதை நிஜம், எது அவர் அப்போதைக்குக் கட்டியது என்று இன்றுவரை தெரியாது.

தஞ்சை நெருங்க நெருங்க அவன் நெஞ்சில் ஒரு பரபரப்பு. ரயில் காவிரியின் கிளை ஆற்றைக் கடந்தபோது அவன் எழுந்து கதவருகே வந்து நின்றான். பாலத்தின் இரும்புக் கம்பிகளுக்கு இடையே கீழே தண்ணீர் - அகலமாக, சாந்தமாக, வெயிலில் மின்னியபடி. ஆற்றுக்குக் காற்றில் ஒரு தனி வாசம் உண்டு. ஈர மணலின், நாணலின், தூரத்து சாம்பிராணியின் வாசம்.

சட்டென்று ஒரு நினைவு - எங்கிருந்தோ, அழையாமல்.

அவனுக்கு நான்கைந்து வயது இருக்கலாம். கோயில் திருவிழா. அப்பாவின் தோளில் உட்கார்ந்திருக்கிறான். கூட்டத்தின் ஓரத்தில், ஒரு புளிய மரத்தடியில், ஒரு பாட்டி தனியாக நின்றுகொண்டிருக்கிறாள். வெள்ளைச் சேலை. யாரும் அவள் பக்கம் போகவில்லை. அவளும் யாரிடமும் பேசவில்லை. ஆனால் அவள் பார்வை - அது அவனையே பார்த்துக்கொண்டிருந்தது. அப்பா அவளைப் பார்த்ததும் தோளில் இருந்த பிடி இறுகியது; வேகமாகத் திரும்பி நடந்தார். அன்று இரவு, வீட்டுத் திண்ணையில் யாரோ வைத்துவிட்டுப் போயிருந்தது ஒரு பொருள் - பழைய, கனமான, பச்சை நிற மை பேனா. "யாரு வச்சது இத?" என்று பாட்டி காமாட்சி கேட்டபோது, தாத்தா அதை வாங்கிப் பார்த்து, ஒன்றும் சொல்லாமல் பரணில் வைத்துவிட்டார்.

அந்தப் பேனா பிறகு என்ன ஆனது? அந்தப் பாட்டி யார்?

முப்பது வருடங்களாக நினைக்காத நினைவு, இன்று ஏன் வந்தது என்று அவனுக்குப் புரியவில்லை. ரயில் பாலத்தைக் கடந்து முடித்தது. தண்ணீரின் வாசம் மறைந்தது. நினைவும்.

தஞ்சாவூர் நிலையத்தில் இறங்கியபோது மதியம் ஒன்றரை. வெயில் உச்சியில் நின்று எரித்தது. பிளாட்பாரத்தின்

முடிவில், ஒரு தூணில் சாய்ந்தபடி, முத்து நின்றிருந்தான்.

பதினைந்து வருடங்கள் ஒரு மனிதனை என்ன செய்யும் என்பதை அருள் அந்தக் கணத்தில் பார்த்தான். பள்ளியில் ஓட்டப்பந்தயத்தில் ஜெயித்த மெலிந்த உடம்பு இப்போது தளர்ந்திருந்தது. தலையில் நரை தொடங்கியிருந்தது. ஆனால் சிரிப்பு - அந்தச் சிரிப்பு மட்டும் பழையதுதான்.

"டேய் அமெரிக்கா!" முத்து கட்டிப்பிடித்தான். வியர்வையும் சிகரெட்டும் கலந்த வாசம். "நிஜமாவே வந்துட்டியாடா."

"வரச்சொன்ன நீதானேடா."

முத்துவின் சிரிப்பு ஒரு கணம் தடுமாறியது. "ஆமா... நான்தான்." பைக்கை ஸ்டார்ட் செய்தான். "வா. போற வழில சாப்பிடலாம். ஊருக்குப் போனா அப்புறம்..." - வாக்கியத்தை முடிக்கவில்லை.

"அப்புறம் என்ன?"

"அப்புறம் சாப்பாடு இறங்காதுடா," என்றான் முத்து. இம்முறை சிரிக்கவில்லை.

3

கைலாச விலாசம்

தஞ்சையிலிருந்து கொற்றமங்கலம் முப்பத்தெட்டு கிலோமீட்டர். பைக் பிரதான சாலையை விட்டு உள் ரோட்டில் திரும்பியதும், உலகம் மெல்ல வேகம் குறைத்தது. வயல்வெளிகள். அங்கங்கே கைப்பிடியளவு கிராமங்கள். சாலையோர அரசமரங்களின் நிழல் உடம்பின் மேல் விழுந்து விழுந்து ஓடியது.

"ஊரு ரொம்ப மாறிடுச்சுடா," முத்து ஓட்டியபடியே பேசினான். "பாதி வீட்ல ஆளில்ல. பசங்க எல்லாம் சென்னை, கோயம்புத்தூரு, வெளிநாடு. மிஞ்சியிருக்கறது கெழவன் கெழவிங்கதான். இப்ப இந்த ஹைவே வருதுல்ல - இனிமே ஊரே இருக்காதுன்னு சொல்றாங்க. நஷ்ட ஈடு வாங்கிட்டு எல்லாரும் கௌம்பிடுவாங்க."

"உனக்கு என்னடா இதுல?"

"எனக்கா?" முத்து ஒரு வினாடி தயங்கினான். "நான்... broker வேலை பாக்கறேன்டா இப்ப. நிலம் வாங்கறது விக்கறது. ஹைவே விஷயத்துல கொஞ்சம் commission வேலை. பொழப்புதானேடா."

ஊர் எல்லையில், ஆலமரத்தடியில், பைக் நின்றது. அருள் இறங்கி நின்றான்.

கொற்றமங்கலம். அவன் கனவுகளில் வந்துகொண்டிருந்த ஊர் இதுவல்ல. கனவில் வரும் ஊரில் தெருக்கள் அகலமாக இருக்கும், வீடுகள் உயரமாக இருக்கும், கோயில்

கோபுரம் வானத்தைத் தொடும். நிஜத்தில் எல்லாம் சிறியதாக, தாழ்வாக, நெருக்கமாக இருந்தது. நினைவுகள் எப்போதும் நிஜத்தை விடப் பெரியவை.

அன்வரின் டீக்கடை அதே இடத்தில் இருந்தது - ஆலமரத்துக்கு எதிரே. கடையின் பெயர்ப் பலகை மட்டும் புதுசு: "பிஸ்மி டீ ஸ்டால் - Since 1985."

"யாரு இது... டேய்! வைரவன் தாத்தா பேரன்தானே!" அன்வர் கண்ணாடியை நெற்றியில் ஏற்றிவைத்துப் பார்த்தார். "அடே, அப்படியே அந்தாளு சாயல்டா. உக்காரு உக்காரு. பாலு, ரெண்டு டீ!"

டீ வந்தது. கண்ணாடி டம்ளரில், நுரை ததும்ப. முதல் மிடறு குடித்ததும் அருளுக்கு நிச்சயமாகத் தெரிந்தது - அமெரிக்காவின் எந்த காபி இயந்திரமும் இதைச் செய்ய முடியாது.

"வீட்டுக்காகத்தான வந்த?" அன்வர் குரலைத் தாழ்த்தினார். "ம்... நல்ல வேளை வந்த. ஊர்ல ரெண்டு நாளா அதான் பேச்சு. வாத்தியாரு வீட்டுப் பக்கம் ஆளையே விடல. ராத்திரி பகலா அவரே காவலு."

"எதுக்கு காவல்?"

அன்வர் பதில் சொல்வதற்குள் முத்து எழுந்தான். "கௌம்புடா, வெயில் இறங்கறதுக்குள்ள போயிடணும்."

தெரு வளைவில் திரும்பியதும் தூரத்தில் தெரிந்தது - கைலாச விலாசம்.

வீட்டைப் பார்த்ததும் அருளின் நடை தானாக நின்றது.

இரண்டு மாடி வீடு அல்ல அது; ஒரு காலத்தின் எலும்புக்கூடு. முகப்புச் சுவரின் சுண்ணாம்பு உரிந்து, உள்ளே செங்கல் தெரிந்தது. கூரை ஓடுகளில் பாதி உடைந்து, அரசமரக் கன்றுகள் முளைத்திருந்தன. முற்றத்தில் ஆள் உயரப் புதர். துளசி மாடம் சரிந்து கிடந்தது. ஆனால் வாசல் நிலைக்கால்களில் - தேக்கு மரத்தில் செதுக்கிய அன்னப்பறவைகள் - அவை மட்டும் அழியாமல், காத்துக்கொண்டிருந்தன.

நிலைக்கதவின் மேல், மங்கிய எழுத்துகளில்: **கைலாச விலாசம் - 1921.**

"வாடா," வாசலில் ஒரு குரல்.

வேதநாயகம் வாத்தியார். எழுபது வயது. வெள்ளை வேட்டி, தோளில் துண்டு. அருளை அவர் பார்த்த பார்வையில் ஆசிரியர்களுக்கே உரிய அந்த அளவெடுப்பு இருந்தது - மாணவனின் உயரத்தையல்ல, ஆழத்தை அளக்கும் பார்வை.

"எனக்கு ஞாபகம் இருக்குமான்னு தெரியல," அருள் தொடங்க, வாத்தியார் கையை உயர்த்தினார்.

"நாலாங்கிளாஸ்ல 'காவிரி' பத்தி கட்டுரை எழுதச் சொன்னேன். எல்லாரும் 'காவிரி நம்ம தாய்'ன்னு ஆரம்பிச்சாங்க. நீ மட்டும் 'காவிரிக்கு கோடைல வயசாயிடுது'ன்னு எழுதின." வாத்தியார் புன்னகைத்தார். "அப்பவே தெரியும், நீ வார்த்தைய நம்பற பையன்னு. அதான் உன்னை வரச்சொன்னேன்."

அவர் முன்னே நடந்தார். அருளும் முத்துவும் பின்தொடர்ந்தனர். கூடத்துக்குள் நுழைந்ததும் - அந்த வாசம். ஈரம், மண், காலம் - எல்லாம் சேர்ந்த, மூடிய வீடுகளுக்கே உரிய வாசம். கூடத்தின் சிவப்புக் காவித் தரை வெடித்துக் கிடந்தது. சுவரில், மங்கிய சதுர அடையாளங்கள் - ஒரு காலத்தில் படங்கள் தொங்கிய இடங்கள். எந்தப் படங்கள்? யாருடைய முகங்கள்? சுவருக்குத்தான் நினைவிருக்க வேண்டும்.

பூஜை அறையின் வாசலில் வாத்தியார் நின்றார்.

உள்ளே, மூலையில், கருங்கல் தரையின் இரண்டு பலகைகள் பெயர்க்கப்பட்டு ஓரமாகச் சாய்த்து வைக்கப்பட்டிருந்தன. அவை இருந்த இடத்தில் - ஒரு குழி. ஆழமான, செவ்வக வடிவக் குழி. யாரோ, எப்போதோ, மிகுந்த கவனத்துடன் வெட்டியது.

"நேத்து முந்தாநேத்து சாமான் காலி பண்ணும்போது," வாத்தியார் மெதுவாகச் சொன்னார், "கும்பத்தைத் தூக்கினப்ப கீழ கல்லு உளுத்தது. தட்டிப் பாத்தா உள்ள ஓசை. பெயர்த்துப் பாத்தோம்."

"உள்ள என்ன இருந்துது?" அருளின் குரல் அவனுக்கே அந்நியமாக ஒலித்தது.

வாத்தியார் பதில் சொல்லாமல், அறையின் இன்னொரு மூலையை நோக்கிக் கைகாட்டினார்.

அங்கே, ஒரு பழைய கம்பளத்தால் மூடப்பட்டு, அது இருந்தது. கம்பளத்தை வாத்தியார் விலக்கினார்.

இரும்புப் பெட்டகம். மார்புயரப் பெட்டி அல்ல; இரண்டடி உயரம், மூன்றடி அகலம். மேற்பரப்பில் துரு படர்ந்து, பச்சை நிறப் பெயிண்டின் சுவடுகள் ஆங்காங்கே மிஞ்சியிருந்தன. முன்பக்கம் ஒரு கனமான பித்தளைப் பூட்டு - காலத்தால் கறுத்து.

"இது யாரோடது?" அருள் கேட்டான்.

"அதான்டா கேள்வியே," முத்து முணுமுணுத்தான்.

வேதநாயகம் பெட்டகத்தின் மேல் கையை வைத்தார் - தொடுவது போல அல்ல; வணங்குவது போல. பிறகு நிமிர்ந்து அருளைப் பார்த்தார்.

"பூட்டை நாங்க உடைக்கல. காரணம் - இந்தப் பெட்டி-யோட மூடியில, துருவுக்கு அடியில, ஒரு பேரு செதுக்கியி-ருக்கு. அந்தப் பேரைப் பாத்ததும் நான் வேலையை நிறுத்-தச் சொல்லிட்டேன்."

அவர் ஒரு டார்ச்சை எடுத்து, மூடியின் ஓரத்தில் அடித்-தார். துருவின் இடையே, யாரோ கூர்மையான ஆணியால் கீறி எழுதிய எழுத்துகள் - தமிழில், சாய்ந்த, அழகான கையெழுத்தில்:

செ. செங்கமலம்

"இந்தப் பேரு," வாத்தியார் அருளின் கண்களையே பார்த்தபடி சொன்னார், "உனக்குத் தெரியுமா?"

அருள் தலையசைத்தான் - தெரியாது.

"தெரியாதுதான்." வாத்தியார் பெருமூச்சு விட்டார். "இந்த ஊரே அந்தப் பேரை மறக்கறதுக்காக ஐம்பது வருஷம் உழைச்சிருக்கு. ஆனா ஒண்ணு மட்டும் சொல்றேன், தம்பி." அவர் குரல் தாழ்ந்தது. "அவ உங்க தாத்தா வைரவனோட ஒரே தங்கச்சி. இந்த வீட்ல பொறந்தவ. இந்த வீட்லேந்து

துரத்தப்பட்டவ."

வெளியே, எங்கோ தூரத்தில், கோயில் மணி அடித்தது. சாயங்கால பூஜைக்கு.

4

இரும்புப் பெட்டகம்

"தாத்தாவுக்கு தங்கச்சியா?" அருள் திரும்பத் திரும்ப அதே வார்த்தைகளைச் சொல்லிப் பார்த்தான். "இல்ல... தாத்தா தனி ஆளுன்னுதான் எங்கப்பா எப்பவுமே... அவருக்கு உடன்பிறப்பே கிடையாதுன்னு..."

"உங்கப்பாவுக்கு அப்படித்தான் சொல்லியிருப்பாங்க." வாத்தியார் தரையில் சம்மணமிட்டு உட்கார்ந்தார். "உட்காரு. நிக்கற விஷயமில்ல இது."

முத்து வாசற்படியில் உட்கார்ந்தான் - உள்ளேயும் இல்லாமல் வெளியேயும் இல்லாமல். அருள் பெட்டகத்துக்கு எதிரே தரையில் அமர்ந்தான்.

"எனக்கு அப்ப பத்து பனிரெண்டு வயசிருக்கும்," வாத்தியார் தொடங்கினார். "செங்கமலம் அக்கா எங்க தெரு வழியா போறதைப் பாத்திருக்கேன். வெள்ளைச் சேலை. கையில எப்பவும் ஒரு துணிப்பை - அதுக்குள்ள பேப்பரும் பேனாவும். ஊர்ல அவளைப் பத்தி பேசக்கூடாது, அவ வீட்டுப் பக்கம் போகக்கூடாதுன்னு எங்கம்மா சொல்லுவாங்க. ஏன்னு கேட்டா அடி விழும். ஆனா ஒண்ணு - யார் வீட்ல கடிதம் எழுதணுமோ, அன்னிக்கு மட்டும் அவ அந்த வீட்டு வாசல்ல வந்து உட்காருவா. உள்ள கூப்பிட மாட்டாங்க. திண்ணைல உட்கார வைப்பாங்க. அவ எழுதி முடிச்சதும் காசை தரைல வெச்சு நகர்த்துவாங்க. கையில குடுக்க மாட்-

டாங்க."

"ஏன்?"

"அது பெரிய கதை, தம்பி. அதோட முடிவு எனக்கும் தெரியாது. ஆனா ஆரம்பம் தெரியும் .- அவ எழுதப் படிக்கத் தெரிஞ்ச பொண்ணு. அந்தக் காலத்துல, இந்த ஊர்ல, அதுவே ஒரு குத்தம்தான்."

அருள் பெட்டகத்தைப் பார்த்தான். *செ. செங்கமலம்.* சாய்ந்த, அழகான கையெழுத்து.

"இதுக்குள்ள என்ன இருக்கும்?"

"தெரியாது. ஆனா இது இங்க இருக்குன்னு ஒருத்தருக்காவது தெரிஞ்சிருக்கணும் - ஏன்னா இந்தக் கல்லு சாதாரணமா பெயர்ந்தது இல்ல. கீழ மணல் போட்டு, பெட்டியை வெச்சு, மேல பலகை பாவி, அப்புறம் கல்லு - முறையா, பொறுமையா செஞ்ச வேலை. வீட்டுக்குள்ள, பூஜை அறைக்குள்ள, இவ்வளவு பெரிய வேலையை யாருக்கும் தெரியாம செய்ய முடியாது."

"அப்ப தாத்தாவுக்குத் தெரிஞ்சிருக்கும்."

"தெரிஞ்சிருக்கலாம். அல்லது அவரே செஞ்சிருக்கலாம்." வாத்தியார் எழுந்தார். "சரி. இனிமே இது உன் முடிவு, தம்பி. நீ இந்த வீட்டோட வாரிசு. பெட்டியைத் திறக்கலாம்; அல்லது திறக்காம அப்படியே மறுபடி புதைச்சிடலாம். ரெண்டுக்கும் நியாயம் இருக்கு."

"திறக்காம புதைக்கறதுல என்ன நியாயம்?"

வாத்தியார் ஒரு கணம் மௌனமாக இருந்தார். "ஒருத்தி தன் வாழ்நாள் முழுக்கச் சேத்து வெச்சதை, அவ செத்து முப்பது வருஷம் கழிச்சு, அவ அனுமதி இல்லாம திறக்கறோம். அதுல ஒரு அநியாயமும் இருக்குதான்." பிறகு மெல்லச் சிரித்தார். "ஆனா இன்னொரு பக்கம் - பூட்டு போட்ட பெட்டியை பூஜை அறைல புதைக்கறவங்க, அது என்னிக்காவது திறக்கப்படணும்னு நினைச்சுத்தான் புதைப்பாங்க. இல்லாட்டி எரிச்சிருப்பாங்க."

அருள் வெகுநேரம் பெட்டகத்தையே பார்த்துக்கொண்டிருந்தான். வெளியே வெளிச்சம் மங்கிக்கொண்டிருந்தது.

முத்து எழுந்து விளக்கு தேடிப்போனான்.

தீர்மானம் எப்படி வந்தது என்று பிற்காலத்தில் அருளால் சொல்ல முடிந்ததில்லை. ஆனால் அந்தக் கணத்தில் அவன் மனதில் இருந்தது ஒன்றுதான் - விமானத்தில் பதினேழு மணி நேரம் பறந்து வந்தது இந்தக் கேள்விக்காகத்தான். திறக்காமல் திரும்பிப் போனால், மிச்ச வாழ்நாள் முழுவதும் இந்தப் பூட்டு அவன் நெஞ்சுக்குள் கிடக்கும்.

"திறப்போம்," என்றான்.

முத்து கொண்டுவந்த கடப்பாரையை பூட்டின் கொளுவியில் நுழைத்து அழுத்தினான். ஒரு முறை. இரண்டு முறை. மூன்றாவது அழுத்தலில் - டக் - என்ற ஒலியுடன் பூட்டின் கொளுவி முறிந்தது. அறுபது வருடத் துருவின் சத்தம்.

மூடியை மூவரும் சேர்ந்து தூக்கினார்கள். கீல்கள் அலறின. உள்ளிருந்து வெளிவந்த காற்றில் ஒரு வாசம் - பழைய காகிதம், வேப்பிலை, கற்பூரம், காலம்.

விளக்கு வெளிச்சத்தில் அருள் உள்ளே பார்த்தான்.

காகிதம். கண்ணுக்கு எட்டிய மட்டும் காகிதம்.

நூல் கட்டுகளாகக் கட்டப்பட்ட கடிதக் கட்டுகள் - பத்து, இருபது, முப்பது... ஒவ்வொரு கட்டிலும் ஒரு சீட்டு, அதில் வருடம்: *1953. 1957. 1964. 1971...* ஓரமாக, செங்குத்தாக அடுக்கப்பட்ட நோட்டுப் புத்தகங்கள் - பழைய, அட்டை தேய்ந்த, ருல்டு நோட்டுகள் - குறைந்தது முப்பது. அவற்றுக்கு அடியில் கனமான, மடித்த ஆவணங்கள் - பத்திரத் தாள்களின் மஞ்சள். ஒரு சிறிய மரப் பெட்டியில் - பேனாக்கள். ஐந்தாறு மை பேனாக்கள், ஒரு மை புட்டி, உலர்ந்த மை திட்டுகள்.

எல்லாவற்றுக்கும் மேலே, தனியாக, ஒரு கடிதம்.

மடிக்காத, உறையில் இடப்படாத, ஒரே ஒரு தாள். அதை யாரோ வேண்டுமென்றே - திறப்பவர் முதலில் இதைப் பார்க்கட்டும் என்றே - மேலே வைத்திருக்கிறார்கள்.

அருள் நடுங்கும் கைகளால் அதை எடுத்தான். விளக்கை அருகே கொண்டுவந்தான். சாய்ந்த, அழகான - மூடியில் செதுக்கியிருந்த அதே - கையெழுத்து:

"இதைப் படிக்கிறவருக்கு,

நான் செங்கமலம். இந்த வீட்டில் பிறந்தவள். இந்த ஊருக்காக முப்பத்தேழு வருடங்கள் கடிதம் எழுதியவள்.

இந்தப் பெட்டியில் இருப்பது என் சொத்து அல்ல; இந்த ஊரின் சொத்து. இதில் இருப்பவை திருடப்பட்டவை அல்ல - சொல்லப்படாமல் போனவை. ஒவ்வொரு காகிதமும் ஒரு உண்மை. உண்மைக்கு ஒரு குணம் உண்டு - அது புதைபட்டு இருக்குமே தவிர, அழுகிப் போகாது.

நீங்கள் இதைத் திறந்திருக்கிறீர்கள் என்றால், இந்த வீடு இனி இல்லை என்று அர்த்தம். வீடு போகட்டும். சுவர்கள் சாட்சி சொல்லாது; காகிதங்கள் சொல்லும்.

ஒன்று மட்டும் கேட்டுக்கொள்கிறேன். இவற்றை அவசரப்பட்டு யாரிடமும் கொண்டு போகாதீர்கள். முதலில் முழுவதும் படியுங்கள். எது யாரை எரிக்கும், எது யாரைக் காப்பாற்றும் என்று தெரிந்த பிறகே ஒவ்வொன்றையும் உரியவரிடம் சேர்ப்பீர்கள்.

ஏனென்றால் கடிதம் என்பது அம்பு போன்றது. விட்ட பிறகு திரும்பாது.

- செ. செங்கமலம்"

அருள் வாசித்து முடித்ததும் அறையில் நீண்ட மௌனம். விளக்கின் சிமிட்டலில், பெட்டகத்துக்குள் கிடந்த நூற்றுக்கணக்கான கடிதக் கட்டுகள் - காத்திருப்பவை போலத் தெரிந்தன.

மௌனத்தை உடைத்தது முத்துவின் குரல். அதில் முன்பு இல்லாத ஒரு நடுக்கம்:

"அருள்... இதுல எங்க குடும்பத்தப் பத்தியும் ஏதாவது இருக்குமாடா?"

அருள் நிமிர்ந்து நண்பனைப் பார்த்தான். முத்துவின் முகத்தில் வியர்வை - மாலைக் குளிரிலும்.

அந்தக் கேள்விதான் - அதுதான் - வரப்போகும் எல்லாவற்றின் முதல் மணியோசை என்று அப்போது அருளுக்குத் தெரியவில்லை. இந்த ஊரில் ஒவ்வொருவருக்கும் இனி இதே கேள்விதான்: அதில் என்னைப் பற்றி என்ன இருக்-

கிறது?

5

எழுதத் தெரிந்த பெண்

(செங்கமலத்தின் நாட்குறிப்பு - முதல் நோட்டு, 1952)

ஆவணி மாசம், வெள்ளிக்கிழமை.

இன்னிக்கு என் வாழ்க்கையிலே முதல் தடவையா ஒருத்தருக்காகக் கடிதம் எழுதினேன். அதை எழுதி வைக்கணும்னு தோணுச்சு. அதான் இந்த நோட்டு.

காலைல குளக்கரைப் பக்கம் வேலாயி ஆச்சி வந்தாங்க. அவங்க புள்ள மணியன் பர்மால இருக்கான். ரெண்டு வருஷமா கடிதம் இல்லயாம். ஊர்ல யார்கிட்ட போனாலும் "ராயருக்கு ஆளனுப்பு" சொல்றாங்களாம். ராயருக்கு ஒரு கடிதத்துக்கு எட்டணா. வேலாயி ஆச்சிகிட்ட எட்டணா இல்ல.

"நீ பள்ளிக்கூடம் போனியாமே. எழுதுவியா?"ன்னு கேட்டாங்க. கையில ஒரு கார்டு. அதை எப்படியோ சம்பாதிச்சிருக்காங்க.

அப்பா இருந்திருந்தா என்ன சொல்லியிருப்பாரு தெரியல. அண்ணன் வீட்ல இல்ல. நான் திண்ணைல உட்கார்ந்து எழுதினேன்.

ஆச்சி சொல்லச் சொல்ல எழுதினேன்: "மணியா, நலமா இருக்கியா, இங்க எல்லாரும் நலம்"ன்னு ஆரம்பிச்சாங்க.

அப்புறம் திடீர்னு நிறுத்திட்டாங்க. "இதெல்லாம் வேணாம்மா. நான் சொல்றத அப்படியே எழுது"ன்னாங்க. அப்புறம் சொன்னாங்க:

"மணியா. உன் அப்பன் போயி மூணு வருஷம் ஆச்சு. நீ அனுப்பற காசு வந்து சேருது. காசு வேணாம்டா. நீ வா. நான் சோறு திங்கறதுக்கு முன்னாடி உன் மொகத்த ஒரு தடவை பாக்கணும். கண்ணு மங்கிப்போவுது. நீ வர்றப்ப நான் இருப்பேனா தெரியல. வந்துடுடா."

எழுதி முடிச்சப்ப என் கை நடுங்குச்சு. ஆச்சி கார்டை வாங்கி, மடிச்சு, சேலை முந்தானைல முடிஞ்சுக்கிட்டாங்க - அது கடிதம் இல்ல, மணியனே அதுக்குள்ள இருக்கற மாதிரி.

போகும்போது தரைல நாலணா வெச்சாங்க. நான் வேணாம்னு சொன்னேன். "எழுத்துக்கு கூலி இல்லாம வாங்கினா எழுத்து மதிப்பு போயிடும்மா"ன்னு சொல்லிட்டுப் போயிட்டாங்க.

ராத்திரி இது எழுதிக்கிட்டிருக்கேன். ஒரு விஷயம் புரி-யுது.

நான் எழுதினது வார்த்தைகள் இல்ல. ஒரு தாயோட மூச்சு. அத காகிதத்துல அடைச்சு பர்மா வரைக்கும் அனுப்பறோம். எழுத்துன்னா அவ்வளவு சக்தியா?

அப்பா சொல்லுவாரு - "கணக்கப்பிள்ளை வேலைன்னா ஊர் ஒன்னும் நினைக்கும். ஆனா எழுத்து தெரிஞ்சவன் ஊரோட ரகசியம் தெரிஞ்சவன். அது பாக்கியமும் கூட, பாரமும் கூட"ன்னு. அப்ப புரியல. இப்ப கொஞ்சம் கொஞ்-சமா புரியுது.

* * *

புரட்டாசி மாசம்.

இப்ப வாரத்துக்கு ரெண்டு மூணு பேரு வராங்க. சிங்-கப்பூர் கணவனுக்கு மனைவி. பட்டாளத்துப் பையனுக்கு அவன் அப்பன். கோர்ட்டு மனு ஒண்ணு கூட எழுதினேன் - வாய்க்கால் தண்ணி தகராறு.

ஆனா ஊரு என்னை இன்னும் முழுசா ஒத்துக்கல. தெருவுல போனா சிலர் ஓரமா விலகறாங்க. "பொம்பளைக்கு எதுக்கு எழுத்து? அதான் அவ அப்பன் அவசரமா போயிட்டாரு" - இப்படி பின்னாடி பேசறது காதுல விழுது. அண்ணன் கூட ஒரு நாள் சொன்னான்: "எழுதறத எழுது. ஆனா யார் வீட்டு விஷயத்தையும் வெளீல சொல்லாத. சொன்ன அன்னிக்கு இந்த வீட்ல உனக்கு இடம் இல்ல"ன்னு.

அண்ணனுக்குப் புரியல. நான் சொல்லப் போறதில்ல - எழுதப் போறேன். அதுக்குத்தான் இந்த நோட்டு.

ஒவ்வொருத்தரும் சொல்லும்போது அவங்க சொல்றதுக்கும் சொல்லாம விடறதுக்கும் நடுவுல ஒரு இடைவெளி இருக்கு. அந்த இடைவெளில தான் உண்மை உட்கார்ந்திருக்கு. நான் கடிதத்துல சொன்னத மட்டும் எழுதறேன். இந்த நோட்டுல இடைவெளியையும் எழுதி வைக்கறேன்.

ஏன்னு கேட்டா - தெரியல. ஆனா எழுதணும்னு தோணுது. யாருக்கோ, எப்பவோ, இது தேவைப்படும்னு தோணுது.

* * *

ஐப்பசி மாசம். மழை.

இன்னிக்கு ஒரு புது ஆளு. தபால் ஆபீஸ்ல புதுசா வந்திருக்கான் - கதிர்வேலுன்னு பேரு. கருப்பு, உசரம், சிரிச்சா பல்லு தெரியும்.

வேலாயி ஆச்சிக்கு பர்மாவுல இருந்து கடிதம் வந்திருக்கு! மணியன் எழுதியிருக்கான் - "வர்ற சித்திரைக்கு கப்பல் ஏறறேன்"னு. கதிர்வேலு அந்தக் கார்டை நேரா என்கிட்ட கொண்டு வந்தான். "நீங்கதான ஆச்சிக்கு எழுதினீங்க? நீங்களே படிச்சுக் காட்டுங்க. அவங்க கேக்கறப்ப நீங்க பக்கத்துல இருங்க"ன்னான்.

நான் கேட்டேன்: "உனக்கு எப்படி தெரியும் நான் எழுதினதுன்னு?"

அவன் சொன்னான்: "இந்த ஊர்லேந்து போற எல்லா கடிதமும் என் கை வழியாத்தான் போகுது. கையெழுத்தப்

பாத்தா தெரியும். உங்க கையெழுத்து வேற மாதிரி இருக்கு. வளைஞ்சு வளைஞ்சு... ஆத்துத் தண்ணி ஓடற மாதிரி."

ஆத்துத் தண்ணி ஓடற மாதிரி.

இன்னிக்கு ராத்திரி அந்த வார்த்தையை நெனச்சு நெனச்சு இந்த நோட்டுல மூணு தடவை எழுதிப் பாத்திருக்கேன். என் கையெழுத்து எனக்கே புதுசா தெரியுது.

மழை இன்னும் நிக்கல. கூரை ஓட்டை வழியா சொட்டுது. விளக்கை அணைக்கணும்.

ஒரு நாள் - எனக்கே தெரியும், இது பைத்தியக்காரத்தனம்தான் - ஆனா ஒரு நாள் இந்த ஊரே என் கையெழுத்துல தான் தன் கதையைப் படிக்கும்னு ஒரு நினைப்பு வந்து போவுது.

அதெல்லாம் நடக்காது. நான் வெறும் கடிதம் எழுதறவ.

விளக்கை அணைக்கறேன். மழை சத்தம் நல்லா இருக்கு.

6

செங்கமலம் யார்?

அன்றிரவு அருள் வேதநாயகம் வீட்டில் தங்கினான். வாத்தியாரின் மனைவி இறந்து எட்டு வருடம்; மகள் பெங்களூரில்; வீட்டில் அவர் மட்டும்தான். "இந்த வயசுல தனியா இருக்கறவனுக்கு விருந்தாளின்னா கொண்டாட்டம்டா," என்று அவரே வற்புறுத்தி அறை கொடுத்தார்.

பெட்டகம் அன்றைக்கு பழைய வீட்டிலேயே இருந்தது - முத்துவும் வாத்தியாரும் சேர்ந்து மறுபடி கம்பளத்தால் மூடி, கதவுக்குப் புதிய பூட்டு மாட்டிவிட்டு வந்தார்கள்.

தூக்கம் வரவில்லை. ஜெட்லேக் என்று அவன் மனம் சொன்னது; ஆனால் உண்மை வேறு என்று அவனுக்குத் தெரியும். கண்ணை மூடினால் அந்தச் சாய்ந்த கையெழுத்து. *உண்மைக்கு ஒரு குணம் உண்டு - அது புதைபட்டு இருக்குமே தவிர, அழுகிப் போகாது.*

காலையில் அவன் முதல் வேலையாக ஊருக்குள் இறங்கினான். திட்டம் எளிது - செங்கமலத்தை நினைவில் வைத்திருக்கும் வயதானவர்களிடம் பேசுவது.

திட்டம் எளிது. ஊர் எளிதல்ல.

கோயில் தெருவில், எண்பது வயதுக்கு மேல் இருக்கும் ஒரு தாத்தாவிடம் தொடங்கினான். "செங்கமலம்ன்னு ஒருத்தங்க இருந்தாங்களாமே, தெரியுமா?" - கிழவரின் முகம், திரை இறக்கியது போல, மூடிக்கொண்டது. "எனக்கு ஒண்-

ணும் தெரியாது," என்று சொல்லி வாசலுக்குள் போய்விட்டார்.

அரிசிக் கடைக்காரர்: "பழசெல்லாம் எதுக்குய்யா இப்ப?" - பின் வேறு வாடிக்கையாளரிடம் திரும்பிக்கொண்டார்.

வண்ணார வீட்டுப் பாட்டி கொஞ்சம் பேசினாள் - பேசத் தொடங்கினாள்: "ஐயோ, எழுத்தாளம்மாவா? அவங்களை எப்படி மறக்க முடியும்? எங்காத்துக்காரு சிங்கப்பூர்லேந்து எழுதின கடிதமெல்லாம் அவங்கதான்..." - அந்த நேரம் பார்த்து அவள் மருமகள் உள்ளிருந்து வந்தாள். பாட்டியின் கையைப் பிடித்து, "ஆத்துக்குள்ள வாங்கம்மா, மருந்து நேரம்," என்று இழுத்துப்போனாள். போகும்போது மருமகள் அருளைப் பார்த்த பார்வையில் சொல் இல்லாத ஒரு வாக்கியம் இருந்தது: *எங்களைச் சிக்கல்ல மாட்டிவிடாதே.*

மதியத்துக்குள் அருளுக்குப் புரிந்தது - ஊர் முழுவதும் ஒரே இரவில் ஒரு செய்தி பரவியிருக்கிறது: *அமெரிக்காப் பையன் பழைய விஷயம் கிளறிக்கிட்டிருக்கான். வாயை மூடிக்கங்க.*

யார் பரப்பியது?

அன்வர் கடையில் டீ குடிக்கும்போது அவன் இதைக் கேட்டான். அன்வர் சுற்றும் முற்றும் பார்த்துவிட்டு, டீயை ஆற்றுவது போல டம்ளரை உயர்த்தி இறக்கியபடி, தாழ்ந்த குரலில் சொன்னார்:

"தம்பி, இந்த ஊர்ல ஒரு விஷயம் புரிஞ்சுக்கோ. இங்க மழைக்கு முன்னாடி காத்து வீசும். அது மாதிரி, பயத்துக்கு முன்னாடி மௌனம் வீசும். நேத்து ராத்திரி பெரிய வீட்டுல விளக்கு ரொம்ப நேரம் எரிஞ்சிருக்கு. அவ்வளவுதான் எனக்குத் தெரியும்."

"பெரிய வீடுன்னா?"

"ராசையா வாண்டையாரு வீடு." அன்வர் டம்ளரை வாங்கினார். "இன்னும் டீ வேணுமா?"

மாலையில் வாத்தியார் ஒரு பெயரைச் சொன்னார். "ஒரே ஒருத்தங்க இருக்காங்க - பேசினா அவங்கதான் பேசணும். சுந்தரம்பாள். செங்கமலத்தோட உசிர் தோழி. தொண்ணூறு

வயசு. கோயிலுக்குப் பின்னாடி தனிக் குடிசை."

சுந்தரம்பாளின் குடிசை வாசலில் அருள் நின்று கூப்பிட்டான். உள்ளே அசைவு. கதவு பாதி திறந்தது. சுருக்கங்களுக்குள் இரண்டு கண்கள் - மங்கலாக அல்ல; கூர்மையாக - அவனை மேலிருந்து கீழாகப் பார்த்தன.

"நான் அருள். வைரவன் தாத்தாவோட..."

"தெரியும்." குரல் காய்ந்த ஓலை உரசுவது போல. "மொகத்துலேயே எழுதியிருக்கு நீ யாருன்னு."

"செங்கமலம் பாட்டியப் பத்தி உங்ககிட்ட..."

கதவின் பிடியில் கிழவியின் கை இறுகியது. "யாரு சொன்னா என்கிட்ட வரச்சொல்லி?"

"வேதநாயகம் வாத்தியாரு. பாட்டி, நாங்க அவங்க பெட்டியக் கண்டுபிடிச்சிருக்கோம். அதுல..."

"தெரியும்னு சொன்னேனில்ல." கிழவி அவன் பேச்சை அறுத்தாள். ஒரு நீண்ட கணம் அவனையே பார்த்தாள் - அந்தப் பார்வையில் கோபம் இல்லை; அளவிட முடியாத ஏதோ ஒன்று. சோகமா? எச்சரிக்கையா?

"தம்பி," கடைசியில் சொன்னாள். "அவ காத்திருந்தது உனக்காகத்தான்னு எனக்குத் தெரியும். ஆனா நீ காத்திருக்கக் கத்துக்கணும். எல்லாத்தையும் அவளே சொல்லுவா - அவ எழுத்துல. நான் சொல்ல வேண்டியது ஒண்ணே ஒண்ணுதான், அதோட நேரம் இன்னும் வரல."

"பாட்டி, ஒரே ஒரு கேள்வி. அவங்க ஏன் இந்த ஊருக்கு அவ்வளவு..."

கதவு மூடியது. தாழ்ப்பாள் விழுந்த சத்தம்.

அருள் வெகுநேரம் அந்த மூடிய கதவின் முன் நின்றிருந்தான். உள்ளே, கிழவி நகரும் சத்தம் - பிறகு, மிக மெல்லியதாக, இன்னொரு சத்தம்.

அழுகை. அடக்கி அடக்கி அழும் சத்தம்.

7

ரேவதியின் கணக்கு

மறுநாள் காலை அருளின் போன் அடித்தது. ரேவதி - அத்தை மகள். திருச்சியில் கணவன், இரண்டு பிள்ளைகள்.

"என்னண்ணா இது நியாயம்?" - வணக்கம் இல்லை. "நீ ஊருக்கு வந்திருக்கேன்னு வேற ஆளு மூலமா நான் தெரிஞ்சுக்கணுமா?"

"நேத்து முந்தாநேத்துதாண்டி வந்தேன். கூப்பிடலாம்னு..."

"சரி சரி. வந்த வேலையைச் சொல்லு. registration எப்ப?"

அருள் ஒரு கணம் தயங்கினான். "ரேவதி... கொஞ்சம் தாமதம் ஆகலாம்டி. வீட்டுல சில விஷயங்கள்..."

"என்ன விஷயம்? அந்தப் பெட்டி விஷயமா?" - அருள் அதிர்ந்தான். அவளுக்கு ஏற்கனவே தெரிந்திருக்கிறது. - "அண்ணா, கேளு. அதுல என்ன இருந்தா எனக்கென்ன, உனக்கென்ன? பழைய பேப்பரு. அவ்வளவுதான். அதுக்காக கோடிக்கணக்குல வர்ற deal-ஐ நிறுத்தி வைக்கறதா?"

"deal நிக்காதுடி. நான் ஒரு வாரம்..."

"உனக்கு அமெரிக்கால சம்பளம் வருது, அண்ணா." அவள் குரல் கூர்மையானது. "எனக்கு அப்படியில்ல. பையன் engineering admission-க்கு லட்சக்கணக்குல கேக்கறாங்க. இவருக்கு கடை சரியா ஓடல. இந்தப் பங்கு பணத்தை வெச்சுத்தான் நாங்க plan பண்ணியிருக்கோம்.

உனக்கு இது sentiment-ஆ இருக்கலாம். எங்களுக்கு இது சோறு."

அருளால் பதில் சொல்ல முடியவில்லை. அவள் சொல்வதில் நியாயம் இருந்தது - அதுதான் கஷ்டம். தவறான ஆட்கள் மட்டும் எதிர்த்தால் போராடுவது எளிது. நியாயமானவர்கள் எதிர்க்கும்போதுதான் சிக்கல்.

"ஒரு வாரம்டி. அதுக்குள்ள ஒரு முடிவு சொல்றேன். சத்தியமா."

"ஒரு வாரம்." போன் வைக்கப்பட்டது.

அவன் திரும்பியபோது முத்து வாசலில் நின்றிருந்தான். எவ்வளவு நேரமாக என்று தெரியவில்லை.

"ரேவதியா?" முத்து கேட்டான். "அவ கோபம் நியாயம்-தாண்டா. ஊர்லயும் அதான் பேச்சு. ஹைவே நஷ்ட ஈடு ஒவ்வொருத்தர் வாழ்க்கையையும் மாத்தப் போகுது. யாராவது ஒருத்தன் deal-ஐ delay பண்ணா..."

"நான் deal-ஐ delay பண்ணல, முத்து. ஒரு வாரம்-தான் கேட்டேன்."

"உனக்கு ஒரு வாரம்டா. ஆனா இந்த ஊருக்கு ஒவ்வொரு நாளும் ஒரு யுகம்." முத்து அருகே வந்தான். குரல் தாழ்ந்தது. "அருள், ஒரு friend-ஆ சொல்றேன். அந்தப் பெட்டிய... அரசாங்கத்துகிட்டயோ, கலெக்டர் ஆபீஸ்லயோ ஒப்படைச்சிடு. அவங்க பாத்துக்கட்டும். நீ நிம்மதியா கையெழுத்துப் போட்டுட்டு அமெரிக்கா போ. எல்லாருக்கும் நல்லது."

"எல்லாருக்குமா? இல்ல சிலருக்கா?"

முத்துவின் முகம் ஒரு கணம் வெளிறியது. "என்ன அர்த்தம்?"

"ஒண்ணுமில்ல." அருள் நண்பனின் தோளில் கை வைத்தான். "டேய். நாலாங்கிளாஸ்ல வெள்ளத்துல என் சைக்கிள் அடிச்சிட்டுப் போனப்ப, நீதாண்டா தண்ணில குதிச்சு புடிச்சு வந்த. அன்னிக்கு இருந்த முத்து இன்னிக்கும் இருக்கான்னு எனக்குத் தெரியணும். அவ்வளவுதான்."

முத்து சிரிக்க முயன்றான். சிரிப்பு பாதியில் நின்றது. "இருக்கான்டா. ஆனா..." அவன் தரையைப் பார்த்தான். "...அவனுக்கு இப்ப நிறைய கடன் இருக்கு. கடன்காரனோட நட்பு, தண்ணில விழுந்த சைக்கிள் மாதிரிடா. தூக்கறவன் கையும் வலிக்கும்."

அவன் போனபிறகு அருள் கவனித்தான் - தெருமுனையில் நின்று முத்து யாருக்கோ போன் செய்தான். பேசும்போது அவன் இடதுகை, தானாக, தலையைச் சொறிந்துகொண்டிருந்தது. பள்ளியில் வாத்தியாரிடம் பொய் சொல்லும்போது அவன் அப்படித்தான் செய்வான்.

சில பழக்கங்கள் சாகாது.

8

தபால்காரனின் சைக்கிள் மணி

(செங்கமலத்தின் நாட்குறிப்பு - 1956)

தை மாசம்.

அவன் சைக்கிள் மணிக்கு ஒரு தனி சத்தம் இருக்கு. ஊர்ல வேற யாரு அடிச்சாலும் அது வெறும் மணி. அவன் அடிச்சா - எப்படிச் சொல்றது - ரெண்டு தடவை குட்டையா, ஒரு தடவை நீளமா. கிண்-கிண்-கிணீங்.

அந்தச் சத்தம் தெரு முனைல கேட்டதும் என் கை எழுதறதை நிறுத்திடுது. இது தப்பு. தெரியும். ஆனா கை கேக்க மாட்டேங்குது.

இன்னிக்கு அவன் மணி ஆர்டர் ஃபாரம் கொண்டு வந்தான். கொடுக்கும்போது சொன்னான்: "உங்களுக்கு ஒரு விஷயம் தெரியுமா? பக்கத்து ஊர் ராயரு கடிதத்துக்கு இப்ப பத்தணா கேக்கறாரு. நீங்க இன்னும் நாலணாதான் வாங்கறீங்க. நீங்க ரேட்டு ஏத்தலாம்."

நான் சொன்னேன்: "எழுத்து வியாபாரம் இல்ல."

அவன் சிரிச்சான். "அப்ப நான் தபால் கொண்டு வர்றதும் வியாபாரம் இல்ல. சம்பளம் சர்க்காரு குடுக்குது. ஆனா வேலாயி ஆச்சி வீட்டுக் கடிதத்தை நான் ஓடிப்போய் குடுக்கறேனே - அது சம்பளத்துக்காக இல்ல."

இவன் பேச்சுல இப்படி ஒண்ணு இருக்கு. சாதாரண வார்த்தைதான். ஆனா அதுக்குள்ள இன்னொரு வார்த்தை ஒளிஞ்சிருக்கும்.

* * *

பங்குனி மாசம்.

இனிமே இத எழுதாம இருக்க முடியாது. எழுதாட்டி இந்த நெஞ்சு தாங்காது.

நேத்து சந்தைக்குப் போயிட்டு வரும்போது மழை புடிச்சுக்கிச்சு. கோயில் மண்டபத்துல ஒதுங்கினேன். அவனும் அங்கதான் - தபால் பையை மழைல நனைக்கக்கூடாதுன்னு ஓடி வந்திருக்கான்.

மண்டபத்துல நாங்க ரெண்டு பேரு மட்டும். மழை சுவரா பெஞ்சிருந்துச்சு.

ரொம்ப நேரம் பேசல. அப்புறம் அவன் கேட்டான்: "உங்களுக்கு ஒரு கேள்வி. நீங்க எல்லாருக்கும் எழுதறீங்க. உங்களுக்கு யாராவது எழுதியிருக்காங்களா?"

நான் யோசிச்சுப் பாத்தேன். அப்பா கணக்கு எழுதுவாரு. அண்ணன் பத்திரம் எழுதுவான். எனக்கு? எனக்கு யாரும் ஒரு வரி கூட எழுதினதில்ல.

"இல்ல," சொன்னேன்.

அவன் ரொம்ப நேரம் பேசல. மழையைப் பாத்துக்கிட்டிருந்தான். அப்புறம், மழையைப் பாத்துக்கிட்டே, சொன்னான்: "எல்லா ஊருக்கும் கடிதம் கொண்டு போற எனக்கு ஒரு ஆசை. ஒரே ஒரு கடிதம் - யாருக்கும் தெரியாம, ஒரே ஒருத்தங்களுக்கு மட்டும் - நான் எழுதணும். அவங்களும் ஒரு கடிதம் - யாருக்கும் தெரியாம, எனக்கு மட்டும் - எழுதணும்."

மழை சத்தம் மட்டும். என் நெஞ்சு சத்தம் எனக்கே கேட்டுச்சு.

"முகவரி?" - என் வாய் கேட்டுச்சு. நான் இல்ல; என் வாய்.

அவன் என் பக்கம் திரும்பினான். "முகவரி இல்லாத கடிதத்தை எங்க சேர்க்கணும்னு தபால்காரனுக்குத் தெரியும்."

மழை நின்னதும் நான் ஓடி வந்துட்டேன். குடை இருந்தும் நனைஞ்சு வந்தேன்.

* * *

ஆனி மாசம்.

எங்க ரெண்டு பேருக்குள்ள இப்ப ஒரு தபால் நடக்குது. உலகத்துல யாருக்கும் தெரியாத தபால்.

வாரம் ஒரு தடவை, வெள்ளிக்கிழமை, கோயில் மணி சாயங்காலம் அடிக்கும்போது, கோயிலுக்குப் பின்னாடி இருக்கற கல் மண்டபத்து மூணாவது தூணுக்கு அடியில ஒரு கல்லு இருக்கு. அந்தக் கல்லுக்கு அடியில ஒரு கடிதம் இருக்கும். எடுத்துட்டு, அதே இடத்துல இன்னொண்ணு வெச்சிட்டு வரணும்.

அவன் கையெழுத்து மோசம். எழுத்து எல்லாம் ஒண்ணோட ஒண்ணு சண்டை போடுது. ஆனா அந்த மோசமான கையெழுத்துல அவன் எழுதறதை, ஊர்ல எந்தப் புலவனாலயும் எழுத முடியாது. போன வாரம் எழுதியிருந்தான்: "நீங்க கடிதம் எழுதும்போது உங்க நாக்கு கொஞ்சம் வெளீல வரும், தெரியுமா? சின்னப் புள்ள படம் வரையற மாதிரி. அத பாக்கறதுக்காகவே நான் தபால் இல்லாத வீட்டுக்கும் தபால் இருக்குதுன்னு வந்திருக்கேன்."

இதை எழுதிட்டு நான் சிரிச்சேன். அப்புறம் அழுதேன். ஏன் அழுதேன்னு தெரியல.

தெரியும். எழுத பயமா இருக்கு, அதான் தெரியலன்னு எழுதினேன். இந்த நோட்டுக்கிட்ட பொய் சொல்லக்கூடாது.

அவன் வேற சாதி. நான் வேற சாதி. இந்த ஊரு ரெண்டையும் ரெண்டா வெச்சிருக்கற ஊரு. இந்தக் கதைக்கு முடிவு எப்படி இருக்கும்னு எனக்குத் தெரியாம இல்ல.

ஆனா - இந்த வெள்ளிக்கிழமை இன்னும் மூணு நாள் இருக்கு. அதுக்குள்ள நான் சாக மாட்டேன். அவ்வளவுதான் இப்பத்தைக்கு எனக்குத் தேவை.

* * *

ஆவணி மாசம்.

நேத்து வெள்ளிக்கிழமை. கல்லுக்கு அடியில கடிதம் வைக்கப் போனேன்.

வெச்சிட்டு திரும்பினப்ப - மண்டபத்து வாசல்ல அண்ணன் நின்னுக்கிட்டிருந்தான்.

எவ்வளவு நேரமா நின்னுக்கிட்டிருந்தான்னு தெரியல. அவன் மொகத்தைப் பாத்ததும் தெரிஞ்சுது - எல்லாம் தெரிஞ்சு நிக்கறான்.

அவன் ஒண்ணும் பேசல. என்னைத் தாண்டி உள்ள போனான். தூணடிக் கல்லைப் பெயர்த்தான். கடிதத்தை எடுத்தான். படிக்கல - மடிச்சு சட்டைப் பைல வெச்சுக்கிட்டான். அப்புறம் என் பக்கம் திரும்பி, ஒரே ஒரு வார்த்தை:

"வா."

வீட்டுக்கு வர்ற வழி முழுக்க அவன் முன்னாடி, நான் பின்னாடி. அவன் நிழல் சாயங்கால வெயில்ல நீளமா என் மேல விழுந்துச்சு.

இன்னிக்கு வீட்டுல பேச்சு இல்ல. சாப்பாடு இல்ல. அண்ணி கூட என் பக்கம் பாக்க மாட்டேங்குறா.

விளக்கு அணைஞ்ச அறைல உட்கார்ந்து இத எழுதறேன். கை நடுங்குது. ஆனா எழுதறேன்.

ஏன்னா எனக்கு இப்ப ஒண்ணு புரிஞ்சிடுச்சு. இந்த நோட்டு மட்டும்தான் என் பக்கம் எப்பவும் இருக்கும்.

நாளைக்கு என்ன ஆகும்னு தெரியாது. ஆனா இன்னிக்கு ராத்திரி வரைக்கும் - நான் ஒருத்தனால நேசிக்கப்பட்டவ. அத யாராலயும் அழிக்க முடியாது. கல்லுக்கு அடியில இருந்த கடிதங்களை எடுக்கலாம். நெஞ்சுக்கு அடியில இருக்கறதை எப்படி எடுப்பாங்க?

9

நிலாவின் கேமரா

அந்த வெள்ளிக்கிழமை காலை, கொற்றமங்கலத்துக்குள் ஒரு வாடகை கார் நுழைந்தது.

அதிலிருந்து இறங்கியவள் - முப்பது வயது மதிக்கத்தக்க ஒரு பெண். ஜீன்ஸ், கட்டன் குர்தா, தோளில் கேமரா பை, கண்களில் நகரத்துத் துடிப்பு. அவள் நேராக அன்வர் கடைக்கு வந்து கேட்டாள்: "அண்ணே, இங்க பழைய காலத்துல கடிதம் எழுதிக் குடுக்கற ஒரு அம்மா இருந்தாங்களாமே - அவங்களப் பத்தி யார்கிட்ட கேட்டா தெரியும்?"

அன்வர் கையிலிருந்த டம்ளர் தட்டில் தடுமாறியது.

பத்து நிமிடத்தில் அந்தச் செய்தி அருளை அடைந்தது. அவன் வந்தபோது அவள் ஆலமரத்தடியில் நின்று ஊரை வீடியோ எடுத்துக்கொண்டிருந்தாள்.

"Excuse me." அருள் அவள் முன் நின்றான். "நீங்க யாரு? எதுக்கு இங்க shoot பண்றீங்க?"

அவள் கேமராவை இறக்காமலே சொன்னாள்: "பொது இடம். அனுமதி தேவையில்ல."

"இல்ல, நீங்க யார்கிட்டயோ செங்கமலம்ன்னு..."

இப்போது கேமரா இறங்கியது. அவள் அவனை நேராகப் பார்த்தாள். "உங்களுக்கு எப்படி அந்தப் பேரு தெரியும்?"

"முதல்ல நீங்க சொல்லுங்க."

"நிலா. சென்னை. டாக்குமெண்டரி ஃபிலிம்மேக்கர்." அவள் பையிலிருந்து ஒரு பிளாஸ்டிக் உறையை எடுத்தாள். உள்ளே - பழுப்பேறிய ஒரு பத்திரிகைப் பக்கம். "1987 'மங்கை' இதழ். 'கிராமத்து எழுத்தாளம்மா'ன்னு ஒரு பேட்டி. மறக்கப்பட்ட கிராமத்துப் பொண்ணுங்களப் பத்தி நான் ஒரு படம் பண்றேன் - அதுக்கு ரிசர்ச் பண்ணும்போது இது கிடைச்சுது. முப்பத்தேழு வருஷம் ஒரு ஊருக்கே கடிதம் எழுதின ஒரு பொண்ணு. யோசிச்சுப் பாருங்க - அவ மனசுக்குள்ள ஒரு ஊரோட எழுபது வருஷ வரலாறு இருந்திருக்கும். அவளப் பத்தி ஒரு புத்தகம் கூட இல்ல. ஒரு புகைப்படம் கூட எங்கேயும் இல்ல. இந்தப் பேட்டிதான் அவ இருந்ததுக்கே ஒரே ஆதாரம்."

அருள் அந்தப் பக்கத்தை வாங்கிப் பார்த்தான். மங்கலான அச்சில் ஒரு சிறிய பேட்டி. புகைப்படம் இல்லை - "படத்துக்கு அம்மா சம்மதிக்கவில்லை" என்று அடிக்குறிப்பு. பேட்டியின் கடைசி வரியில் அவன் கண்கள் நின்றன. நிருபர் கேட்டிருக்கிறார்: *"இத்தனை வருடங்களில் நீங்கள் எழுதியதிலேயே உங்களுக்குப் பிடித்த கடிதம் எது?"* செங்கமலத்தின் பதில்:

"இன்னும் அனுப்பாதது."

"இப்ப நீங்க சொல்லுங்க," நிலா கைகட்டி நின்றாள். "உங்களுக்கு அவங்களை எப்படித் தெரியும்?"

அருள் ஒரு முடிவெடுத்தான். பின்னாளில் அவன் அடிக்கடி நினைப்பான் - அந்தக் கணத்தில் அவன் பொய் சொல்லியிருந்தால் கதை எப்படிப் போயிருக்கும் என்று.

"அவங்க என் தாத்தாவோட தங்கச்சி," என்றான். "நாலு நாள் முன்னாடி அவங்க வீட்டுல ஒரு இரும்புப் பெட்டி கிடைச்சிருக்கு. அதுக்குள்ள அவங்க எழுதின எல்லாமே இருக்கு."

நிலாவின் கையிலிருந்த கேமரா பை மெல்ல நழுவியது; அவள் அதை இறுகப் பிடித்துக்கொண்டாள். "எல்லாமேன்னா..."

"கடிதங்க. நாட்குறிப்புக. முப்பத்தேழு வருஷம்."

அவள் வெகுநேரம் பேசவில்லை. பிறகு, மிக மெதுவாக: "எனக்கு அத பாக்கணும். ப்ளீஸ்."

"நிபந்தனை ஒண்ணு," அருள் சொன்னான். "கேமரா இல்லாம."

அவள் யோசித்தாள். தலையசைத்தாள்.

வேதநாயகம் வீட்டில், அன்று மதியம், பழைய வீட்டிலிருந்து கொண்டுவரப்பட்ட முதல் கடிதக் கட்டை - *1953* - நிலா கையில் எடுத்தாள். கட்டை அவிழ்த்து, முதல் கடிதத்தை - காகிதம் கிழியாமல், சுவாசம் கூட நிதானமாக - திறந்து வாசித்தாள். வாசிக்க வாசிக்க அவள் கண்கள் நிரம்பின.

"இது தங்கம்," என்றாள், குரல் கரகரக்க. "இது ஒரு ஊரோட... இல்ல, ஒரு தலைமுறையோட குரல். யுனிவர்சிட்டி archive-ல இருக்க வேண்டியது மண்ணுக்கடியில இருந்திருக்கு."

ஆனால் அவர்கள் அறியாதது ஒன்று - அதே மதியம், அதே நேரத்தில், ஊரின் இன்னொரு கோடியில் வேறொரு கூட்டம் நடந்துகொண்டிருந்தது.

ராசையா வாண்டையாரின் வீட்டின் உள்முற்றத்தில், சாய்வு நாற்காலியில் கிழவர். எதிரே, வெள்ளை வேட்டி சட்டையில், கைக்கடிகாரத்தை அடிக்கடி பார்த்தபடி, அவர் மகன் குணசேகரன் - மாவட்டத் தலைநகரிலிருந்து காலையே வரவழைக்கப்பட்டிருந்தான். ஓரமாக, நின்றுகொண்டு, தலை குனிந்து - முத்து.

"சொன்னத திரும்பச் சொல்லு," ராசையா சொன்னார். குரலில் வயோதிகம் இருந்தது; தளர்ச்சி இல்லை.

"பெட்டி நிறைய பேப்பரு, ஐயா. கடிதங்க. நோட்டுக. அப்புறம்... பத்திரம் மாதிரி சில டாக்குமெண்ட்ஸ்."

"பத்திரம்." ராசையா கண்களை மூடினார். வெகுநேரம் திறக்கவில்லை. திறந்தபோது அவர் பார்த்தது மகனை. "உனக்கு ஏதாவது புரியுதா?"

"புரியுதுப்பா." குணசேகரன் கடிகாரம் பார்ப்பதை நிறுத்தினான். "எலக்ஷனுக்கு பதினோரு மாசம் இருக்கறப்ப,

ஊருக்குள்ள ஒரு குப்பைத் தொட்டி திறந்திருக்கு."

"குப்பைன்னு நெனச்சா அது உன் புத்திக் கொறை." கிழவர் நிமிர்ந்து உட்கார்ந்தார். "அந்தப் பொம்பளை சும்மா எழுதி வெச்சிருக்காதுடா. அவ எதுக்காக எழுதி வெச்-சான்னு எனக்குத் தெரியும். அவ கடைசியா என்னைப் பாத்த பார்வை இன்னும் ஞாபகம் இருக்கு எனக்கு."

முற்றத்தில் மௌனம். தூரத்தில் கோயில் மணி.

"முத்து," ராசையா திரும்பிப் பார்க்காமலே கூப்பிட்டார். "உன் கடன் எவ்வளவுன்னு ஞாபகம் இருக்குல்ல?"

முத்துவின் தொண்டை அசைந்தது. "இருக்கு, ஐயா."

"நல்லது. ஞாபகம் இருக்கறவன் புத்திசாலி." கிழவர் சாய்வு நாற்காலியில் மறுபடி சாய்ந்தார். "போயிட்டு வா. அமெரிக்காப் பையன் என்ன பண்றான், யார யார பாக்க-றான், அந்தப் பெட்டி எங்க இருக்கு - தினமும் சாயங்காலம் எனக்குத் தெரியணும்."

10

முதல் எச்சரிக்கை

ஞாயிற்றுக்கிழமை மாலை, ஆலமரத்தடியில் "ஊர்க்கூட்டம்" கூடியது.

அழைப்பு அனுப்பியது பஞ்சாயத்துத் தலைவர் தங்கராசு. காரணம் சொல்லப்படவில்லை; சொல்லவும் தேவையில்லை. ஊரே அங்கு வந்து நின்றது - திண்ணைகளில் கிழவர்கள், மர வேர்களில் இளைஞர்கள், ஓரத்தில் பெண்கள். அருள் வந்தபோது நூற்றுக்கணக்கான கண்கள் அவனைத் திரும்பிப் பார்த்தன. சில கண்களில் ஆர்வம். சிலதில் பரிதாபம். பலவற்றில் - அச்சம்.

தங்கராசு தொண்டையைச் செருமினார். "தம்பி அருள். உட்காரு. உன்னோட பெரியப்பா வயசுக்காரன் நான். அதான் நேரடியா விஷயத்துக்கு வர்றேன்." அவர் கைகளை விரித்தார். "இந்த ஊரு நூறு வருஷமா ஒத்துமையா இருக்கற ஊரு. இப்ப ஒரு பழைய பெட்டி வந்து அந்த ஒத்துமையக் கெடுக்குதுன்னா அத விட்டு வைக்கலாமா? அதான் ஊரே சேர்ந்து ஒரு முடிவு பண்ணியிருக்கோம். அந்தப் பெட்டியை பஞ்சாயத்துகிட்ட ஒப்படைச்சிடு. நாங்க அத பத்திரமா வெச்சு, ஊர்ப் பெரியவங்க எல்லாரும் சேர்ந்து, எத வெச்சுக்கலாம் எத அழிக்கலாம்னு முடிவு பண்றோம்."

"எத அழிக்கலாம்னு," அருள் அமைதியாகத் திருப்பிச் சொன்னான்.

"பழசு சில இருக்கும் தம்பி - இருக்கறவங்களைச் சும்மா புண்படுத்தறது. செத்தவங்க மானம், இருக்கறவங்க குடும்பம்..."

"ஒரு கேள்வி, ஐயா." அருள் எழுந்து நின்றான். கூட்டம் அமைதியானது. "ஊரே சேர்ந்து முடிவு பண்ணினோம்னீங்க. இந்த ஊர்ல வேலாயி ஆச்சி வம்சம் இருக்கா? அவங்க பேரன் இங்க இருக்காரா?" - கூட்டத்தின் ஓரத்தில் ஒரு நடுத்தர வயதுக்காரர் தயங்கி கையுயர்த்தினார். - "உங்க பாட்டிக்கு பர்மாலேந்து உங்க தாத்தா எழுதின கடிதங்க அந்தப் பெட்டில இருக்கு. அவங்க ரெண்டு பேருக்குள்ள இருந்த வார்த்தைக. அத வெச்சுக்கணுமா அழிக்கணுமான்னு தங்கராசு ஐயா முடிவு பண்றதா? இல்ல நீங்க பண்றதா?"

கூட்டத்தில் முணுமுணுப்பு. தங்கராசுவின் முகம் இறுகியது. "தம்பி, பேச்சை மாத்தாத..."

"நான் மாத்தல, ஐயா. இதுதான் பேச்சு." அருள் கூட்டத்தைச் சுற்றிப் பார்த்தான். "அந்தப் பெட்டில இருக்கறது ரகசியம் இல்ல - சொத்து. இந்த ஊரோட ஒவ்வொரு குடும்பத்தோட சொத்து. ஒவ்வொரு கடிதமும் யாருக்கு எழுதப்பட்டதோ அவங்ககிட்ட - அவங்க இல்லாட்டி அவங்க வாரிசுகிட்ட - சேரும். அதுவரைக்கும் அது என் பொறுப்புல இருக்கும். வேற யார் கையிலயும் - " அவன் ஒரு நொடி நிறுத்தினான், " - *யார்* கையிலயும் - போகாது."

கூட்டம் கலைந்தபோது இருட்டத் தொடங்கியிருந்தது. வேதநாயகம் அருளின் அருகே நடந்தபடி மெல்லச் சொன்னார்: "நல்லாப் பேசின. ஆனா ஒண்ணு கவனிச்சியா? தங்கராசு தானா இதைக் கூட்டியிருக்க மாட்டான். அவனுக்குப் பின்னாடி யாரோ - "

"தெரியும், சார்."

"இன்னொண்ணும் கவனிச்சியா? கூட்டத்துல குணசேகரன் வரல. ராசையா வரல. பெரிய வீட்டுலேந்து ஒரு ஈ கூட

வரல." வாத்தியார் இருட்டில் ஊரின் கோடியை - பெரிய வீட்டின் திசையை - பார்த்தார். "புலி பதுங்கறது சும்மா இல்ல, தம்பி - பாய்றதுக்காக."

அன்று நள்ளிரவு, பழைய வீட்டின் பக்கத்துத் தெருவில் வசிக்கும் ஒரு கிழவிக்குத் தூக்கம் கலைந்தது - நாய்கள் ஓயாமல் குரைத்தன. அவள் ஜன்னல் வழியே பார்த்தபோது, கைலாச விலாசத்தின் மதில் சுவர் மேல் இரண்டு நிழல்கள் ஏறுவது தெரிந்தது. அவள் எழுப்பிய கூச்சலில் தெரு விழித்தது; நிழல்கள் இருட்டில் கரைந்தன.

ஓடி வந்த அருளும் முத்துவும் வாத்தியாரும் பார்த்த-போது - பூஜை அறையின் புதிய பூட்டு உடைந்து கிடந்தது. அறை சல்லடை போடப்பட்டிருந்தது. பெயர்ந்த தரைக் கற்-கள் இன்னும் அகலமாகப் பெயர்க்கப்பட்டிருந்தன.

ஆனால் குழி காலியாக இருந்தது.

காரணம் - பெட்டகம் அங்கு இல்லை. இரண்டு நாட்க-ளுக்கு முன்பே, யாருக்கும் தெரியாமல், நள்ளிரவில், அரு-ளும் வாத்தியாரும் அதை மாட்டு வண்டியில் ஏற்றி வேத-நாயகம் வீட்டின் உள்ளறைக்கு மாற்றியிருந்தார்கள்.

"நல்ல வேளைடா," முத்து மூச்சு வாங்கச் சொன்னான். "எப்ப மாத்தினீங்க? எனக்குக் கூடச் சொல்லலியே!"

அருள் நண்பனைப் பார்த்தான். இருட்டில் முத்துவின் முகம் தெரியவில்லை. தெரிய வேண்டியதில்லை.

"சொல்றதுக்குத்தாண்டா இப்ப வந்திருக்கேன்," என்றான் அருள். "பெட்டி பத்திரமா இருக்கு. எங்கன்னு மட்டும் கேக்-காத."

இருட்டில், இரண்டு பால்ய நண்பர்களுக்கு நடுவில், ஒரு கணம் - காவிரி அகலத்துக்கு ஒரு இடைவெளி.

"சரிடா," முத்து கடைசியில் சொன்னான். குரல் தேய்ந்-திருந்தது. "கேக்க மாட்டேன்."

(பாகம் 1 நிறைவு)

கடிதங்கள்

11

வகைப்படுத்துதல்

வேதநாயகம் வீட்டின் உள்ளறை இப்போது ஒரு சிறிய ஆவணக் காப்பகம் போல மாறியிருந்தது.

தரையில் விரித்த பாய்களின் மேல், வருடவாரியாகப் பிரிக்கப்பட்ட கடிதக் கட்டுகள். சுவரோரம் அடுக்கிய நாட்குறிப்பு நோட்டுகள் - முப்பத்திரண்டு நோட்டுகள், ஒவ்வொன்றின் அட்டையிலும் அதே சாய்ந்த கையெழுத்தில் வருடம். ஜன்னலுக்குக் கீழே, ஒரு மேசையில், நிலாவின் லேப்டாப்பும் ஒரு portable scanner-உம்.

scanner-ஐக் கொண்டுவந்தவன் கார்த்திக்.

அவன் வந்த விதமே தனிக் கதை. கூட்டம் நடந்த மறுநாள் காலை, வாத்தியார் வீட்டு வாசலில் ஒரு பையன் நின்றிருந்தான் - இருபத்து நாலு வயது, தலையில் வண்ணம் தீட்டிய முடி, கழுத்தில் கேமரா, முகத்தில் உலகை வெல்லும் நம்பிக்கை. "அண்ணே, நான் கார்த்திக். ‘கொற்றமங்கலம் 360’ சேனல் - பதிமூவாயிரம் subscribers. இந்தப் பெட்டி விஷயம் தமிழ்நாடே பேசப்போற கதைண்ணே. ஒரு interview மட்டும்..."

"கேமரா உள்ள வராது," அருள் சொன்னான்.

"அப்ப நான் என்ன பண்ணட்டும்?"

"உனக்கு scanner-உம் டெக்னாலஜியும் தெரியும்ல? உள்ள வந்து வேலை செய். ஒவ்வொரு பேப்பரும் scan

ஆகணும், backup ஆகணும். ஒரு நிபந்தனை - நான் சொல்றவரைக்கும் ஒரு துண்டு கூட வெளீல போகாது. ஒத்துக்கிட்டா வா; இல்லாட்டி வணக்கம்."

கார்த்திக் ஐந்து நொடிகள் யோசித்தான். வரலாற்றின் உள்ளே இருப்பதா, வெளியே நின்று வீடியோ எடுப்பதா. "உள்ள," என்றான்.

அப்படித்தான் அந்த மூவர் குழு உருவானது - அருள் கடிதங்களை வாசித்து வகைப்படுத்த, நிலா பட்டியலிட்டு குறிப்பெடுக்க, கார்த்திக் scan செய்து சேமிக்க. வாத்தியார் நடுநடுவே வந்து, பழைய பெயர்களுக்கு முகங்களைப் பொருத்திக் கொடுத்தார் - "இந்தக் கந்தசாமின்னா கீழத்தெரு கொல்லன்; இந்த ராக்காயி அவன் பொஞ்சாதி."

மூன்றாம் நாள் மதியம், கடிதக் கட்டுகளுக்கு அடியில் இருந்த கனமான ஆவணங்களின் அடுக்கை எடுத்தார்கள்.

மற்றவை எல்லாம் நூலில் கட்டப்பட்டிருக்க, இது மட்டும் ஒரு மெழுகுத் துணியில் சுற்றி, மேலே நூலால் சிலுவையாகக் கட்டப்பட்டிருந்தது. எடையும் அதிகம். நிலா அதை மெதுவாக அவிழ்த்தாள்.

உள்ளே - ஒரு கோப்பு. அரசு அலுவலகக் கோப்புகளின் பழைய மஞ்சள் அட்டை. அட்டையின் மேல், செங்கமலத்தின் கையெழுத்தில், ஒரே ஒரு வரி:

"பொன்னுசாமி - 1958. இது தீ. கவனம்."

அறையில் scanner-இன் ரீங்காரம் நின்றது. கார்த்திக் எழுந்து வந்தான். மூவரும் கோப்பைச் சூழ்ந்து அமர்ந்தனர்.

அருள் அட்டையைத் திறந்தான். உள்ளே, காலவரிசையாக அடுக்கப்பட்டிருந்தன:

ஒன்று - ஒரு பழைய நில வரி ரசீது, 1955: *பட்டா எண் 214, நஞ்சை 14 ஏக்கர் 32 சென்ட் - உரிமையாளர்: பொன்னுசாமி, த/பெ முனியாண்டி.*

இரண்டு - செங்கமலத்தின் கையெழுத்தில் ஒரு முழு பக்கம்; மேலே "வரைவு" என்று குறிப்பு; தலைப்பு: *"உயில் - பொன்னுசாமி சொல்லச் சொல்ல எழுதியது, ஐப்பசி 14, 1958."*

மூன்று - ஒரு பதிவு ஆவணத்தின் கைப்பிரதி (சார்பதிவாளர் அலுவலக நகல்), 1958 டிசம்பர்: *தான செட்டில்மெண்ட் - பொன்னுசாமி தனது நஞ்சை 14 ஏக்கர் 32 சென்ட்டை கருப்பையா வாண்டையாருக்கு...*

நான்கு - நாட்குறிப்பிலிருந்து கிழித்தெடுத்து இங்கே சேர்த்து வைக்கப்பட்ட நான்கு பக்கங்கள்.

அருள் வரைவு உயிலை வாசித்தான். பொன்னுசாமியின் குரல் - செங்கமலத்தின் எழுத்தில்: *"...என் காலத்துக்குப் பிறகு என் நஞ்சை நிலம் முழுவதும் என் மனைவி பொன்னம்மாளுக்கும் என் மகள் வள்ளியம்மைக்கும் சேர வேண்டும். வேறு எவருக்கும் எவ்விதப் பாத்தியமும் கிடையாது..."*

பிறகு பதிவு ஆவணத்தை வாசித்தான். அதே தேதிக் காலகட்டம். அதே நிலம். ஆனால் நேர் எதிரான உள்ளடக்கம் - முழு நிலமும் கருப்பையா வாண்டையாருக்கு "தானம்."

"ரெண்டுல ஒண்ணு பொய்," நிலா மெதுவாகச் சொன்னாள்.

"எது பொய்ன்னு இவங்களே சொல்லிட்டாங்க," கார்த்திக் கோப்பின் அட்டையைத் தட்டினான். *"இது தீ."*

அருள் நாட்குறிப்புப் பக்கங்களை எடுத்தான். முதல் வரியிலேயே அவன் விரல்கள் காகிதத்தை இறுகப் பற்றின:

"ஐப்பசி 14. இன்னிக்கு ராத்திரி பொன்னுசாமி அண்ணன் வீட்டுலேந்து ஆள் வந்துச்சு. 'அவசரம், உயில் எழுதணும், உடம்பு ரொம்ப மோசம்'ன்னு. நான் போனேன். போனது தப்பில்ல. அங்க நான் பாத்ததை எழுதாம விட்டா அது தப்பு."

"வாசி," நிலா சொன்னாள். அவள் குரல் கிட்டத்தட்ட கேட்காத அளவு தாழ்ந்திருந்தது.

வெளியே மாலை இறங்கிக்கொண்டிருந்தது. அறைக்குள், அறுபத்தெட்டு வருடங்களுக்கு முந்தைய ஒரு இரவு, மறுபடி உயிர் பெறத் தொடங்கியது.

12

கைரேகை

(செங்கமலத்தின் நாட்குறிப்பு - 1958, ஐப்பசி)

ஐப்பசி 14, ராத்திரி.

கை இன்னும் நடுங்குது. எழுத்து கோணலா விழுந்தா மன்னிச்சுக்கோ, நோட்டு. இன்னிக்கு எழுதறத நாளைக்கு எழுதலாம்னு வெச்சா, நாளைக்கு நான் தைரியம் இழந்திடுவேன். அதான் இப்பவே.

சாயங்காலம் பொன்னுசாமி அண்ணன் வீட்டுலேந்து அவங்க பையன் ஓடி வந்தான். அண்ணனுக்கு ரெண்டு மாசமா சுரம் - தணியவே இல்ல. வைத்தியர் கை விரிச்சிட்டாராம். "உயில் எழுதணும்னு சொல்றாரு, ஒடனே வரணும்"ன்னான்.

நான் போனப்ப அறைல மங்கலா விளக்கு. அண்ணன் பாயில. மூச்சு இழுக்குது. பக்கத்துல பொன்னம்மாள் அக்கா - கண்ணு ரெண்டும் கலங்கி, ஆனா அழாம, கணவன் கையப் புடிச்சு உட்கார்ந்திருந்தாங்க. மூலைல வள்ளி தூங்கிக்கிட்டிருந்தா - பத்து வயசு புள்ள, அப்பன் சாகக் கெடக்கறது தெரியாம.

அண்ணன் என்னைப் பாத்ததும் கொஞ்சம் தெளிஞ்சாரு. "வந்துட்டியாம்மா. உட்காரு. எழுது."

நான் எழுதினேன். அவரு சொல்லச் சொல்ல, வார்த்தை வார்த்தையா. நெலம் முழுக்க பொண்டாட்டிக்கும் பொண்-

ணுக்கும். வேற யாருக்கும் பாத்தியம் இல்ல. தெளிவா, ரெண்டு தடவை சொல்லி, எழுத வெச்சாரு. "நாளைக்கு காலைல சாட்சி வரச்சொல்லி கைநாட்டு வைக்கணும்"ன்னு சொல்லிக்கிட்டிருக்கும்போதே -

வாசல்ல சத்தம்.

கருப்பையா வாண்டையாரு.

கூட ரெண்டு ஆளு. ஒருத்தன் கையில லாந்தர் விளக்கு. இன்னொருத்தன் கையில ஒரு தோல் பை.

வாண்டையாரு உள்ள வந்ததும் அறையே சுருங்கிப்-போச்சு. அவரு பொன்னம்மாள் அக்காவைப் பாத்து சொன்-னாரு: "நீ வெளீல போம்மா. ஆம்பளைங்க பேசணும்." அக்கா கணவன் கையை விடல. வாண்டையாரு குரல உசத்தல - அதான் அவரோட பயங்கரமே - மெதுவாத்தான் சொன்னாரு: "போம்மா."

அக்கா எழுந்து போனாங்க. போகும்போது என்னைப் பாத்தாங்க. அந்தப் பார்வை இன்னும் என் நெஞ்சுல இருக்கு.

அப்புறம் வாண்டையாரு என்னைப் பாத்தாரு. "நீயும் கௌம்பு."

நான் எழுதின தாளை மடிக்க ஆரம்பிச்சேன். அவரு கூட வந்த ஆளு கையை நீட்டினான் - "அத இங்க குடு."

எப்படி அந்தத் தைரியம் வந்துச்சுன்னு தெரியல. நான் சொன்னேன்: "இது என் தாளு. என் மை. எழுதினவ நான். கூலி இன்னும் வாங்கல. கூலி வாங்கற வரைக்கும் எழுத்து என்னோடது."

வாண்டையாரு என்னை முதல் தடவையா நிமிர்ந்து பாத்தாரு. அந்தப் பார்வைல என்ன இருந்துச்சுன்னு சொல்-லத் தெரியல. ஆனா ஒண்ணு புரிஞ்சுது - அவரு மனசுல என்னை அப்பவே எடை போட்டுட்டாரு: *ஒரு பொம்பளை. ஒரு காகிதம். என்ன பண்ணிடப் போவுது.*

"சரி, எடுத்துட்டுப் போ," ன்னாரு. "போ."

நான் வெளீல வந்தேன். ஆனா வீட்டுக்குப் போகல. பின்பக்கம், மாட்டுக் கொட்டகை ஓரமா நின்னேன். சுவர்ல

ஒரு பொளவு. அதுக்குள்ளால அறை தெரியுது.

தோல் பைலேந்து அந்த ஆளு ஒரு தாளை எடுத்தான் - எழுதி, தயாரா, மடிச்சு வெச்சிருந்த தாளு. வாண்டையாரு அண்ணன் பக்கத்துல உட்கார்ந்தாரு. "பொன்னுசாமி. உனக்கு வாரிசு பொம்பளப் புள்ள. நாளைக்கு நீ போனப்புறம் இந்த நெலத்த ஊரு விழுங்கிடும். அத விட என்கிட்ட இருந்தா உன் பொண்டாட்டி புள்ளைக்கு நான் சாகற வரைக்கும் சோறு போடுவேன். கையை நீட்டு."

அண்ணன் ஏதோ சொல்ல வாயைத் தொறந்தாரு. சத்தம் வரல. தலையை இல்லன்னு ஆட்டினாரு - அந்த நிலைமைலயும், தெளிவா, இல்லன்னு ஆட்டினாரு.

வாண்டையாரு கூட வந்த ஆளப் பாத்தாரு. அவன் அண்ணனோட கையப் புடிச்சான். அண்ணன்கிட்ட எதிர்க்கற சக்தி இல்ல. பெருவெரலை மைக் கூட்டுல அமுக்கி, அந்தத் தயார் தாள்ல வெச்சு அழுத்தினாங்க.

ஒரு மனுஷன் உசுரோட இருக்கும்போதே அவன் கைரேகையை அவங்க திருடினாங்க. நான் பாத்துக்கிட்டிருந்தேன். ஒண்ணும் செய்யல.

இத எழுதும்போது தான் எனக்கு நானே கேள்வி கேக்கறேன் - ஏன் கத்தல? ஏன் ஓடிப்போய் ஊரக் கூட்டல?

யாரு நம்புவா? வாண்டையாருக்கு எதிரா - எழுத்துப் பொம்பளை சொல்றத? அண்ணன் நாளைக்கோ நாளன்னிக்கோ போயிடுவாரு. மிஞ்சப்போறது அவங்க வார்த்தைக்கு எதிரா என் வார்த்தை.

இல்ல. மிஞ்சப்போறது இன்னொண்ணு.

என் கையில இருக்கு - அண்ணன் சொல்லச் சொல்ல நான் எழுதின உயில். அவரோட கடைசி நெஞ்சம் இந்தத் தாள்ல இருக்கு. இத நான் காப்பாத்துவேன். எப்படி, எதுக்கு, யாருக்காகன்னு தெரியல. ஆனா காகிதம் பொறுமையானது. காத்திருக்கும்.

ஐப்பசி 19.

பொன்னுசாமி அண்ணன் போயிட்டாரு.

கருமாதி முடிஞ்ச பதினாறாம் நாள், வாண்டையாரு வீட்-டுலேந்து ஆள் வந்து பொன்னம்மாள் அக்காகிட்ட பத்தி-ரத்தைக் காமிச்சிருக்காங்க. "நெலம் எங்களோடது. தான செட்டில்மெண்ட். உன் புருஷனே எழுதிக் குடுத்திருக்காரு. வீட்ட காலி பண்ணு."

அக்கா சார்-ரிஜிஸ்தர் ஆபீஸ் வரைக்கும் போனாங்க. வக்கீல்கிட்ட போனாங்க. வக்கீலு கேட்ட பணம் அவங்க-கிட்ட இல்ல. ஊர்ல யாரும் சாட்சி வர முன்வரல். பஞ்சா-யத்துல வாண்டையாரு பக்கம் பத்து பேரு; அக்கா பக்கம் அக்கா மட்டும்.

மார்கழி முதல் வாரம், பொன்னம்மாள் அக்கா வள்-ளியோட கையப் புடிச்சுக்கிட்டு, ஒரு மூட்டையோட, ரயி-லேறிப் போயிட்டாங்க. சென்னைக்குன்னு சொன்னாங்க. ஸ்டேஷனுக்கு வழியனுப்பப் போனது நானும் சுந்தரமும் மட்டும்தான்.

ரயில் கௌம்பறதுக்கு முன்னாடி அக்கா என் கையப் புடிச்சாங்க. "நீ அன்னிக்கு ராத்திரி அங்க இருந்த. நெசம் உனக்குத் தெரியும்."

நான் சொன்னேன்: "தெரியும்க்கா. எழுதியும் வெச்சிருக்-கேன்."

அக்கா ரொம்ப நேரம் என் மொகத்தப் பாத்தாங்க. அப்-புறம் சொன்னாங்க: "அத வெச்சிரும்மா. என் காலத்துல உதவாது. என் புள்ள காலத்துலயாவது... யாருக்குத் தெரி-யும்."

ரயில் போச்சு. பிளாட்பாரத்துல நின்னு நான் யோசிச்-சேன் - ஒரு ஊரு எப்படி ஒரு குடும்பத்தை மொத்தமா மறக்கும்?

சீக்கிரம் தெரிஞ்சுது எப்படின்னு. தை பொங்கல்ல வாண்-டையாரு ஊருக்கே விருந்து வெச்சாரு. புது நெலத்துல வெளஞ்ச நெல்லுல பொங்கல். ஊரே போய் சாப்பிட்டுச்சு. சாப்பிட்ட சோத்துக்கு மேல யாரு பேசுவா?

நான் போகல. எங்க அண்ணன் போனான். வந்து சொன்னான்: "நீ போகலன்னு வாண்டையாரு கவனிச்சிருக்-

காரு."

கவனிக்கட்டும். அவரு கணக்கு வெச்சிருக்கறா மாதிரி நானும் கணக்கு வெச்சிருக்கேன். அவரோடது பணக் கணக்கு. என்னோடது வேற கணக்கு.

13

பொன்னம்மாள் என்பவள்

நாட்குறிப்புப் பக்கங்களின் வாசிப்பு முடிந்தபோது அறையில் யாரும் பேசவில்லை.

கார்த்திக்தான் முதலில் வாயைத் திறந்தான் - அவன் வழக்கமான துடிப்பெல்லாம் வடிந்துபோய்: "அண்ணே... இது இப்பவும் அந்தக் குடும்பம்கிட்டதான் இருக்கு. அந்த நெலம்தான் இப்ப ராசையா வீட்டோட 'மேட்டுத்தோட்டம்'. ஹைவே அதுக்குள்ளதான் போகுது. கோடிக்கணக்குல நஷ்ட ஈடு வரப்போவுது அவங்களுக்கு."

"திருடின நெலத்துக்கு நஷ்ட ஈடு," அருள் மெதுவாகச் சொன்னான்.

"சட்டப்படி திருட்டு இல்லண்ணே. பதிவான பத்திரம் அவங்க பக்கம். அறுபத்தெட்டு வருஷம் அனுபவம் அவங்க பக்கம். இந்த வரைவு உயிலும் டைரியும் - கோர்ட்ல இது நிக்குமான்னு தெரியல."

"நிக்குதோ இல்லையோ," நிலா இடைமறித்தாள் - அவள் குரலில் ஏதோ ஒன்று மாறியிருந்தது; ஒரு கம்பி இறுகியது போல. "முதல்ல அந்தக் குடும்பம் எங்கன்னு கண்டுபிடிக்கணும். பொன்னம்மாள். வள்ளியம்மை. சென்னைக்குப் போனாங்க - 1958 மார்கழி. அப்புறம்?"

வேதநாயகம் தலையை அசைத்தார். "அப்புறம் ஒண்ணும் தெரியாதும்மா. திரும்பி வந்ததே இல்ல. கடிதம் கூட வந்ததா தெரியல."

"வந்திருக்கு." அருள் எழுந்து கடிதக் கட்டுகளை நோக்கிப் போனான். "வந்திருந்தா, இவங்க வெச்சிருப்பாங்க."

அவர்கள் 1959 முதல் 1965 வரையான கட்டுகளைப் பிரித்துத் தேடினார்கள். ஒரு மணி நேரம் கழித்து, 1961-இன் கட்டில், நிலாவின் கை நின்றது.

ஒரு postcard. சென்னை முத்திரை. பெறுநர்: "செங்கமலம், கொற்றமங்கலம்." எழுதியது வேறு கையெழுத்து - கூலிக்கு எழுதியது போலத் தோற்றம். உள்ளடக்கம் ஐந்தே வரிகள்:

"தங்கச்சி, நலமா? நாங்க சவுக்கரமா இருக்கோம்.
வள்ளிக்கு கல்யாணம் பேசியிருக்கேன் -
வண்ணாரப்பேட்டைல ரயில்வே வொர்க்ஷாப்புல வேலை
பாக்கற பையன், நல்ல குணம். நீ சொன்னது ஞாபகம்
இருக்கு. அதை இன்னும் வெச்சிருக்கியா? -
பொன்னம்மாள்."

அதற்குக் கீழே, செங்கமலத்தின் கையெழுத்தில் ஒரு குறிப்பு: *"பதில் எழுதினேன் - 'வெச்சிருக்கேன், சாகற வரைக்கும் வெச்சிருப்பேன்' அப்படின்னு. மறு கடிதம் வரல. அனுப்பின முகவரி: வண்ணாரப்பேட்டை..."* - தெருப்பெயரும் கதவு எண்ணும்.

"வண்ணாரப்பேட்டை," நிலா அந்த வார்த்தையை உச்சரித்தாள் - உச்சரித்தவள், எழுந்து ஜன்னல் பக்கம் போனாள்.

"என்ன?" அருள் கேட்டான்.

"ஒண்ணுமில்ல. காத்து வேணும்னு தோணுச்சு."

அவள் வெளியே பார்த்தபடி நின்றாள். அருளுக்குத் தெரியவில்லை - ஜன்னல் கம்பியைப் பிடித்திருந்த அவள் விரல்கள் வெளுத்திருந்தன.

வண்ணாரப்பேட்டை.

நிலாவின் பாட்டி - அம்மாவின் அம்மா - வளர்ந்தது வண்ணாரப்பேட்டையில். பாட்டியின் கணவர் - ரயில்வே வொர்க்ஷாப் ஊழியர். இவ்வளவும் தற்செயலாக இருக்கலாம். சென்னையில் எத்தனையோ லட்சம் பேர். வண்ணாரப்பேட்டையில் எத்தனையோ ரயில்வே குடும்பங்கள்.

ஆனால் இன்னொன்று - அதுதான் அவள் தொண்டையை அடைத்தது.

சின்ன வயதில், பாட்டியிடம் அவள் கேட்பாள்: "பாட்டி, உங்க ஊரு எது?" பாட்டி எப்போதும் ஒரே பதில் சொல்வாள், ஒரே மாதிரியான - கதவு மூடுவது போன்ற - குரலில்:

"எங்களுக்கு ஊரு கெடையாது, குஞ்சு. எங்க ஊரு எங்களைத் துரத்திடுச்சு."

அப்போது அது பாட்டியின் வழக்கமான கோபப் பேச்சு என்று நினைத்தாள். வயதான பிறகு, அது ஏதோ பழைய குடும்பச் சண்டை என்று அம்மா சொன்னதை நம்பினாள்.

எங்க ஊரு எங்களைத் துரத்திடுச்சு.

"நிலா?" அருளின் குரல் பின்னாலிருந்து. "சாயங்காலம் ஆச்சு. இன்னிக்கு நிறுத்தலாமா?"

அவள் திரும்பினாள். முகத்தில் வழக்கமான தொழில்முறைப் புன்னகையை பொருத்திக்கொண்டாள். "ம். நிறுத்தலாம்."

அன்று இரவு, வாடகை அறையில், நிலா தன் அம்மாவுக்கு போன் செய்தாள். நலம் விசாரிப்புகளுக்குப் பிறகு, இயல்பாகக் கேட்பது போல் கேட்டாள்:

"ம்மா... பாட்டியோட சொந்த ஊரு எதுன்னு உனக்குத் தெரியுமா? அதாவது, பாட்டியோட அம்மா - கொள்ளுப்பாட்டி - எந்த ஊருன்னு?"

மறுமுனையில் ஒரு இடைவெளி. பிறகு அம்மாவின் குரல் - ஆச்சரியத்துடன்: "திடீர்னு என்னடி இது? அதெல்லாம் பாட்டி சொல்லவே மாட்டாங்க, தெரியுமில்ல. தஞ்சாவூர் பக்கம்னு மட்டும் ஒரு தடவை வாய் தவறிச் சொன்னாங்க. ஏன் கேக்கற?"

"சும்மாதான்மா. ஒரு டாக்குமெண்டரி ரிசர்ச்."

போனை வைத்தபிறகு நிலா வெகுநேரம் இருட்டில் உட்கார்ந்திருந்தாள்.

தஞ்சாவூர் பக்கம்.

நாளை அவள் அந்தக் கோப்பை இன்னொரு முறை பார்க்க வேண்டும். பொன்னம்மாளின் அந்த postcard-ஐ. அந்தக் கையெழுத்தை அல்ல - அதில் இருந்த இன்னொரு விஷயத்தை. *வள்ளிக்கு கல்யாணம் பேசியிருக்கேன்.*

வள்ளியம்மை.

பாட்டியின் பெயர் - ரேஷன் கார்டிலும் ஆதாரிலும் "வள்ளி" என்றுதான் இருக்கும்.

"இல்ல," நிலா இருட்டிடம் சொன்னாள். "இருக்காது. இப்படியெல்லாம் நடக்காது."

ஆனால் ஆவணப்படம் எடுப்பவளுக்கு ஒரு சாபம் உண்டு - *இப்படியெல்லாம் நடக்காது* என்று தான் சொல்லும் ஒவ்வொரு கதையும், எங்கோ ஒரு இடத்தில், யாருக்கோ நடந்திருக்கிறது என்று அவளுக்குத் தெரியும்.

14

மரியாதைக்குரியவர்

அழைப்பு மறுநாள் காலையே வந்தது - அழைப்பு என்று சொல்வதைவிட, வரவழைப்பு.

வெள்ளை அம்பாசடர் கார் ஒன்று வாத்தியார் வீட்டின் முன் வந்து நின்றது. இறங்கியவன் ராசையாவின் வீட்டு ஆள். "ஐயா கூப்பிடறாரு. சாப்பாட்டுக்கு வரணுமாம். தம்பியை மட்டும்."

"போயிட்டு வா," வாத்தியார் அருளிடம் தனியாகச் சொன்னார். "போகாட்டி அது பயம்னு அர்த்தம் பண்ணிப்பாங்க. ஆனா ஒண்ணு ஞாபகம் வெச்சுக்கோ - அந்த வீட்டுல சாப்பாடு வெறும் சாப்பாடு இல்ல. அது ஒரு மொழி."

பெரிய வீடு அதன் பெயருக்கு ஏற்றதாக இருந்தது. இரட்டை மாடி. முன்னால் தூண்கள் நிரைத்த நீண்ட திண்ணை. உள்முற்றத்தில் சாய்வு நாற்காலியில் ராசையா - எழுபத்தெட்டு வயதிலும் நிமிர்ந்த உடம்பு, பஞ்சு போல வெளுத்த தலை, கழுத்தில் உருத்திராட்சம்.

"வா தம்பி, வா." கிழவர் எழுந்து வரவேற்றார். "வைரவன் பேரன்னா எங்க வீட்டுப் பிள்ளை மாதிரிதான்."

சாப்பாடு வாழை இலையில் - மீன் குழம்பு, வறுவல், பருப்பு, கூட்டு, அப்பளம், பாயசம். ராசையா அருகே உட்கார்ந்து விசாரித்துப் பரிமாறச் சொன்னார். அமெரிக்க வேலை பற்றி, விமானப் பயணம் பற்றி, "அங்கெல்லாம்

சாப்பாட்டுக்கு என்ன பண்ணுவீங்க" பற்றி. மொத்தத்தில் - அன்பான, கனிவான, கதைகளில் வரும் பாட்டன்.

இலை எடுத்து கை அலம்பியான பிறகுதான் மொழி மாறியது.

"தம்பி." திண்ணையில், வெற்றிலைச் செல்லத்தைத் திறந்தபடி, ராசையா தொடங்கினார். "உன் தாத்தா வைர- வனும் நானும் ஒண்ணா வெளையாண்டவங்க. அவன் ரோசக்காரன். ஆனா புத்திசாலி. புத்திசாலின்னா என்ன அர்த்தம் தெரியுமா? - எது எப்ப மூடணும்னு தெரிஞ்சவன்."

"நிறைய விஷயங்களை மூடியிருக்காரு போல," அருள் சொன்னான்.

கிழவரின் கை வெற்றிலையில் ஒரு கணம் நின்றது. பின் தொடர்ந்தது. "ஒவ்வொரு வீட்லயும் மூடின விஷயம் இருக்- கும், தம்பி. உங்க வீட்லயும். அத தொறந்தா முதல்ல வெளீல வர்றது நாத்தம் - யாரோட வீட்டு நாத்தம்னு பாக்காம, மொத்த தெருவையும் அது புடிச்சுக்கும்." அவர் வெற்றிலையை மடித்து வாயிலிட்டார். "சரி, விஷயத்துக்கு வாரேன். உன் வீடு, நெலம் - ஹைவேக்காரங்க என்ன விலை சொல்லியிருக்காங்களோ, அத விட நாலு லட்சம் அதிகமா நான் தர்றேன். ரெஜிஸ்திரேஷன் இந்த வாரமே. ரொக்கம்."

"ஏன்?"

"பழைய வீடு. எங்க வீட்டுக்குப் பக்கத்து நெலம். வாங்கி வெச்சா பிள்ளைங்களுக்கு உதவும்." கிழவர் இயல்பாகச் சொன்னார். பிறகு, அதே இயல்பான குரலில், வெற்றி- லையை மென்றபடி: "வீட்டோட சேர்ந்து வீட்டுல இருந்த பழைய சாமான்களும் சேர்ந்துதான். அதான் வழக்கம்."

இதோ. மொழி.

"சாமான்னா - பெட்டியா?" அருள் நேரடியாகக் கேட்- டான்.

ராசையா முதன்முறையாக அருளின் கண்களை நேராகப் பார்த்தார். அந்தப் பார்வையில் வயோதிகம் இல்லை. "தம்பி. உனக்கு வயசு முப்பத்தாறு. எனக்கு எழுபத்தெட்டு. நான்

இந்த ஊர்ல பாக்காத நாடகம் இல்ல. அதனால சுத்தி வளைக்காம சொல்றேன், நீயும் சுத்தி வளைக்காம கேளு." அவர் முன்னே குனிந்தார். "அந்தப் பொம்பளை உசுரோட இருந்தப்பவே அவ ஒரு விஷ ஜந்து. எழுத்து தெரிஞ்ச விஷம். செத்து முப்பது வருஷம் கழிச்சு அவ பல்லு இன்னும் வேலை செய்யுதுன்னா - அது பல்லோட தப்பில்ல; பல்லை எடுத்து வெளையாடறவன் தப்பு."

"நீங்க பயப்படறீங்க," அருள் சொன்னான். தான் சொல்வதை அவனே கேட்டான் - யோசித்துச் சொன்னதல்ல; உள்ளிருந்து வந்தது.

திண்ணையில் நிசப்தம். தூரத்தில் காகம்.

ராசையா மெல்லச் சிரித்தார். வெற்றிலைச் சிவப்பில் பற்கள். "என் வயசுல பயம்னா ஒண்ணுதான் தம்பி - சாவு. அது வந்துகிட்டுதான் இருக்கு, யாரு அனுமதியும் கேக்காம." அவர் நிமிர்ந்தார். "உனக்குத்தான் பயம் இருக்கணும். ஊருக்கு வந்து பத்து நாள். உனக்கு இங்க யாரு? வாத்தியாரு - அவருக்கு வயசாச்சு. சென்னைப் பொண்ணு - அவ நாளைக்கு பேக் பண்ணிப் போயிடுவா. அந்த யூடியூப் பையன் - அவன காசு காட்டினா காணாம போயிடுவான். அப்புறம் நீ. தனியா. ஊரு நடுவுல."

அவர் எழுந்தார் - பேட்டி முடிந்தது என்பதன் அறிவிப்பு. "யோசிச்சுச் சொல்லு, தம்பி. அவசரம் இல்ல. நாலு நாள் இருக்கு." வாசல் வரை வந்து வழியனுப்பினார் - மரியாதை குறையாமல். அருள் இறங்கி நடக்கும்போது, பின்னாலிருந்து, கடைசி வாக்கியம் வந்தது - கிழவரின் குரல், முற்றிலும் சாதாரணமாக:

"அப்புறம் தம்பி... உங்க தாத்தாவுக்கும் எனக்கும் நடுவுல ஒரு பழைய ஒப்பந்தம் இருக்கு. அவன் அத செத்த வரைக்கும் காப்பாத்தினான். பேரன் கௌரவம் பேரனுக்கு இல்லயான்னு பாப்போம்."

அருள் திரும்பினான். "என்ன ஒப்பந்தம்?"

ராசையா புன்னகைத்தார். "அதான் சொன்னேனே. ஒவ்வொரு வீட்லயும் மூடின விஷயம் இருக்கும்னு."

கதவு மூடியது.

15

தீர்த்த யாத்திரை

(செங்கமலத்தின் நாட்குறிப்பு - 1957-58. குறிப்பு: இந்த நோட்டு மற்றவற்றிலிருந்து வேறுபட்டது - சிறியது, அட்டையில் வருடம் இல்லை, முதல் பக்கத்தில் ஒரே வரி: "இது எனக்கு மட்டும்.")

கார்த்திகை மாசம். கும்பகோணம்.

"தீர்த்த யாத்திரை"ன்னு ஊர்ல சொல்லியிருக்கான் அண்ணன். மாசக்கணக்குல தீர்த்த யாத்திரை போறவங்க யாரு? ஆனா ஊரு கேள்வி கேக்காது. அண்ணன் சொன்னா அது நெசம். அவன் அந்தஸ்து அப்படி.

சித்தி வீட்டுப் பின்னறைதான் என் உலகம் இப்ப. வெளீல போகக்கூடாது. ஜன்னல் பக்கம் நிக்கக்கூடாது. சித்தி கெட்டவங்க இல்ல - பாவம், பயப்படறாங்க. "ஊருக்குத் தெரிஞ்சா நம்ம ரெண்டு குடும்பமும் செத்தது"ன்னு தினமும் ஒரு தடவை சொல்லுவாங்க. வயித்துல கை வெச்சு "இதுக்கு ஒரு கதி காட்டணும் சாமி"ன்னு கும்புடுவாங்க.

இதுக்கு. வயித்துல இருக்கறதுக்கு அவங்க வெச்சிருக்கற பேரு "இது."

நான் பேரு வெச்சிருக்கேன். சொல்ல மாட்டேன். இந்த நோட்டுக்குக் கூட இப்ப சொல்ல மாட்டேன். பேரு சொன்னா ஆசை வளரும். ஆசை வளர்ந்தா பிரியறது கஷ்டம்னு சித்தி சொல்றாங்க.

பிரியறது.

அந்த வார்த்தையை அவங்க எவ்வளவு சுலபமா சொல்றாங்க.

* * *

மார்கழி.

அவனுக்கு ஒரு கடிதம் கூட எழுத முடியல. அண்ணன் முதல்லயே சொல்லிட்டான் - "தபால் ஆபீஸ் பக்கம் போன, அவன் வேலையும் போவும், அவன் உசுரும் போவும். ரெண்டுக்கும் நீதான் காரணமா இருப்ப."

அதனால நான் கண்டுபிடிச்ச வழி இது: எழுதறேன், அனுப்பறதில்ல.

இந்த நோட்டுல இல்ல - தனித் தாள்ல. எழுதி, மடிச்சு, உறைல போட்டு, மேல அவன் பேரு எழுதி, என் பெட்டிக்குள்ள வெச்சிடறேன். இதுவரைக்கும் பதினொரு கடிதம்.

நேத்து எழுதினது: "உனக்கு ஒரு செய்தி சொல்லணும். சொன்னா நீ என்ன பண்ணுவன்னு எனக்குத் தெரியும். அதான் சொல்லாம இருக்கேன். உன்னை காப்பாத்தறதுக்கு உன்கிட்டேந்து தான் ஒளியணும் - இதவிட பெரிய சோகம் ஒண்ணு இருக்கான்னு தெரியல."

அனுப்பாத கடிதம் யாருக்குச் சேருது?

எனக்கே சேருது. எழுதி முடிச்சதும் நானே வாசிக்கிறேன் - அவன் வாசிக்கிற மாதிரி. அவன் குரல்ல, அவன் நிறுத்தற இடத்துல நிறுத்தி. அப்ப ரெண்டு நிமிஷம் அவன் பக்கத்துல இருக்கான்.

பைத்தியம்னு சொல்லுங்க. இந்தப் பின்னறைல இது மட்டும்தான் என் வைத்தியம்.

* * *

மாசி.

நேத்து ராத்திரி பிறந்துட்டான்.

ஆம்பளப் புள்ள. சித்தியோட தங்கச்சி - மருத்துவச்சி வேலை பாத்தவங்க - அவங்கதான் எடுத்தாங்க. அழுத சத்தம் கேட்டதும் என் ஒடம்புல இருந்த வலி எல்லாம் எங்கயோ போயிடுச்சு. இது பொய் இல்ல - வலியே மறந்து-

டுச்சு.

கையில குடுத்தாங்க.

இவ்வளவு சின்ன கை. என் சுண்டு வெரலை அவ்வளவு கெட்டியா புடிச்சுக்கிட்டான். யாரு சொல்லிக் குடுத்தா இது? பொறந்து அரை மணி நேரத்துல, இந்த உலகத்துல நம்பறதுக்கு எதுவுமே இல்லைன்னு தெரியறதுக்கு முன்னாடி, புடிச்சுக்கறதுக்கு ஒரு வெரலத் தேடறான்.

மூணு நாள் என்கிட்ட இருந்தான்.

மூணு நாள்.

ஒவ்வொரு நிமிஷமும் எனக்கு ஞாபகம் இருக்கு. தூங்கல நான். தூங்கின நேரம் வீண் நேரம். அவன் மூக்கு அவன் அப்பன் மூக்கு. நெத்தி எங்கப்பா நெத்தி. கை - கை மட்டும் என்னோடது. எழுதற கை.

நாலாம் நாள் காலைல அண்ணனும் அண்ணியும் வந்தாங்க.

அண்ணி புள்ளைய வாங்கிக்கிட்டாங்க. அவங்க கண்ணுலயும் தண்ணி. அவங்க கெட்டவங்க இல்ல - இதுல யாருமே கெட்டவங்க இல்ல, அதான் இந்தக் கதையோட கொடுமை. அண்ணிக்கு புள்ள இல்ல. பத்து வருஷ ஏக்கம். இப்ப ஒரே நாள்ல தாயாயிட்டாங்க.

அண்ணன் என் பக்கம் பாக்காம சொன்னான்: "இவன் இனிமே என் மவன். சாமிநாதன்னு பேரு வெச்சிருக்கோம் - அப்பா பேரு. நீ இவனோட அத்தை. அவ்வளவுதான். இத மீறி ஒரு வார்த்தை, ஒரு பார்வை இருந்துச்சுன்னா - நீ இவன மொகத்துலயே பாக்க முடியாத தூரத்துக்கு அனுப்பிடுவேன். ஞாபகம் இருக்கட்டும்."

அவங்க அவனத் தூக்கிட்டுப் போனப்ப அவன் அழுதான்.

நான் அழல.

அழுதா சத்தம் வரும். சத்தம் வந்தா அவங்க நிக்கணும். நின்னா என் மனசு மாறிடும். மாறினா அவன் வாழ்க்கை கெட்டுடும். "தீட்டுப் பொம்பளையோட பிள்ளை"ன்னு இந்த ஊரு அவனை வளர விடாது. அண்ணன் மவனா வளர்ந்தா

- படிப்பு, அந்தஸ்து, வாழ்க்கை.

அதனால நான் அழல. வாயில சேலையைத் திணிச்சு, சுவத்துல சாஞ்சு, சத்தம் சாகடிச்சேன்.

சத்தம்தான் சாவுது. வேற ஒண்ணும் சாவறதில்ல.

* * *

பங்குனி. ஊருக்குத் திரும்பினேன்.

"தீர்த்த யாத்திரை எப்படி இருந்துச்சு"ன்னு ஊரு கேட்டுச்சு. "நல்லா இருந்துச்சு"ன்னு சொன்னேன். பொய் பழகிடுச்சு இப்ப.

அண்ணன் வீட்டுத் திண்ணை வழியா போனப்ப உள்ள தொட்டில் கட்டியிருக்காங்க. அண்ணி தாலாட்டுப் பாடறாங்க. நல்ல குரல்.

நான் நிக்கல. நடந்துகிட்டே இருந்தேன். வீட்டுக்கு வந்து, பெட்டியத் தொறந்து, புது தாள் எடுத்து, அவனுக்கு - என் புள்ளைக்கு - முதல் கடிதம் எழுதினேன்:

"கண்ணா. இன்னிக்கு உனக்கு முப்பத்தஞ்சு நாள். உன் தாய் உன் பக்கத்து வீட்டுல இருக்கா. உலகத்துல யாருக்கும் தெரியாது. உனக்கும் தெரியாது. ஒரு வேளை எப்பவுமே தெரியாம போகலாம். ஆனா எனக்குத் தெரியும் - அது போதும்னு சொல்லிக்கறேன், போதாதுன்னு தெரிஞ்சும்.

வருஷா வருஷம் உன் பொறந்தநாளுக்கு எழுதுவேன். அனுப்ப மாட்டேன். நீ படிக்க மாட்ட. பரவாயில்ல. தாய்ப்பால் மறந்துடும்; தாய் எழுத்து காகிதத்துல இருக்கும். என்னிக்காவது ஒரு நாள், நான் மண்ணுக்குள்ள போன ரொம்ப நாள் கழிச்சு, யாரோ ஒருத்தர் இத தொறப்பாங்க. அப்ப உனக்குத் தெரியும் - நீ ஒருத்தியால இவ்வளவு நேசிக்கப்பட்டன்னு.

அதுவரைக்கும் இது என்னோட ரெண்டாவது வயிறு - இந்தப் பெட்டி. உன்னை இதுக்குள்ள வளர்க்கிறேன்.

- உன் அத்தை. (இப்படித்தான் எழுதணுமாம். எழுதிட்டேன். ஆனா இந்த அடைப்புக்குறிக்குள்ள மட்டும் - உன் அம்மா.)"

16

அப்பாவின் கோபம்

சாமிநாதன் வருவதாக முன்னறிவிப்பு எதுவும் இல்லை.

வியாழக்கிழமை மதியம், வேதநாயகம் வீட்டு வாசலில் ஒரு கார் நின்றது. இறங்கியவரைப் பார்த்ததும் அருளுக்கு ஒரு கணம் நம்ப முடியவில்லை. பதினெட்டு வருடங்களாக இந்த ஊருக்குள் கால் வைக்காதவர். தாத்தாவின் கருமாதிக்குக் கூட "உடம்பு சரியில்லை" என்று சென்னையிலேயே இருந்துவிட்டவர்.

அந்த மனிதர் இப்போது ஊர் மண்ணில் நின்றுகொண்டிருந்தார் - அந்த மண்ணே அவரைச் சுடுவது போல.

"அப்பா? நீங்க..."

"உள்ள வாடா." சாமிநாதன் வாத்தியாரை ஒரு வணக்கத்தில் கடந்து உள்ளே நுழைந்தார். கூடத்தில் நின்று சுற்றும் பார்த்தார். அவர் கண்கள் உள்ளறைக் கதவில் நின்றன - அங்குதான் என்று யாரோ சொல்லியிருக்கிறார்கள். "ரேவதி எல்லாம் சொன்னா. ஊரே கதை பேசுதாம். சென்னை வரைக்கும் வந்துடுச்சு பேச்சு." அவர் திரும்பினார். "எங்க அந்தப் பெட்டி?"

"அப்பா, முதல்ல உட்காருங்க. தண்ணி..."

"பெட்டி எங்கடா?"

வேதநாயகம் மெதுவாகச் சொன்னார்: "சாமிநாதா, நான் உன்னை ஸ்கூல்ல படிக்க வெச்சவன். என் வீட்டுல சத்தம்

போட வேணாம். உட்காரு. பேசலாம்."

வாத்தியாரின் குரலில் இருந்த எதுவோ வேலை செய்தது. சாமிநாதன் உட்கார்ந்தார் - உட்கார்ந்தவர் நேராக அருளைப் பார்த்தார். "கேளுடா. நான் உன்னை எதுவுமே கட்டாயப்படுத்தினதில்ல. படிப்பு நீ பாத்துக்கிட்ட. வேலை நீ பாத்துக்கிட்ட. கல்யாணம்... சரி, அத விடு. ஆனா இன்னிக்கு ஒண்ணு கேக்கறேன். அந்தப் பெட்டிய அப்படியே மூடு. பெட்ரோல் ஊத்தி கொளுத்து. சாம்பலக் காவிரில கரை. அப்புறம் என் கூட சென்னைக்கு வா. இத ஒரு தகப்பனா கேக்கறேன்."

"ஏன்ப்பா?"

"ஏன்னா அது நம்ம குடும்பத்தோட அவமானம்!" - குரல் உயர்ந்தது. "அந்த..." - அவர் ஒரு கணம் தடுமாறினார்; வார்த்தையைத் தேடினார்; கிடைத்ததைக் கடித்துத் துப்பினார் - "...அந்தப் பொம்பளை எங்க வீட்டுக்குச் செஞ்ச கேவலம் உனக்குத் தெரியாது. ஊரு மொத்தம் எங்க குடும்பத்தைப் பாத்து சிரிச்ச காலம் ஒண்ணு இருந்துது. எங்கப்பா - உங்க தாத்தா - அந்த அவமானத்தோடதான் செத்தாரு. இப்ப நீ அதே சாம்பலக் கிளறி..."

"என்ன கேவலம், அப்பா?" அருள் அமைதியாகக் கேட்டான். "சொல்லுங்க. அவங்க என்ன பண்ணினாங்க?"

மௌனம்.

"உங்களுக்கே தெரியாது, இல்லியா?" அருள் தொடர்ந்தான். "யாரோ சொன்னத நம்பிக்கிட்டிருக்கீங்க. தாத்தா சொன்னாரா? என்ன சொன்னாரு? 'அவளப் பத்தி பேசாத'ன்னு மட்டும்தானே? அறுபத்தெட்டு வருஷமா இந்தக் குடும்பம் ஒரு பொண்ணை வெறுக்குது - எதுக்குன்னு ஒருத்தருக்கும் தெரியாம."

"தெரியணுமா உனக்கு?" சாமிநாதன் எழுந்து நின்றார். நரம்புகள் puffed கழுத்தில். "சரி, கேளு. அவ ஒரு ஒழுக்கங்கெட்டவ. ஊரே அப்படித்தான் சொல்லுச்சு. எங்கப்பா வாய்லேந்து நான் கேட்டது அவ்வளவுதான் - 'அவ நம்ம ரத்தம் இல்ல; நம்ம வீட்டோட சாபம்'ன்னு. அதுக்கு மேல

எனக்கும் தெரியாது, தெரியவும் வேணாம்!"

"அப்படின்னா ஒரு மனுஷியோட முப்பத்தேழு வருஷ உழைப்பை, ஒரு ஊரோட எழுபது வருஷ வரலாத்தை, விசாரிக்காம தீர்ப்பு எழுதின ஒரு வசவுக்காக கொளுத்தணுமா?"

"ஆமா!" - சாமிநாதன் கத்தினார். வீடே அதிர்ந்தது. - "கொளுத்தணும்! அவ பேரை இந்த வீட்ல இனி உச்சரிக்காத! அவ எழுத்து, அவ காகிதம், அவ ஞாபகம் - எல்லாம் நெருப்புக்குத்தான்!"

அந்தக் கூச்சலுக்குப் பிறகு வந்த நிசப்தத்தில், வேதநாயகத்தின் தாழ்ந்த குரல் - கல் மேல் நீர் விழுவது போல:

"சாமிநாதா. ஒண்ணு கேக்கறேன். கோவப்படாத." வாத்தியார் அவரை நிமிர்ந்து பார்த்தார். "அவ பேரை நீ இப்ப நாலு தடவை 'அந்தப் பொம்பளை'ன்னு சொல்லிட்ட. ஒரு தடவை கூட 'செங்கமலம்'னு சொல்லல. பேரு தெரியாதவங்கதான் அப்படிச் சொல்லுவாங்க. இல்லாட்டி -" அவர் நிறுத்தினார், "- பேரச் சொன்னா உள்ள எங்கயோ வலிக்கறவங்க."

சாமிநாதனின் முகம் - அந்த ஒரு கணம் - அருள் அதை வாழ்நாள் முழுவதும் மறக்கப்போவதில்லை. கோபம் கரைந்து, அடியில் இருந்த இன்னொன்று - பழைய, ஆழமான, பெயர் தெரியாத ஒன்று - மேலெழுந்து, மறுபடி அமுக்கப்பட்டது. ஒரே ஒரு கணம்.

"நான் கௌம்பறேன்," என்றார். குரல் தீர்ந்துபோயிருந்தது. "ரெண்டு நாள் தஞ்சாவூர் லாட்ஜ்ல இருப்பேன். ரிஜிஸ்திரேஷன் முடிச்சிட்டுத்தான் போவேன். அதுக்குள்ள நீ முடிவு பண்ணு - அந்தப் பெட்டியா, இந்த அப்பனா."

கார் கிளம்பிப் போனது. புழுதி அடங்கியது.

"சார்," அருள் வாத்தியாரிடம் கேட்டான். "அப்பா... எதுக்கு இப்படி?"

வாத்தியார் வெகுநேரம் பதில் சொல்லவில்லை. பிறகு: "தம்பி, பாம்பு கடிச்சவன் கயித்தைப் பாத்து பயப்படுவான். ஆனா யோசிச்சுப் பாரு - கயித்தைப் பாத்து இவ்வளவு

பயப்படணும்னா... எங்கயோ, எப்பவோ, அவனைப் பாம்பு கடிச்சிருக்கணும். உங்க அப்பாவை எது கடிச்சுதுன்னு அவருக்கே ஞாபகம் இருக்காது. ஆனா விஷம் - விஷம் இன்னும் இருக்கு."

17

அன்வரின் டீக்கடை

வீடியோவின் தலைப்பு: "கொற்றமங்கலம் ரகசியப் பெட்டி - ஊரே மறைக்கும் உண்மை என்ன?!"

கார்த்திக் சத்தியம் செய்தபடியே ஆவணங்களின் ஒரு துண்டையும் காட்டவில்லை. அவன் காட்டியது: இடிபட இருக்கும் வீட்டின் drone காட்சி, பெயர்ந்த தரைக் கற்களின் ஜூம், "ஊர் பெரியவர்கள் பேச மறுக்கிறார்கள்" என்ற வாசகத்துடன் மூடிய கதவுகளின் மொண்டாஜ், பின்னணியில் த்ரில்லர் இசை. அவ்வளவுதான். ஆனால் அதுவே போதுமானதாக இருந்தது.

மூன்று நாட்களில் ஏழு லட்சம் views.

"நான் எதுவும் காட்டலண்ணே!" கார்த்திக் கையை விரித்தான். "வாக்கு மீறல?"

"வார்த்தைய மீறல," அருள் சொன்னான். "அர்த்தத்த மீறிட்ட."

விளைவுகள் வேகமாக வந்தன. தஞ்சாவூரிலிருந்து இரண்டு TV நிருபர்கள் வந்து ஊர் எல்லையில் நின்று "பேட்டி" எடுத்துப் போனார்கள். யாரோ ஒரு "வரலாற்று ஆர்வலர்" facebook-இல் "இந்தப் பெட்டியை அரசு கையகப்படுத்த வேண்டும்" என்று பதிவிட்டார். மாவட்ட நிருவாகத்திலிருந்து ஒரு போன் - விசாரிப்புத் தொனியில், மிரட்டல் இல்லாமல், ஆனால் கோப்பு திறக்கப்பட்டுவிட்டது

என்பதன் அறிவிப்பாக.

ஊருக்குள், பிளவு வெளிச்சத்துக்கு வந்தது.

அன்வர் கடை அதன் அரங்கமானது. காலை எட்டு மணிக்கே இரண்டு அணிகள். ஒரு பெஞ்சில் - "கடிதக்காரர்கள்": வேலாயி ஆச்சியின் பேரன் முன்னிலையில், தங்கள் குடும்பக் கடிதங்களை மீட்க விரும்புவோர். "எங்க தாத்தா பாட்டி வார்த்தைக அது. எங்களுக்குச் சேரணும்."

எதிர் பெஞ்சில் - "அமைதிக்காரர்கள்": "இருக்கறத கௌறி என்ன ஆகப்போவுது? ஹைவே நஷ்ட ஈடு நிக்கப்போவுது. ஊரு பேரு கெட்டுப்போவுது. அந்தப் பையன் அமெரிக்கால உக்காந்துக்குவான்; அனுபவிக்கப்போறது நாம."

நடுவில் அன்வர், டீ ஆற்றியபடி, நடுவராகவும் வியாக்கியானியாகவும்: "டேய், ரெண்டு பேரும் கத்தாதீங்க. ஒண்ணு சொல்றேன் கேளுங்க. என் வாப்பா சொல்லுவாரு - 'நெருப்பு நல்லதா கெட்டதான்னு நெருப்புக்குத் தெரியாது; அடுப்புல வெச்சா சோறு, கூரைல வெச்சா சாம்பல்'ன்னு. அந்தப் பெட்டி நெருப்புதான். யாரு கைல, எங்க வெக்கப்போறாங்க - அதுதான் கேள்வி."

அதே வாரம், மாவட்டத் தலைநகரில், குணசேகரனின் அலுவலகத்தில் இன்னொரு கூட்டம்.

குணசேகரன் கோபக்காரன் அல்ல - அதுதான் அவனை அபாயமானவனாக்கியது. அவன் மேசையில் மூன்று பொருட்கள்: கார்த்திக்கின் வீடியோ ஓடும் டேப்லெட், ஒரு வழக்கறிஞரின் கருத்துக் குறிப்பு, ஒரு தேநீர்க் கோப்பை.

"சட்டப்படி இரண்டு வழி இருக்கு, சார்," இளம் வழக்கறிஞன் விளக்கினான். "ஒண்ணு - அந்த ஆவணங்கள் 'treasure trove' மாதிரி அரசுக்குச் சொந்தம்னு வாதம்; weak ஆனா delay பண்ணலாம். ரெண்டு - அவை 'திருட்டு ரகசியங்கள்', தனிநபர் privacy மீறல்னு civil injunction; யார் பேரு வேணும்னாலும் கோர்ட் ஏறலாம்."

"injunction," குணசேகரன் தேநீரைக் குடித்தான். "ஆனா என் பேர்ல இல்ல. ஊர்ல யாராவது - affected party. தங்கராசு ஏற்பாடு பண்ணுவான்." அவன் டேப்லெட்டை நிறுத்தினான். "இன்னொரு விஷயம். அந்த யூடியூப் பையன். பதிமூவாயிரம் subscribers-லேந்து ஒரே வாரத்துல எழுபதாயிரம் ஆகியிருக்கான். வளர்ற பையன்." அவன் புன்னகைத்தான். "வளர்ற பயிருக்குத் தண்ணி யாரு ஊத்தறான்னு பயிருக்குத் தெரியணும். ஏற்பாடு பண்ணு."

வெளியே காத்திருந்த முத்து உள்ளே அழைக்கப்பட்டான்.

"உட்காரு முத்து." குணசேகரன் ஒரு கோப்பை அவன் முன் தள்ளினான். "உன் கடன் கணக்கு. அசல் பதிமூணு லட்சம். வட்டி சேர்ந்து பத்தொன்பது. உன் வீடு அடமானம். தெரிஞ்சதுதான." அவன் கோப்பை மூடினான். "இப்ப நல்ல செய்தி. ஹைவே deal-ல உன் கமிஷன் வர இருக்கு - அது வந்தா பாதிக் கடன் அடைஞ்சிடும். ஆனா deal நடந்தா தானே? deal நடக்க அந்தப் பெட்டிப் பிரச்சினை முடியணும். பிரச்சினை முடிய எனக்கு ஒண்ணு தெரியணும் -" அவன் முன்னே சாய்ந்தான், "- பெட்டி இப்ப எங்க இருக்கு. வேற எதுவும் வேணாம். அட்ரஸ் மட்டும்."

முத்து தரையைப் பார்த்தான். "சார்... அவன் என் ஃப்ரெண்டு சார்."

"தெரியும்." குணசேகரன் இரக்கத்துடன் தலையசைத்தான் - உண்மையான இரக்கம் போலவே இருந்தது. "அதான் உன்கிட்ட கேக்கறேன். எதிரிகிட்ட யாராவது அட்ரஸ் கேப்பாங்களா?"

18

பர்மா கடிதங்கள்

(செங்கமலத்தின் நாட்குறிப்பு - 1971)

ஆடி மாசம்.

இந்த வருஷம் கடிதம் ஓயல. பர்மாலேந்து எல்லாரையும் துரத்தறாங்க. அங்க உழைச்சு வாழ்ந்த தமிழ் குடும்பங்கள்லாம் மூட்டை முடிச்சோட கப்பல் ஏறி வராங்க. வந்தவங்க சேதி சொல்ல, விட்டு வந்தவங்களுக்கு எழுத - ரெண்டு பக்கமும் நான்தான்.

நேத்து ராங்கூன்லேந்து வந்த ஒருத்தரு வீட்டுக்கு எழுத வந்தாரு. அவரு சொன்னது மறக்க முடியல: "அங்க எல்லாம் இழந்துட்டோம்மா. கடை, வீடு, நகை. ஆனா ரெண்டு பெட்டி நிறைய கடிதம் கொண்டு வந்திருக்கேன் - இருபது வருஷமா ஊர்லேந்து வந்தது. சாமான் தூக்கற இடத்துல கடிதம் தூக்கிட்டு வந்தியேன்னு என் பொஞ்சாதி திட்டறா. அவளுக்குப் புரியல - சாமான்னா திரும்ப வாங்கலாம். இந்த எழுத்தெல்லாம் எழுதினவங்க பாதி பேரு இப்ப உசுரோட இல்ல."

அவரு சொன்னது ராத்திரி முழுக்க மனசுல ஓடிச்சு. மனுஷங்க போயிடறாங்க. எழுத்து நிக்குது. அப்ப எழுத்துதான் மனுஷனோட நெசமான ஒடம்போ?

* * *

ஆவணி மாசம்.

இன்னிக்கு அவன் வந்தான்.

சாமிநாதன். பதிமூணு வயசு. அண்ணன் வீட்டுப் பையன் - *(இப்படித்தான் எழுதணும். பழகிடுச்சு. பொய் கையெழுத்-துக்கும் பழகிடுச்சு.)*

ஸ்கூல்ல "எங்கள் கிராமம்" பத்தி கட்டுரைப் போட்டி-யாம். வேதநாயகம் வாத்தியாரு - புது வாத்தியாரு, நல்ல மனுஷன் - "ஊரப் பத்தி நெறைய தெரிஞ்சவங்ககிட்ட கேட்டு எழுதுங்க"ன்னு சொல்லியிருக்காரு. யார்கிட்ட கேக்-கலாம்னு பசங்க பேசிக்கிட்டப்ப யாரோ ஒரு பையன் சொல்-லியிருக்கான் - "கடிதம் எழுதற அத்தைக்குத்தான் ஊரே அத்துப்படி"ன்னு.

அவன் வாசல்ல வந்து நின்னு, "அத்தை, ஊரப் பத்திச் சொல்லுங்க, கட்டுரை எழுதணும்"ன்னு கேட்டப்ப -

அத்தை.

பதிமூணு வருஷத்துல அவன் என்கிட்ட பேசின முதல் முழு வாக்கியம் அது.

நான் என்ன பண்ணினேன்? "உள்ள வா"ன்னு கூட சொல்லல. திண்ணைல உட்கார வெச்சேன் - ஊருக்கு நான் திண்ணைப் பொம்பளை; அவனுக்கும் அப்படித்தான் இருக்-கணும். தண்ணி குடுத்தேன். அவன் குடிச்சான். என் வீட்-டுத் தண்ணியை என் புள்ள குடிச்சான் - இதுக்குள்ள இவ்-வளவு சந்தோஷம் இருக்குன்னு இந்த உலகத்துல யாருக்குத் தெரியும்?

ஊரப் பத்திச் சொன்னேன். கோயில் கட்டின கதை. காவிரி மடை திறக்கற முறை. பஞ்சம் வந்த வருஷம் ஊரு ஒண்ணா சமைச்சு சாப்பிட்ட கதை. அவன் எழுதிக்கிட்டே வந்தான் - நாக்கு கொஞ்சம் வெளீல.

அவன் அப்பன் மாதிரி.

அத பாத்ததும் என் கை நடுங்கிச்சு. தண்ணி டம்ளரை எடுக்கறா மாதிரி குனிஞ்சு சமாளிச்சேன்.

எழுதி முடிச்சதும் அவன் என் மேஜை மேல இருந்த பேனாவப் பாத்தான். எங்கப்பா பேனா - பச்சை, கனமான, ஜெர்மன் பேனா. அப்பா கணக்குப்பிள்ளை வேலைல சம்-

பாதிச்ச ஒரே சொத்து.

"அத்தை, இது என்ன பேனா? நம்ம ஸ்கூல்ல யார்கிட்டயும் இப்படி இல்ல."

"எங்க அப்பாவோடது. அறுபது வருஷம் பழசு."

"அறுபது வருஷமா?! இன்னும் எழுதுதா?"

"நல்ல பேனா அப்படித்தான். எழுதறவங்க போயிடுவாங்க. பேனா எழுதிக்கிட்டே இருக்கும்."

அவன் அத கையில எடுத்து, வெளிச்சத்துல திருப்பிப் பாத்தான். அந்த நேரம் - அந்த ஒரு நேரம் - நான் சொல்லிடலாமான்னு இருந்தேன்: "எடுத்துக்கோ. உனக்குத்தான்."

அப்ப தெருவுல அண்ணன் குரல் - "சாமி! எங்கடா இருக்க!"

பையன் பேனாவ வெச்சிட்டு, புத்தகத்த அள்ளிக்கிட்டு, "போயிட்டு வரேன் அத்தை"ன்னு ஓடினான்.

அண்ணன் தெரு முனைல நின்னு என்னையே பாத்துக்கிட்டிருந்தான். ஒண்ணும் சொல்லல. சொல்லத் தேவையில்ல.

அன்னிக்கு ராத்திரி அவனுக்கு வருஷக் கடிதம் எழுதினேன் - பதிமூணாவது கடிதம்:

"கண்ணா, இன்னிக்கு நீ என்னை அத்தைன்னு கூப்பிட்ட. உன் அம்மான்னு அர்த்தம் இல்லாத ஒரு பேரு. ஆனா உன் வாய்லேந்து வந்த பேரு. இனிமே எனக்கு அதுவே போதும்னு முடிவு பண்ணிட்டேன். தாய்மைன்னா என்ன - பக்கத்துல இருக்கறதா? இல்ல. உன் தாகத்துக்குத் தண்ணி குடுக்கறது. இன்னிக்கு குடுத்தேன். வாழ்க்கைல ஒரு தடவையாவது குடுத்தேன்."

"உன் கட்டுரைல நீ ஊரப் பத்தி எழுதுவ. அதுல என் பேரு இருக்காது. பரவாயில்ல. நதி ஓடுது - நதிக்குக் கீழ மண்ணு இருக்குன்னு யாரும் எழுதறதில்ல. மண்ணுக்குத் தெரியும் நதி அதோட மேலதான் ஓடுதுன்னு. அது போதும்."

19

மாரியப்பனின் மௌனம்

1978-ஆம் ஆண்டின் நோட்டு மற்ற நோட்டுகளைப் போல் இல்லை.

மற்றவை முழுதாக, ஒழுங்காக எழுதப்பட்டிருக்க - இதில் நடு இடைவெளியில் பக்கங்கள் சில கிழிக்கப்பட்டிருந்தன. கிழித்தது செங்கமலமே - மீதி இருந்த பக்கம் ஒன்றில் குறிப்பு: *"சிலது இங்க இருக்கக்கூடாது. தனியா வெச்சிருக்கேன். தேவைப்படறப்ப தேவைப்படறவங்களுக்குத் தெரியும்."*

தனியாக எங்கே? பெட்டகத்தை மறுபடி முழுவதுமாகத் தேடினார்கள். அடியில், மூலையில், ஒரு சணல் உறை - அதற்குள் மடித்த பக்கங்கள். மேலே எழுதியிருந்தது: "ராமசாமி. ஆடி 18, 1978. இது விபத்து இல்ல."

அந்தப் பக்கங்களை வாசிக்கும் முன், அருள் ஒரு முடிவெடுத்தான் - முதலில் வாரிசிடம் போவது.

மாரியப்பனை எல்லோருக்கும் தெரியும்; யாரும் கவனிப்பதில்லை - அதுதான் அவன் வாழ்க்கை. வாண்டையார் தோட்டத்தில் கூலி. ஐம்பத்தெட்டு வயது; எழுபது போலத் தோற்றம். அருள் தோட்டத்து வரப்பில் போய் நின்றபோது அவன் நிமிர்ந்து பார்த்தான் - பார்த்தவன், சுற்றுமுற்றும் பார்த்தான்.

"ஐயா, இங்க வராதீங்க." குரல் தாழ்வாக, அவசரமாக. "இது அவங்க தோட்டம்."

"உங்க அப்பா விஷயமா ஒண்ணு கேக்கணும். ராமசா-மின்னு..."

மாரியப்பனின் கை அரிவாளோடு அப்படியே நின்றது. ஒரு நொடி. பிறகு மறுபடி வேலை. "எனக்கு ஒண்ணும் தெரியாது. அப்பா ஆத்துல அடிபட்டுப் போனாரு. நாப்பத்-தெட்டு வருஷம் ஆச்சு. போங்க ஐயா."

"செங்கமலம் பாட்டி எழுதி வெச்சிருக்காங்க. ‘விபத்து இல்ல’ன்னு."

அரிவாள் மறுபடி நின்றது. இந்த முறை நீண்ட நேரம். மாரியப்பன் நிமிரவில்லை. குனிந்தபடியே சொன்னான் - குரல் கேட்காத அளவு: "ராத்திரி வாங்க. கடைசி வீடு. கேணத்துப் பக்கம். நாய் குரைக்காது - கட்டிப் போடறேன்."

இரவு ஒன்பது மணிக்கு அருள் போனான். ஓலை வேய்ந்த கூரை; ஒற்றை விளக்கு; சுவரில் ஒரே ஒரு படம் - பழுப்பேறிய, ஃப்ரேம் இல்லாத ஒரு புகைப்படம்: மீசை வைத்த, பார்வையில் நெருப்பு இருக்கும் ஒரு இளைஞன்.

"அப்பா," மாரியப்பன் படத்தைக் காட்டினான். "ஊர்ல யாரும் இவரு படம் கூட வெச்சிருக்க மாட்டாங்க. பயம்."

அவன் மனைவி டீ கொடுத்துவிட்டு உள்ளே போனாள். மூலையில் ஒரு பையன் - பதினேழு வயது - புத்தகத்-திலிருந்து நிமிர்ந்து பார்த்தான். "என் பேரன்," மாரியப்பன் சொன்னான். "மவன் கோயம்புத்தூர்ல கம்பெனில. இவன் நல்லா படிக்கறான். டாக்டர் ஆகணுமாம்." அவன் குரலில் - அந்த ஒரு வாக்கியத்தில் மட்டும் - வெளிச்சம்.

பிறகு அவன் விளக்கைக் கொஞ்சம் தாழ்த்தினான்.

"ஐயா. நான் இப்ப சொல்லப்போறத நாப்பத்தெட்டு வரு-ஷமா மூணு பேருகிட்டதான் சொல்லியிருக்கேன். என் பொஞ்சாதி. என் மவன். அப்புறம் - அந்தக் காலத்துல - செங்கமலம் ஆச்சி."

"ஆச்சிகிட்ட நீங்க சொன்னீங்களா?"

"அவங்களா வந்தாங்க. அப்பா செத்த ஒரு வாரம் கழிச்சு. ராத்திரி, இதே மாதிரி. வந்து, என் கைய புடிச்சு, ஒரே ஒரு கேள்வி கேட்டாங்க: 'தம்பி, நீ அன்னிக்கு ஆத்-துக்கரைல இருந்தியா?'ன்னு. எனக்கு அப்ப பத்து வயசு. ஊரே 'விபத்து விபத்து'ன்னு சொல்லிக்கிட்டிருக்கு. போலீஸ் வந்து ரெண்டே நாள்ல மூடிடுச்சு. ஆனா அந்த ஆச்சி மட்-டும் வந்து கேட்டாங்க. நான் அழுதுட்டேன். அழுதுகிட்டே சொன்னேன்."

"என்ன சொன்னீங்க?"

மாரியப்பன் சுவரில் சாய்ந்தான். கண்கள் விளக்கின் சுட-ரில். "அப்பாவுக்கு ஆத்துன்னா உசுரு. வெள்ளம் வந்தா ஊரே கரைல நின்னு வேடிக்கை பாக்கும்; அப்பா மட்டும் தண்ணில எறங்கி மீன் புடிப்பாரு. நீச்சல்னா..." - அவன் கை, தானாக, நீந்தும் அசைவு செய்தது - "...தண்ணி அவருக்கு வீடு, ஐயா."

"அன்னிக்கு என்ன நடந்துது?"

"அன்னிக்கு வெள்ளம். அப்பா சாயங்காலமே சொன்-னாரு - 'மடை பாக்கப் போறேன், சீக்கிரம் வந்திடுவேன்'னு. அம்மா 'வேண்டாம் வேண்டாம்'னு சொன்னா. காரணம் - அதுக்கு முந்தின வாரம்தான் அப்பா பஞ்சாயத்துல வாண்-டையாரு மொகத்துக்கு நேரா நின்னு பேசியிருந்தாரு. கூலி விஷயம். பொறம்போக்கு நெலத்த தோட்டத்துக்குள்ள சேத்-துக்கிட்ட விஷயம். ஊருக்கு முன்னாடி அவங்க கௌரவத்த உடைச்சிருந்தாரு. அம்மாவுக்கு அப்பவே பயம் - 'அவங்க சும்மா விட மாட்டாங்க'ன்னு."

பையன் புத்தகத்தை மூடிவிட்டிருந்தான். அவனும் கேட்-டுக்கொண்டிருந்தான் - இந்தக் கதையை அவன் எத்தனை முறை கேட்டிருப்பானோ; ஒவ்வொரு முறையும் முதல் முறை போல.

"நான் அப்பா பின்னாடியே போனேன் - அம்மாவுக்குத் தெரியாம. மடை பக்கம் வர்றதுக்குள்ள இருட்டிடுச்சு. மழை வேற. நான் கரை மேல, புங்க மரத்துக்குப் பின்னாடி நின்-னேன். அப்பா மடைக்கிட்ட குனிஞ்சு என்னமோ பாத்துக்-

கிட்டிருந்தாரு. அப்ப -"

மாரியப்பன் நிறுத்தினான். தொண்டை அசைந்தது.

"- கரை மேலேந்து ரெண்டு பேரு எறங்கி வந்தாங்க. மின்னல் அடிச்சப்ப ஒரு நொடி தெரிஞ்சுது. ஒருத்தன் ஒசரம். இன்னொருத்தன் குட்டை. ஒசரமானவன் கைல ஏதோ இருந்துது - தடியோ கம்போ. அப்பா நிமிர்ந்து என்னமோ கேட்டாரு - மழைச் சத்தத்துல எனக்குக் கேக்கல. அப்புறம்... அப்புறம் மூணு பேரும் சேர்ந்த மாதிரி ஆச்சு... ஒரு சத்தம்... அப்புறம் தண்ணில 'பளார்'னு..."

விளக்குச் சுடர் அசைந்தது. வெளியே எங்கோ நாய் ஒன்று - கட்டிப்போடாத, வேற்று வீட்டு நாய் - ஊளையிட்டது.

"நான் கத்தலியா? ஓடலியா? தெரியல, ஐயா. பத்து வயசு. கால் மரத்துப்போச்சு. எப்படி வீட்டுக்கு வந்தேன்னே ஞாபகம் இல்ல. மறுநாள் காலைல அப்பா ஒடம்பு கீழ மடைக்கிட்ட ஒதுங்கியிருந்துது. 'வெள்ளத்துல அடிபட்டு மடைக்கல்லுல மோதியிருக்காரு'ன்னு சொன்னாங்க. தலைல காயம் - கல்லு மோதின காயம்னு எழுதிட்டாங்க."

"அந்த ரெண்டு பேரு யாருன்னு..."

"மொகம் பாக்கல." மாரியப்பன் நேராக அருளின் கண்களைப் பார்த்தான். "பாத்திருந்தா நான் இன்னிக்கு உசுரோட இருந்திருக்க மாட்டேன், ஐயா. ஆனா ஒண்ணு. அந்த ஒசரமான ஆளு நடந்து போன நடை - இடது காலு கொஞ்சம் இழுத்து இழுத்து - அந்த நடைய நான் அப்புறம் முப்பது வருஷம் இந்த ஊர்ல பாத்துக்கிட்டிருந்தேன். தோட்டத்துல. கோயில்ல. தேர்த் திருவிழால."

"யாரு?"

மாரியப்பன் பதில் சொல்லவில்லை. அவன் எழுந்து, சுவர்ப் படத்தின் முன் நின்று, மெதுவாகச் சொன்னான்:

"செங்கமலம் ஆச்சி அன்னிக்கு போகும்போது சொன்னாங்க - 'தம்பி, நீ சொன்னத நான் எழுதி வெச்சிருக்கேன். இன்னும் ரெண்டு பேரு சொன்னதையும் சேத்து. காலம் வரும். அப்ப இந்தக் காகிதம் பேசும்'னு." அவன் திரும்பி-

னான். "ஐயா... காலம் வந்திடுச்சா?"

20

வெள்ளம்

(சணல் உறையில் இருந்த பக்கங்கள் - செங்கமலத்தின் கையெழுத்து, 1978 ஆடி)

ஆடி 16.

காவிரி கரை புரளுது. மேட்டூரு திறந்திருக்காங்க, மேல மழை வேற. ஊரு பாதி சந்தோஷம் பாதி பயம் - தண்ணி வந்தா சோறு; கூட வந்தா சாவு.

இந்த வெள்ளத்துக்கு நடுவுல ஊர்ல இன்னொரு வெள்ளமும் ஓடுது. அறுவடைக் கூலி விஷயம். வாண்டையாரு தோட்டத்துல இந்த வருஷம் வெளைச்சல் அமோகம்; கூலி பத்து வருஷத்துக்கு முந்தின கூலி. கேட்டா "வேலைக்கு ஆளு கொள்ளையா இருக்கு"ன்னு பதில்.

கேக்கறதுக்கு ஒரு ஆளு முன்னாடி நிக்கறான் - ராமசாமி. கொத்தனார் வேலையும் தோட்ட வேலையும் செய்யறவன். படிப்பு மூணாங்கிளாஸ்தான்; ஆனா பேச்சுல படிச்சவன் பத்து பேரு தோத்துப்போவான். போன புதன்கிழமை பஞ்சாயத்துல எழுந்து நின்னு வாண்டையாரு மொகத்துக்கு நேரா சொன்னான்: "சாமி, ஒங்க தோட்டத்து வரப்பு வருஷா வருஷம் பொறம்போக்குக்குள்ள நகருது. அரசாங்க நெலம் அது - எங்க மாடு மேயற நெலம். கூலி குடுக்கறதுக்குக் கணக்குப் பாக்கறீங்க; அபேஸ் பண்றதுக்குக் கணக்கே இல்லியா?"

பஞ்சாயத்துல சிரிப்பு வந்துடுச்சு. வாண்டையாரு சிரிக்கல.

சிரிக்காதவங்க மறக்கவும் மாட்டாங்க.

ஆடி 17.

இன்னிக்கு ராமசாமி வீட்டம்மா - பொன்னி - என்கிட்ட வந்தா. மொகம் வாடி. "ஆச்சி, இவருக்கு ஒரு கடிதம் எழுதிக் குடுங்க. கலெக்டருக்கு. பொறம்போக்கு விஷயம் மனு போடணும்னு அலையறாரு. ஊர்ல சொல்லி பிரயோசனம் இல்ல, மேல சொல்லணும்னு."

நான் எழுதிக் குடுத்தேன். மனு நல்லா வந்துது. பொன்னி போகும்போது நின்னு, திரும்பி, சொன்னா: "ஆச்சி... இவரு ராத்திரி பகலா மடை, வரப்பு, தோட்டம்னு தனியா அலையறாரு. எனக்கு என்னமோ பயமா இருக்கு. ஒரு வார்த்தை சொல்லுங்களேன் - கொஞ்ச நாள் அடங்கி இருக்கச் சொல்லி. ஒங்க வார்த்தைய மதிப்பாரு."

நான் சொன்னேன்: "நியாயம் கேக்கறவனை அடங்கச் சொல்றது பாவம்மா. ஜாக்கிரதையா இருக்கச் சொல்லு - அவ்வளவுதான் சொல்ல முடியும்."

இப்ப யோசிக்கிறேன் - அடங்கச் சொல்லியிருக்கணுமோ?

இல்ல. அடங்கினா மட்டும் இவங்க விட்டிருப்பாங்களா? அடக்கம் ஆட்டுக்குப் புலிகிட்ட கெடைக்கற பாதுகாப்பு.

ஆடி 19.

(இந்தப் பக்கத்தில் கையெழுத்து வேறுபட்டிருந்தது - அழுத்தம் கூடி, வரிகள் சாய்ந்து.)

ராமசாமி போயிட்டான்.

நேத்து ராத்திரி மடைக்கிட்ட. "வெள்ளத்துல அடிபட்டு" - ஊரோட வாய்ல இந்த வார்த்தை. போலீஸோட காகிதத்துலயும் இதே வார்த்தை வரப்போவுது.

நான் இன்னிக்கு மூணு பேரைப் பாத்தேன். மூணு பேரும் சொன்னத, அவங்க சொன்ன மாதிரியே, இங்க எழுதறேன். நாளும் பேரும் போட்டு. இது என் வேலை. கடிதம் எழுதறவ ஊருக்கு; இத எழுதறது காலத்துக்கு.

ஒண்ணு. மாரியப்பன், ராமசாமி மவன், வயசு பத்து. *(அவன் சொன்னது அவன் வாய் மொழியிலேயே - மின்னல், இரண்டு உருவங்கள், உயரமானவன் கையில் தடி, தண்ணீரில் விழுந்த சத்தம், இடது காலை இழுத்து நடக்கும் நடை.)*

ரெண்டு. சின்னப்பயல் - வண்ணான் வீட்டுப் பையன், வயசு பதினஞ்சு. அன்னிக்கு சாயங்காலம் துணி மூட்டையோட கரை வழியா வரும்போது பாத்திருக்கான்: வாண்டையாரு வீட்டுத் தம்பி சின்னத்துரையும் இன்னொருத்தனும் மடைப் பக்கம் போனத. "சின்னத்துரை ஐயா கைல டார்ச்சு, இன்னொருத்தன் கைல கட்டை"ன்னு சொன்னான். சொல்லிட்டு, சொன்னதுக்கே நடுங்கி, "ஆச்சி, என் பேர எங்கயும் சொல்லிடாதீங்க, எங்கம்மா தனியாள்"ன்னு கைய புடிச்சுக்கிட்டான். *(தம்பி, உன் பேரு இந்தக் காகிதத்துல இருக்கு. ஆனா இது வெளீல வர்ற காலத்துல உன்னை யாரும் ஒண்ணும் பண்ண முடியாதுன்னு நம்பறேன். அதுவரைக்கும் இது பூட்டுக்குள்ள.)*

மூணு. கருப்பன் - தோட்டத்து மாட்டுக்காரன். மறுநாள் காலைல சின்னத்துரையோட சட்டையை - சேறும் ரத்தக் கறையுமா - தோட்டத்துக் கிணத்தடில எரிக்கச் சொல்லி அவன்கிட்ட குடுத்திருக்காங்க. "கறை ரத்தம்தானான்னு எப்படி தெரியும்"னு கேட்டேன். அவன் சொன்னான்: "ஆச்சி, நான் மாடு வெட்டற வீட்டுப் பையன். ரத்தக் கறைக்கும் சேத்துக் கறைக்கும் வித்தியாசம் தெரியாதா?" எரிக்கலியாம் - பயத்துல புதைச்சிட்டானாம். எங்கன்னு சொன்னான். அதையும் எழுதி வெச்சிருக்கேன் - இந்தப் பக்கத்துல இல்ல; வேற இடத்துல.

இந்த மூணு பேராலயும் கோர்ட்டு ஏற முடியாது. பத்து வயசுப் புள்ள. பதினஞ்சு வயசு அனாதை. மாட்டுக்காரன். எதிர்ல - வாண்டையாரு.

போலீஸ் வந்துது. ரெண்டு நாள் இருந்துது. வாண்டையாரு வீட்டுல சாப்பிட்டுது. "விபத்து"ன்னு எழுதிட்டுப் போச்சு.

ஆடி 28.

ராமசாமி கருமாதி முடிஞ்சுது. பொன்னி கூலிக்குப் போக ஆரம்பிச்சிட்டா - வேற வழி? எந்தத் தோட்டத்துக்கு? அதே தோட்டத்துக்குத்தான். வேற தோட்டம் இந்தப் பக்கம் இல்ல.

கொன்னவன் தோட்டத்துல செத்தவன் பொஞ்சாதி கூலி வேலை. இந்த வரிய எழுதும்போது என் பேனா நிக்குது. ஆனா எழுதியாகணும். இதுதான் இந்த மண்ணோட நெசம் - பேனாவுக்குப் புடிக்கலன்னா மண் மாறிடாது.

காவிரி இறங்கிடுச்சு. மடை ஓரமா போய் நின்னேன் இன்னிக்கு. தண்ணி அமைதியா ஓடுது - ஒண்ணுமே நடக்காத மாதிரி.

ஆறு சாட்சி சொல்லாது.

நான் சொல்லுவேன். இன்னிக்கு இல்ல. ஆனா சொல்லுவேன். இந்தக் காகிதம்தான் என் நாக்கு - அதுக்கு வயசாவறதில்ல, அதுக்கு பயம் கெடையாது, அத மண்ணுல போட்டாலும் அது அழுகாது.

காத்திருப்போம். நானும் காகிதமும்.

21

காப்பகம் எரிகிறது?

முதல் திருட்டு முயற்சிக்குப் பிறகு கார்த்திக் செய்த ஒரு காரியம் அன்றிரவு எல்லோரையும் காப்பாற்றியது.

"அண்ணே, டிஜிட்டல் காலத்துல காவல்னா ஆளு இல்ல, கேமரா," என்று சொல்லி, தன் சொந்தச் செலவில் இரண்டு சின்ன CCTV கேமராக்களை வாத்தியார் வீட்டில் பொருத்தியிருந்தான் - ஒன்று வாசலில், ஒன்று பின்புறம் கொல்லைப்புறம் பார்க்க. வாத்தியார் சிரித்தார்: "என் வாழ்நாள்ல நான் பாக்காத சீமான் வாழ்க்கை - வீட்டுக்குக் கண்ணு."

அந்தக் கண்கள்தான் பார்த்தன.

நள்ளிரவு இரண்டு மணி. முதலில் விழித்தது தெரு நாய்கள். பிறகு வாத்தியார் - அவருக்குத் தூக்கம் கனமில்லை. எழுந்து ஜன்னல் திறந்தபோது மூக்கைத் துளைத்தது - பெட்ரோல் வாசம்.

"அருள்! எந்திரி!"

கொல்லைப்புறச் சுவரின் ஓரத்தில், உள்ளறையின் - பெட்டகம் இருக்கும் அறையின் - பின்சுவரை ஒட்டி, தீ. சுவரடியில் குவித்த சருகுகளின் மேல் யாரோ பெட்ரோல் ஊற்றிக் கொளுத்தியிருந்தார்கள். ஜுவாலை சுவரேறி, கூரையின் ஓலை விளிம்பைத் தொடப் பார்த்தது.

அடுத்த பத்து நிமிடங்கள் - வாளிகள், கிணற்றுக் கயிறு, ஈரத் துணிகள், கூச்சல். தெருவே எழுந்து வந்தது. அன்வர் லுங்கியோடு ஓடி வந்து வாளி இறைத்தார். தீ அணைந்தபோது பின்சுவர் கறுத்து, கூரை ஓரம் கருகி - ஆனால் அவ்வளவுதான். உள்ளறைக்குள் புகை கூட நுழையவில்லை.

"இது மிரட்டல் இல்ல," அன்வர் மூச்சு வாங்க, கறுத்த சுவரைப் பார்த்தபடி சொன்னார். "வீட்டுக்குள்ள ஒரு கெழவரும் ஒரு பையனும் தூங்கிக்கிட்டிருக்காங்கன்னு தெரிஞ்சே வெச்ச தீ இது."

விடிந்ததும் கார்த்திக் வந்து கேமரா பதிவை எடுத்தான். லேப்டாப்பில் ஓட்டினான்.

1:47. பின்புறச் சாலையில் ஒரு பைக் வந்து நிற்கிறது - கேமரா எல்லையின் ஓரத்தில், தெரு விளக்கின் மங்கலில். இரண்டு உருவங்கள். ஒன்று பைக்கிலேயே உட்கார்ந்திருக்கிறது. இன்னொன்று - முகத்தில் துண்டு சுற்றி - கையில் ஒரு கேன் உடன் சுவர் பக்கம் நகர்கிறது.

1:53. தீ வெளிச்சம். துண்டு சுற்றியவன் ஓடி வந்து பைக்கில் ஏறுகிறான். பைக் கிளம்புகிறது.

"நிறுத்து," அருள் சொன்னான். "பின்னாடி போ. பைக் நிக்கற இடம். zoom."

கார்த்திக் zoom செய்தான். படம் கரகரத்தது - ஆனால் போதுமான அளவு தெரிந்தது. முன் mudguard வளைந்து, ஒரு பக்கமாகச் சாய்ந்த பழைய Splendor. டேங்க் மேல் ஒரு ஸ்டிக்கர் - பாதி உரிந்த முருகன் படம்.

அருளின் நெஞ்சுக்குள் ஏதோ ஒன்று மெதுவாக, கனமாக, இறங்கியது.

அந்த வளைந்த mudguard-ஐ அவனுக்குத் தெரியும். ரயில் நிலையத்திலிருந்து இந்த ஊருக்கு அவன் வந்தது அந்த mudguard-க்குப் பின்னால் உட்கார்ந்துதான்.

"என்னண்ணே? யாரு பைக்குன்னு தெரியுதா?" கார்த்திக் கேட்டான்.

"தெரியல," அருள் சொன்னான்.

அவன் வாழ்க்கையில் சொன்ன பொய்களிலேயே அது அவனுக்கு அதிகம் வலித்த பொய்.

22

நண்பனா? துரோகியா?

அவன் முத்துவை வீட்டில் தேடவில்லை. தேடவேண்டிய இடம் அவனுக்குத் தெரியும்.

காவிரிக் கரையில், பழைய படகுத்துறைக் கல் மண்டபம் - பள்ளி நாட்களில் வகுப்புக் கட் அடித்து அவர்கள் ஒளிந்திருந்த இடம். முத்து அங்கேதான் இருந்தான் - மண்டபத்து மேடையில் உட்கார்ந்து, ஆற்றைப் பார்த்தபடி, விரல்களுக்கு இடையே எரியாத சிகரெட்.

அருள் அருகே போய் நின்றான். பேசவில்லை. போனை எடுத்து, வீடியோவை ஓட்டி, முத்துவின் முன் நீட்டினான்.

முத்து பார்த்தான். முழுவதும் பார்த்தான். பிறகு போனைத் திருப்பிக் கொடுத்தான். அவன் கை நடுங்கியது.

"பைக் என்னோடதுதான்," என்றான். குரல் காய்ந்து. "ஆனா தீ வெச்சது நான் இல்லடா. சத்தியமா-"

"பைக்ல உட்கார்ந்திருந்தது?"

மௌனம். ஆற்றில் எங்கோ ஒரு மீன் துள்ளியது.

"நான்தான்." முத்து தலையைக் கைகளில் புதைத்தான். "ஆனா எனக்குத் தெரியாதுடா தீன்னு! 'ஒரு ஆளு வீட்டை வெளீலேந்து பாக்கணும், கூட்டிட்டுப் போ'ன்னுதான் சொன்னாங்க. நான் நினைச்சேன் - அளவு பாக்கறாங்க, கோர்ட்டு

ஆர்டர் வாங்கி ரெய்டு பண்ணப் போறாங்கன்னு. அவன் கேன் எடுத்தப்பதான் எனக்கே... நான் 'வேண்டாம்டா'ன்னு புடிக்கப் போனேன், அவன் தள்ளிட்டுப் போயிட்டான். அப்புறம் நான் என்ன பண்ண? கத்தினா நானும் மாட்டுவேன்-"

"அட்ரஸ் சொன்னது நீதான."

இது கேள்வி இல்லை. முத்து நிமிர்ந்தான். கண்கள் சிவந்திருந்தன - தூக்கமின்மையாலா, அழுகையாலா, இரண்டாலுமா.

"ஆமா," என்றான். "நான்தான்."

சொல்லிவிட்டு அவன் காத்திருந்தான் - அடிக்கு, திட்டுக்கு, எதற்கோ. அருள் எதுவும் செய்யவில்லை. அதுதான் முத்துவை உடைத்தது.

"பத்தொன்பது லட்சம்டா!" - வார்த்தைகள் அணை உடைந்தது போல வந்தன. "borewell லாரி வாங்கினேன் - வட்டிக்குக் கடன் வாங்கி. ரெண்டு வருஷம் வறட்சி. லாரி தூங்கிச்சு; வட்டி தூங்கல. அசல் பதிமூணு; இப்ப பத்தொன்பது. வீடு அடமானம். யார்கிட்ட கடன்னு தெரியுமா? நேரடியா இல்ல - மூணு கை மாறி - ஆனா கடைசி கை குணசேகரன். இந்த வட்டாரத்துல எந்தப் பெரிய கடனும் கடைசில அவன் கைல தான் போய் முடியும். அப்புறம் ஒரு நாள் கூப்பிடறாங்க. 'கடனை அடைக்க வழி சொல்றோம்'னு. வழின்னா - வேலை. சின்னச் சின்ன வேலை. தகவல் சொல்றது. ஆளு கூட்டிட்டுப் போறது. ஒவ்வொண்ணும் சின்னதாத்தான் இருக்கும்டா. சேர்ந்து பாத்தா -" அவன் ஆற்றை நோக்கிக் கையசைத்தான் - "- சேர்ந்து பாத்தா நான் என் ஃப்ரெண்டு வீட்டுக்குத் தீ வெக்கப் போனவன் ஆகியிருக்கேன்."

"எனக்குச் சொல்லியிருக்கலாம்டா." அருளின் குரல் தாழ்வாக இருந்தது. "பத்தொன்பது லட்சம் - நான் தந்திருப்பேன். கேக்காமலேயே தந்திருப்பேன்."

"அதான் தெரியுமேடா!" முத்து கத்தினான் - கத்தியவன் குரல் உடைந்தது. "அதான் சொல்ல முடியல! நீ தருவ. ஒரு நிமிஷம் யோசிக்காம தருவ. அப்புறம்? நான் என்னவா

இருப்பேன்? உன் பால்ய ஃப்ரெண்டா? இல்ல உன் தர்மத்துல வாழற ஆளா? டேய் - " அவன் மூச்சிறைத்தான், " - நீ அமெரிக்கா போனே. நான் இங்கேயே மாட்டிக்கிட்டேன். நீ வருஷா வருஷம் டாலர்ல வளர்ந்த. நான் வருஷா வருஷம் வட்டில அமுங்கினேன். உன்னைப் பாக்கறப்பலாம் எனக்கு சந்தோஷம்தான்டா - ஆனா அந்த சந்தோஷத்தோட அடியில ஒரு புளிப்பு. அந்தப் புளிப்பத்தான் அவங்க கண்டுபுடிச்சாங்க. அதுல தான் கொக்கி மாட்டினாங்க."

வெகுநேரம் இருவரும் பேசவில்லை. ஆறு ஓடிக்கொண்டிருந்தது - அவர்கள் சிறுவர்களாக இருந்தபோது ஓடியது போலவே, எதுவும் தெரியாதது போலவே.

"நாலாங்கிளாஸ் சைக்கிள் கதையை அன்னிக்கு ஞாபகப்படுத்தினியே," முத்து மெதுவாகச் சொன்னான். "அன்னிக்கு ராத்திரி முழுக்க தூங்கல நான். தண்ணில குதிச்சவன் இவன்தானான்னு."

அருள் எழுந்தான். "பெட்டி இனிமே வாத்தியார் வீட்ல இருக்காது. எங்கன்னு உனக்குத் தெரியாது. தெரிஞ்சா - " அவன் நிறுத்தினான். அந்த வாக்கியத்தை முடிக்க அவனால் முடியவில்லை. அதற்குப் பதிலாக வேறொன்றைச் சொன்னான்: "ஸ்கேன் காப்பி cloud-ல இருக்கு. மூணு இடத்துல backup. இனிமே தீ வெச்சும் பிரயோசனம் இல்ல. இத உன் கடன்காரன்கிட்ட சொல்லு - அது உன் உசுரையும் காப்பாத்தும், என் பெட்டியையும் காப்பாத்தும்."

அவன் நடக்கத் தொடங்கினான். பத்தடிக்குப் பிறகு முத்துவின் குரல் பின்னாலிருந்து வந்தது - சின்னதாக, பள்ளிப் பையனின் குரலாக:

"அருள். நம்ம ஃப்ரெண்ட்ஷிப்... முடிஞ்சுதா?"

அருள் நின்றான். திரும்பவில்லை. "தெரியலடா," என்றான் - உண்மையை. "ஒடைஞ்ச கண்ணாடியை ஒட்ட வைக்கலாம். ஆனா அதுல மொகம் பாக்கறப்ப கோடு தெரியும்."

ஒரு கணம் கழித்து சேர்த்தான்: "ஆனா கண்ணாடியை இன்னும் தூக்கி எறியல. அதுவும் நெசம்தான்."

23

STD பூத்

(செங்கமலத்தின் நாட்குறிப்பு - 1989)

சித்திரை மாசம்.

ஊருக்கு புது வரவு. பஞ்சாயத்து ஆபீஸ் பக்கத்துல மஞ்சக் கலர்ல ஒரு கூண்டு - மேல போர்டு: STD / ISD / PCO.

ஒரு ரூபா போட்டா சென்னை பேசலாம். மூணு ரூபா போட்டா பம்பாய். பத்து ரூபா - சிங்கப்பூர், துபாய்.

ஒரு வாரமா அந்தக் கூண்டு முன்னாடி கூட்டம். ராத்திரி ஒன்பது மணிக்கு "ரேட்டு பாதி"யாம் - அப்ப பாத்து வரிசை. ஊரே அங்க நிக்குது. கையில சீட்டுல நம்பரு, கண்ணுல ஆவல்.

நான் தூரத்துல நின்னு பாத்தேன். வேடிக்கையா இருந்துது - நாப்பது வருஷமா நான் பாத்த அதே மொகங்கதான். அதே ஏக்கம், அதே செய்தி, அதே கண்ணீர். வித்தியாசம் ஒண்ணுதான்: இப்ப அவங்க காத்திருக்கறது என் திண்ணைல இல்ல; மஞ்சக் கூண்டு முன்னாடி.

வயித்தெரிச்சலா? இல்லன்னா பொய். ஆனா அதவிட பெரிசா வேற ஒண்ணு - அவங்க பேசறத நான் பாத்தேன். கூண்டுக்குள்ள நின்னு, கத்தி, சிரிச்சு, அழுது - *அப்பவே பதில் கேக்கறாங்க.* மணியன் பர்மாலேந்து பதில் வர வேலாயி ஆச்சி ரெண்டு வருஷம் காத்திருந்தாங்க. இப்ப

ரெண்டு நிமிஷம்.

காத்திருப்பு செத்துக்கிட்டிருக்கு. காத்திருப்போட கூட காத்திருந்து எழுதின எழுத்தும் சாவும்.

வைகாசி மாசம்.

இந்த மாசம் வந்தது ஒரே ஒரு ஆளு.

பொன்னி. ராமசாமியோட பொஞ்சாதி. தலை முழுக்க நரைச்சு, ஆனா முதுகு இன்னும் வளையாம.

"ஆச்சி, பையனுக்கு எழுதிக் குடுங்க. கோயம்புத்தூர்ல மில்லுல சேர்ந்திருக்கான்."

"போன் வந்திருக்கே பொன்னி, அதுல பேசலாமே. மில்லு கேட்டுல நம்பரு இருக்குமே."

அவ தலையாட்டினா. "பேசினேன் ஒரு தடவை. ம்ம்... பேச்சு காத்துல போயிடுது, ஆச்சி. அவன் என்ன சாப்பிடறான், எப்படி தூங்கறான்னு போன்ல கேட்டா 'நல்லாருக்கேம்மா'ன்னு ரெண்டு வார்த்தைல முடிச்சிடறான். கடிதம்னா - அவன் ஜாக்கிரதையா மடிச்சு பெட்டில வெச்சுப்பான். எனக்குத் தெரியும். அவன் அப்பன் கடிதங்கள நான் இன்னும் வெச்சிருக்கேன்."

நான் எழுதினேன். அவ சொன்னா: "மவனே, இங்க மழை அடிச்சுது. வீட்டுக் கூரை ஒண்ணும் ஆகல, கவலப்படாத. சோறு குறைக்காத. ராமசாமி இருந்திருந்தா உன்ன மில்லுல பாத்து சந்தோஷப்பட்டிருப்பாரு. நீ அவரு மவன். அத மறந்துடாத. எங்க தோட்டத்து நெல்லு இந்த வருஷமும் வாண்டையாருக்குத்தான் - ஆனா என் மவன் வேர்வை இனிமே அவங்களுக்கு இல்ல. அதுவே எனக்குப் பண்டிகை."

எழுதி முடிச்சு, மடிச்சு, கவர்ல போட்டுக் குடுத்தேன். அவ காசு நீட்டினா. நான் முதல் தடவையா - முப்பத்தேழு வருஷத்துல முதல் தடவையா - வாங்கல.

"இது கடைசி கடிதம் பொன்னி. கடைசிக் கடிதத்துக்குக் கூலி இல்ல."

அவ புரியாம பாத்தா. அப்புறம் புரிஞ்சவளா, என் கைய ரெண்டு கையாலயும் புடிச்சா. "ஆச்சி... ஒங்களுக்கு ஊரு

செய்யாத மரியாதையை எங்க வீடு எப்பவும் செய்யும். எங்க வீட்டுக் கதவு ஒங்களுக்கு எப்பவும் தொறந்திருக்கும்."

(அந்த வார்த்தையை இங்க எழுதி வைக்கிறேன். சில வாக்கியங்கள் சொத்து.)

ஆனி மாசம்.

இன்னிக்கு மேஜையை ஒதுக்கி வெச்சேன். மைக்கூட்டை மூடினேன். அப்பா பேனாவைத் துடைச்சு உறைல போட்-டேன்.

முப்பத்தேழு வருஷம். எத்தனை கடிதம்னு கணக்கு வெச்சதில்ல - ஆனா வரைவுகளும் நகல்களும் பிரதிகளுமா என் பெட்டில இருக்கறத பாத்தா... ஆயிரத்துக்கு மேல இருக்கும்.

ராத்திரி கதிர்வேலு வந்தாரு. *(இப்ப அவரு வர்றதுல ஊருக்கு அக்கறை இல்ல. ரெண்டு கெழடுங்க திண்ணைல பேசிக்கறதுல யாருக்கு என்ன? வயசோட இதுவும் ஒரு சம்-பளம் - கண்ணுக்குத் தெரியாம போயிடறோம்.)*

"வேலை முடிஞ்சுதா?"ன்னு கேட்டாரு. ரெண்டு பேருக்-குமே ரெண்டு அர்த்தம் தெரியும் - அவரு ரிட்டையர்டு; நானும்.

"எழுதற வேலை முடிஞ்சுது," சொன்னேன். "இனி அடுக்கற வேலை."

"எதை?"

நான் உள்ள கூட்டிட்டுப் போய் காமிச்சேன். பெட்டி. கட்டு கட்டா வருஷ வாரியா பிரிச்சு வெச்சிருக்கறது. தனி உறைகள். நோட்டுகள்.

அவரு ரொம்ப நேரம் பாத்துக்கிட்டிருந்தாரு. அப்புறம் கேட்டாரு: "இதெல்லாம் சேத்து வெச்சு என்ன பண்ணப் போற?"

"ஒண்ணும் பண்ணப் போறதில்ல. அதான் இதோட வேலை." அவருக்கு புரியலன்னு மொகமே சொல்லுச்சு. நான் சொன்னேன்: "கேளுங்க. இந்த ஊரு என்னென்னமோ புதைச்சிருக்கு. பொன்னுசாமி நெலம். ராமசாமி உசுரு. இன்னும் நான் எழுதின, எழுதாத எத்தனையோ. நான்

கோர்ட்டு ஏற முடியாது - என் வார்த்தைக்கு அங்க எடை இல்ல. ஊர்கிட்ட சொல்ல முடியாது - ஊரு வாயை மூடிக்கிச்சு, காதையும் மூடிக்கிச்சு. ஆனா காலம் மாறும். எழுத்து படிச்ச புள்ளைங்க வளருது. பொம்பளைங்க பேசற காலம் வரும். அப்ப - நான் இருக்க மாட்டேன் - ஆனா இது இருக்கும். சாட்சின்னா நீதிமன்றத்துல மட்டும் இல்ல. காலத்துக்கு முன்னாடியும் ஒரு சாட்சி உண்டு. அதுதான் இது."

அவரு மறுபடி ரொம்ப நேரம் மௌனம். அப்புறம் ஒரே ஒரு கேள்வி: "இதுல... நம்ம கதையும் இருக்கா?"

"இருக்கு," சொன்னேன். "எல்லாத்தோட கூட அதுவும் இருக்கட்டும். நாம என்ன திருடவா செஞ்சோம்? நேசிச்சோம். அத ஒளிக்கணும்னா மத்த எல்லாரோட திருட்டையும் ஒளிக்க ஒத்துக்கிட்ட மாதிரிதான்."

அவரு சிரிச்சாரு. கொஞ்ச நேரம் கழிச்சு சொன்னாரு: "உனக்கு வயசாகவே இல்ல, தெரியுமா? அதே வாதம். அதே பிடிவாதம்."

"பேனா பழசாவுது. மை பழசாவறதில்ல," சொன்னேன்.

24

ஜெயந்தியின் வருகை

கார் வந்து நின்ற சத்தம் கேட்டபோது மணி இரவு பத்தரை.

வாசலில் நின்றது ஒரு வெள்ளை கார் - டிரைவர் இல்லாமல், ஓட்டி வந்தவர்களாகவே. இறங்கியவரை வெளிச்சத்தில் பார்த்ததும் வேதநாயகம் அப்படியே நின்றுவிட்டார்: "டாக்டரம்மா?"

டாக்டர் ஜெயந்தி. குணசேகரனின் மனைவி. மாவட்டத் தலைநகரில் பிரபல மகப்பேறு மருத்துவர். இந்த ஊரின் "பெரிய வீட்டு மருமகள்" - ஊர் விழாக்களில் மேடையில் மட்டும் பார்க்கக் கிடைப்பவர்.

"உள்ள வரலாமா?" அவர் குரல் அமைதியாக இருந்தது - ஆனால் அந்த அமைதிக்குக் கீழே ஏதோ ஒன்று இறுக்கிப் பிடித்திருந்தது.

கூடத்தில் உட்கார்ந்தார். தண்ணீர் வாங்கிக் குடித்தார். பிறகு நேரடியாக அருளைப் பார்த்தார்.

"எனக்கு நேரம் அதிகம் இல்ல. வீட்ல நான் hospital emergency-ன்னு சொல்லிட்டு வந்திருக்கேன். அதனால கேக்கறத நேரடியாக் கேக்கறேன்." அவர் ஒரு மூச்சு இழுத்தார். "அந்தப் பெட்டில... 1992 கோயில் நகைத் திருட்டு பத்தி ஏதாவது இருக்கா?"

அறையில் நிசப்தம்.

1992 - அந்த வருடத்து நோட்டை அவர்கள் இன்னும் முழுதாக வாசிக்கவில்லை. வரிசையாகப் போய்க்கொண்டிருந்தார்கள்; 1978-இன் கனம் அவர்களை மெதுவாக்கியிருந்தது.

"தெரியல," அருள் உண்மையைச் சொன்னான். "இன்னும் அந்த வருஷத்துக்கு வரல. ஏன் கேக்கறீங்க?"

ஜெயந்தி உடனே பதில் சொல்லவில்லை. அவர் பார்வை சுவரில், எங்கோ - முப்பது வருடங்கள் தாண்டி - போய் வந்தது.

"எனக்கு கல்யாணம் ஆகி வந்தப்ப இந்த ஊர்ல ஒரு பேச்சு அடிபடும் - 'கோயில் நகை போன வருஷம்'னு. ஏதோ ஒரு நடேசன்னு ஒருத்தரு திருடிட்டாரு, ஜெயில்ல செத்துட்டாரு - அவ்வளவுதான் கதை. நானும் அப்படித்தான் நம்பினேன். ரொம்ப வருஷம்."

அவர் கைகள் மடியில் ஒன்றையொன்று இறுகப் பற்றின.

"அப்புறம்... கேக்கறது வேற, அறியறது வேற. சில விஷயங்களை மனுஷங்க விழிச்சிருக்கும்போது சொல்ல மாட்டாங்க. தூக்கத்துல சொல்லுவாங்க. முப்பது வருஷமா நான் ஒரு மனுஷன் பக்கத்துல தூங்கறேன், தம்பி. முப்பது வருஷத்துல சில ராத்திரிங்க..."

அவர் நிறுத்தினார். அந்த வாக்கியத்தை முடிக்கப்போவதில்லை என்று தெளிவாகத் தெரிந்தது. முடிக்கவும் தேவையில்லை.

"நீங்க சொல்றது..." நிலா மெதுவாகத் தொடங்க, ஜெயந்தி கையுயர்த்தினார்.

"நான் எதுவும் சொல்லல. கவனிங்க - நான் *எதுவும்* சொல்லல. நான் கேள்விதான் கேட்டேன்: அந்தப் பெட்டில 1992 பத்தி இருக்கான்னு. இருந்துச்சுன்னா -" அவர் கண்கள் அருளின் கண்களைப் பிடித்தன - "- அத விடாதீங்க. என்ன நடந்தாலும் விடாதீங்க. ஒரு மனுஷன் செய்யாத குத்தத்துக்கு ஜெயில்ல செத்திருக்கான். அவன் வீட்டுக்காரங்க இன்னிக்கும் தலை குனிஞ்சுதான் நடக்கறாங்க. அது சரியாகணும்."

"உங்க வீட்டுக்கு எதிராவே போனாலும்?" அருள் கேட்டான் - மெதுவாக, கத்தி மேல் நடப்பது போல்.

"என் வீடு." ஜெயந்தி ஒரு கசந்த புன்னகை சிரித்தார். "தம்பி, மருத்துவம் படிக்கறப்ப எங்களுக்கு ஒண்ணு சொல்லிக் குடுப்பாங்க - உள்ள அழுகல் இருந்தா மேல எவ்வளவு மருந்து போட்டாலும் ஆறாது; அறுத்துதான் ஆகணும்னு. என் வீட்டுக்கு அந்த அறுவை எப்பவோ தேவைப்பட்டிருக்கு."

அவர் எழுந்தார். கைப்பையிலிருந்து ஒரு துண்டுச் சீட்டை எடுத்து மேசையில் வைத்தார். "என் personal நம்பரு. hospital landline வழியாத்தான் கூப்பிடணும் - direct கூப்பிடாதீங்க. இன்னொரு விஷயம் -" வாசலை நோக்கி நடந்தவர் நின்றார், "- திங்கக்கிழமை உங்க மேல கோர்ட்ல ஒரு injunction file ஆகுது. 'தனிநபர் ரகசியங்களை வெளியிடத் தடை'ன்னு. file பண்றது தங்கராசு இல்ல, வேற ஒரு பினாமி - ஆனா செலவு யாரோடதுன்னு சொல்லத் தேவையில்ல. உங்க வக்கீலுக்கு இப்பவே தகவல் சொல்லுங்க."

"ஏன்?" அருள் எழுந்து நின்றான். "இதெல்லாம் எங்களுக்கு ஏன் சொல்றீங்க? உங்களுக்கு என்ன வேணும்?"

ஜெயந்தி வாசற்படியில் நின்றார். வெளியே இருட்டு; உள்ளே விளக்கு - அவர் அந்த எல்லைக் கோட்டில்.

"எனக்கு ஒரு மகள் இருக்கா. இருபது வயசு. சென்னைல மெடிசின் படிக்கறா. அவளுக்கு அவ அப்பான்னா உசுரு." அவர் குரல் முதல் முறையாக லேசாக நடுங்கியது. "வரப்போற நாள்ல எல்லாம் வெளீல வரும் - வந்தே ஆகணும், அதுல எனக்கு சந்தேகம் இல்ல, தடுக்கற எண்ணமும் இல்ல. நான் கேக்கறது ஒண்ணே ஒண்ணுதான். அது வெளீல வர்றப்ப... என் பொண்ணு அவ அப்பனோட பாவத்துக்கு பலியாகாம பாத்துக்கங்க. குத்தம் பண்ணினவன் தண்டனை அனுபவிக்கட்டும். குத்தம் பண்ணாத என் புள்ள -"

அவர் வாக்கியத்தை முடிக்கவில்லை. காரின் கதவு மூடிய சத்தம்; வண்டி இருட்டில் கரைந்தது.

கூடத்தில் மூவரும் வெகுநேரம் அமைதியாக இருந்தனர். கடைசியில் வேதநாயகம்தான் பேசினார் - யாரிடமும் இல்லாமல், காற்றிடம்:

"முப்பது வருஷம். ஒரு வீட்டுக்குள்ள, ஒரு படுக்கைல, ஒரு ரகசியத்தோட முப்பது வருஷம்." அவர் தலையசைத்தார். "செங்கமலம் சொன்னது சரிதான்டா. புதைஞ்சது அழுகாது. புதைச்சவங்கதான் உள்ளுக்குள்ள அழுகறாங்க."

(பாகம் 2 நிறைவு)

நிழல்கள்

25

நிலாவின் பாட்டி

சென்னைப் பயணத்துக்கு நிலா சொன்ன காரணம்: "டாக்குமெண்டரி funding மீட்டிங்."

அது பொய் இல்லை; ஆனால் முழு உண்மையும் இல்லை. அவளுக்கே அதை ஒப்புக்கொள்ள இரண்டு நாட்கள் ஆயின - அவள் போவது ஒரு மீட்டிங்குக்காக அல்ல; ஒரு கேள்விக்காக.

அருளும் சேர்ந்து வந்தான் - injunction விஷயமாக சென்னையில் ஒரு மூத்த வழக்கறிஞரைச் சந்திக்க வேண்டியிருந்தது. காலை வழக்கறிஞர் அலுவலகம்; மதியம் நிலாவின் "மீட்டிங்." பிரிந்தபோது நிலா சொன்னாள்: "சாயங்காலம் ஒரு இடத்துக்கு வரீங்களா? தனியா போக... தனியா போக முடியும்தான். ஆனா வேணாம்னு தோணுது."

அந்த இடம் - பெரம்பூரில் ஒரு பழைய குடியிருப்பு. மூன்றாவது மாடி. கதவில் மங்கிய ஸ்டிக்கர்: "வேல்ஸ் இல்லம்."

நிலாவின் அம்மா கதவைத் திறந்தார் - மகளைப் பார்த்து ஆச்சரியமும் சந்தோஷமும்; கூட நிற்கும் அந்நியனைப் பார்த்துக் கேள்வியும். "ரிசர்ச் கொலீக்மா," நிலா அறிமுகம் செய்தாள். உள்ளே - சின்ன ஹால், டிவியில் சீரியல், சமையல் வாசம். உள்ளறையில், ஜன்னலோர கட்டிலில், ஒரு மூதாட்டி உட்கார்ந்திருந்தாள் - வெள்ளை முடி வாரி

முடிந்து, கையில் ஜெபமாலை, பார்வை ஜன்னலுக்கு வெளியே.

"பாட்டி." நிலா அருகே போய் உட்கார்ந்தாள். "நான் வந்திருக்கேன்."

வள்ளியம்மாள் - எழுபத்தெட்டு வயது - பேத்தியைப் பார்த்துப் புன்னகைத்தாள். "வாடி குஞ்சு. சாப்பிட்டியா?"

சில நிமிடங்கள் சாதாரணப் பேச்சு. பிறகு நிலா மெது-வாக, தண்ணீரில் கால் வைப்பது போல், தொடங்கினாள்: "பாட்டி... நான் ஒரு படத்துக்காக ஒரு ஊருக்குப் போயி-ருந்தேன். தஞ்சாவூர் பக்கம். அங்க ஒரு பழைய பேப்பர்ல ஒரு பேரு பாத்தேன். அந்தப் பேரு உனக்குத் தெரியுமான்னு கேக்கணும்."

ஜெபமாலை உருட்டும் விரல்கள் தொடர்ந்தன. "என்ன பேரு?"

"பொன்னுசாமி."

விரல்கள் நின்றன.

அறையில் சீரியல் சத்தம் மட்டும் - ஹாலிலிருந்து, தூரத்து உலகத்திலிருந்து வருவது போல. வள்ளியம்மாளின் பார்வை மெல்ல ஜன்னலிலிருந்து திரும்பி பேத்தியின் மேல் வந்தது. அந்தக் கண்களில் நிலா இதுவரை பார்த்திராத ஒன்று இருந்தது.

"எந்த ஊரு?" - கிழவியின் குரல் கிட்டத்தட்ட கேட்காத அளவு.

நிலா சொல்லவில்லை. சொல்வதற்கு பதில், போனில் ஒரு புகைப்படத்தைத் திறந்து காட்டினாள் - பழைய நில வரி ரசீதின் scan. *பட்டா எண் 214... உரிமையாளர்: பொன்னுசாமி, த/பெ முனியாண்டி... கொற்றமங்கலம்.*

வள்ளியம்மாள் போனை வாங்கவில்லை. தொடவும் இல்லை. வெறுமனே பார்த்தாள் - பார்த்தவள், மெல்ல, மிக மெல்ல, இரு கைகளையும் முகத்தில் வைத்துக்கொண்டாள்.

"பாட்டி?" நிலா பதறினாள். "பாட்டி, என்ன-"

"கொற்றமங்கலம்." - கைகளுக்குள் இருந்து வந்தது அந்-தப் பெயர். எழுபது வருடங்கள் உச்சரிக்காத ஒரு பெயரை

நாக்கு மறக்கவில்லை. - "எங்க ஊரு. என் அப்பன் ஊரு."

பிறகு அவள் அழுதாள். அந்த அழுகையில் சத்தம் அதிகம் இல்லை; ஆனால் அதன் ஆழம் - எழுபது வருடங்களின் ஆழம். நிலாவின் அம்மா ஓடி வந்தாள்; "என்னம்மா ஆச்சு, என்ன பண்ணினீங்க அம்மாவ" என்று பதறினாள்; வள்ளியம்மாள் மகளின் கையைப் பிடித்து அமர்த்தினாள் - "ஒண்ணுமில்லடி... ஒண்ணுமில்ல... உட்காரு. நீயும் கேளு. உனக்கும் தெரியணும். எவ்வளவு நாளைக்குத்தான் மூட்டை கட்டி வெச்சிருக்கறது."

அடுத்த ஒரு மணி நேரம் அந்த அறையில் ஒரு வாழ்க்கை அவிழ்ந்தது.

பத்து வயதுச் சிறுமியின் நினைவுகள் - துண்டு துண்டாக, ஆனால் கூர்மையாக: அப்பாவின் சுரம்; "உயில் எழுத வந்த அக்கா"; அந்த இரவின் லாந்தர் வெளிச்சம்; அம்மாவின் கையைப் பிடித்து ஏறிய ரயில்; சென்னை சேரியில் முதல் இரவு - "அம்மா என்னை கட்டிப்புடிச்சு, 'நாம இனி யார்கிட்டயும் கையேந்த மாட்டோம்டி, செத்தாலும்' அப்படின்னு சொன்னது இன்னும் காதுல இருக்கு."

பொன்னம்மாள் வீடுகளில் சமையல் வேலை செய்தாள். வள்ளியைப் படிக்க வைத்தாள் - எட்டாம் வகுப்பு வரை; அந்தக் காலத்துக்கு, அந்த நிலைமைக்கு, அது ஒரு போர். ரயில்வே பையனுக்குக் கல்யாணம். பொன்னம்மாள் 1987-இல் இறக்கும்வரை அந்த வீட்டில்தான்.

"அம்மா சாகறதுக்கு முன்னாடி," வள்ளியம்மாள் ஜன்னல் வழியே எங்கோ பார்த்தபடி சொன்னாள், "ஒரு வாரம் முழுக்க ஊர்ப் பேச்சே பேசிக்கிட்டிருந்தா. காவிரி, கோயில் தேரு, வீட்டு முத்தம்... கடைசி நாள் என் கைய புடிச்சு சொன்னா: 'வள்ளி, அங்க ஒருத்தி இருக்கா. எழுத்தாச்சி. அவகிட்ட நம்ம நெசம் இருக்கு. அவ வெச்சிருப்பேன்னு சொன்னா. அவ சொன்னா சொன்னதுதான். என்னிக்காவது அது வெளீல வரும்னா - அன்னிக்கு என் சாம்பலுக்கு ஒரு நிம்மதி'ன்னு."

கிழவி திரும்பினாள். இப்போது அவள் பார்த்தது அருளை - இவ்வளவு நேரம் மூலையில் அமைதியாக உட்கார்ந்திருந்தவனை.

"நீ யாரு, தம்பி? சும்மா ரிசர்ச் ஆளு இல்ல நீ. மொகத்துல தெரியுது - நீ எதோ தூக்கிக்கிட்டு வந்திருக்க."

அருள் நிலாவைப் பார்த்தான். நிலா கண்களால் சொன்னாள் - *சொல்லுங்க.*

"பாட்டி," அருள் மெதுவாகச் சொன்னான். "அந்த எழுத்தாச்சி பேரு செங்கமலம். அவங்க என் தாத்தாவோட தங்கச்சி. அவங்க சொன்ன மாதிரியே வெச்சிருந்தாங்க - எல்லாத்தையும். அது இப்ப கிடைச்சிருக்கு. உங்க அப்பா நெஜமா எழுதச் சொன்ன உயில் - அதோட வரைவு - என் கைல இருக்கு."

ஜெபமாலை தரையில் விழுந்தது. யாரும் குனிந்து எடுக்கவில்லை.

வள்ளியம்மாள் கட்டிலின் தலைமாட்டுப் பக்கம் கைநீட்டினாள் - அங்கே, சுவர் அலமாரியில், ஒரு பழைய தகர டப்பா. "எடுத்துக் குடுடி," மகளிடம் சொன்னாள். டப்பாவைத் திறந்து, துணிகளுக்கு அடியிலிருந்து ஒரு பொருளை எடுத்தாள் -

ஒரு இரும்புச் சாவி. பழைய, கனமான, துருப்பிடித்த சாவி.

"எங்க வீட்டுச் சாவி." அவள் அதை உள்ளங்கையில் வைத்து நீவினாள் - எத்தனை ஆயிரம் முறை நீவியிருப்பாளோ. "ஊரை விட்டு வரும்போது அம்மா பூட்டிட்டு சாவியை எடுத்துக்கிட்டா. 'வீடு அவங்களுக்குப் போனாலும் பூட்டு நம்மோடது'ன்னு சொல்லுவா. அறுபத்தெட்டு வருஷமா இது இங்க இருக்கு. திறக்கற கதவே உலகத்துல இல்லாத சாவி."

அவள் சாவியை நிலாவின் கையில் வைத்தாள்.

"இப்ப நீ சொல்லு, குஞ்சு. திறக்கற கதவு இருக்கா?"

26

வாரிசு

இரவு, எழும்பூர் ரயில் நிலையம். தஞ்சை போகும் ரயிலுக்கு இன்னும் ஒரு மணி நேரம். பிளாட்பாரத்து இருக்கையில் இருவரும் - நடுவில் நிலாவின் கேமரா பை; பைக்குள், துணியில் சுற்றி, ஒரு இரும்புச் சாவி.

"நான் ஒண்ணு சொல்லணும்," நிலா திடீரென்று சொன்னாள் - ரயில் அறிவிப்பு ஓய்ந்த இடைவெளியில். "நேர்மையா சொல்லணும். வண்ணாரப்பேட்டை postcard பாத்த அன்னிக்கே எனக்கு டவுட்டு வந்துடுச்சு. பாட்டி ஊர்ப்பேரு, அவ பேரு வள்ளி - எல்லாம் ஒத்துப்போச்சு. ஆனா நான் ஒங்ககிட்ட சொல்லல. பத்து நாள் மூடி வெச்சிருந்தேன்."

"ஏன்?"

"பயம்." அவள் நேராகச் சொன்னாள். "சொன்னா எல்லாம் மாறிடும்னு. இதுவரைக்கும் நான் கதைக்கு வெளீல நின்னவ - கேமரா பின்னாடி. அது ஒரு பவர், தெரியுமா? பாக்கறவளுக்கு வலிக்காது. இப்ப..." அவள் பையைப் பார்த்தாள். "இப்ப நான் கதைக்குள்ள இருக்கேன். அந்த நெலம் - சட்டப்படி அது என் கொள்ளுப்பாட்டிக்கு எழுதப்பட்டது. நான் அதோட வாரிசு. நாளைக்கு நான் என்ன பேசினாலும் உலகம் சொல்லும் - 'அவ நெலத்துக்காகப் பேசறா'ன்னு. என் டாக்குமெண்டரி, என் நேர்மை, எல்லாத்துக்கும் ஒரே ராத்திரில விலை விழுந்திடுச்சு."

"இல்ல," அருள் சொன்னான். "விலை ஏறிடுச்சு. இதுவரைக்கும் நீங்க வேற யாரோட கதையையோ சொல்ல வந்தீங்க. இப்ப ஒங்க கதையை சொல்லப் போறீங்க. அதவிட நேர்மை எங்க இருக்கு?"

நிலா அவனைப் பார்த்தாள் - நீண்ட நேரம். "ஒங்களுக்கு இது புரியுது."

"புரியும்." அவன் பிளாட்பாரத்தின் கூரை விளக்குகளைப் பார்த்தான். "எனக்கும் இதே நடந்துது. நான் வந்தப்ப இது தாத்தா வீடு, ஒரு பழைய பெட்டின்னு வந்தேன். இப்ப..." - அவன் தயங்கினான்; சொல்லத் தீர்மானித்தான் - "...இப்ப ஒவ்வொரு நோட்டு படிக்கும்போதும் எனக்குத் தோணுது - இவங்க யாரோ இல்ல. இவங்க எனக்கு... எப்படிச் சொல்றது... இவங்க எழுத்துல எனக்கு என் மொகம் தெரியுது. அந்த drafts folder மாதிரி."

"drafts folder?"

சொல்லிவிட்டான். இனி மீளமுடியாது. அவன் சொன்னான் - நாற்பத்தேழு அனுப்பப்படாத மின்னஞ்சல்களைப் பற்றி. ஷாலினியைப் பற்றி. "மனசுல இருக்கறத ஒரு தடவையாவது சொல்லியிருக்கியா" என்ற கேள்விக்கு வார்த்தை வராமல் நின்ற இரவைப் பற்றி.

நிலா இடைமறிக்கவில்லை. கேட்டாள் - கேமரா இல்லாமல் கேட்பதே அவள் உண்மையான திறமை என்று அவனுக்கு அப்போது புரிந்தது.

"எங்கப்பா நான் ஏழாங்கிளாஸ் படிக்கறப்ப போயிட்டாரு," அவள் சொன்னாள் - அவன் முடித்த இடத்தில், தன் பங்கை வைப்பது போல. "ஹார்ட் அட்டாக். லாரி டிரைவரு. ஊரூரா போயிட்டு வாரத்துக்கு ஒரு தடவை வருவாரு - வரும்போது ஏதாவது கொண்டு வருவாரு. நான் ரோட்டுல லாரி சத்தம் கேட்டா இன்னும் திரும்பிப் பாக்கறேன். முப்பத்தொரு வயசாவுது." அவள் சிரித்தாள் - சிரிப்பும் சோகமும் ஒன்றாக. "அம்மா தனியா வளத்தா. பாட்டி வீட்ல மௌனம். அம்மாகிட்ட களைப்பு. நான் கேமரா பின்னாடி ஒளிஞ்சேன். ஒவ்வொருத்தரும் ஏதோ ஒண்ணுக்குப்

பின்னாடி ஒளியறோம், இல்ல? நீங்க drafts. நான் lens. செங்கமலம் - அவங்க பெட்டி."

தூரத்தில் ரயிலின் ஒளி தெரிந்தது. இருவரும் எழுந்தனர். எழுந்தபோது, ஒரு கணம், நிலா சொன்னாள் - ரயில் சத்தத்தில் கிட்டத்தட்ட மூழ்கிய குரலில்:

"அருள். இனிமே இது ஒங்க கதை மட்டும் இல்ல. எங்க கதையும் கூட. நான் கடைசி வரைக்கும் இருப்பேன் - funding போனாலும், படம் போனாலும், எது போனாலும்."

ரயிலில், அவர்களுக்குத் தெரியாமல், மூன்று பெட்டி தள்ளி, ஒரு ஆள் பயணித்துக்கொண்டிருந்தான் - காலையில் வழக்கறிஞர் அலுவலகம் முதல் பெரம்பூர் வரை அவர்களைப் பின்தொடர்ந்தவன். அவன் போனில் ஒரு செய்தி தட்டச்சானான்: *"ரெண்டு பேரும் பெரம்பூர்ல ஒரு வீட்டுக்குப் போனாங்க. மூணு மணி நேரம் உள்ள. வீட்டு விவரம் அனுப்பறேன்."*

27

இரண்டு ஏக்கர்

(செங்கமலத்தின் நாட்குறிப்பு - 1959)

தை மாசம்.

பொங்கல் விருந்துக்கு நான் போகலன்னு எழுதியிருந்தேன். அதோட அந்தக் கதை முடிஞ்சுதுன்னு நெனச்சேன்.

முடியல. இன்னிக்குத்தான் ஆரம்பிச்சிருக்கு.

மாசி மாசம்.

அண்ணன் வீட்டுக்கு புது மாடு வந்திருக்கு. அண்ணிக்கு புது சேலை. சாமிக்கு - *(ஒரு வயசு ஆவுது அவனுக்கு; தளர் நடை நடக்கறான்; நான் தூரத்துலேந்து பாக்கறேன்)* - தங்கக் காப்பு.

கணக்குப்பிள்ளை வீட்டுக்கு இதெல்லாம் எங்கேந்து? கேக்க நான் யாரு. ஆனா ஊரே கேக்குது - ரகசியமா, திண்ணைப் பேச்சா. அண்ணன் காதுல விழாத மாதிரி, என் காதுல விழற மாதிரி.

பங்குனி மாசம்.

இன்னிக்கு தெரிஞ்சுது. எழுத கை கூசுது. ஆனா எழுதாட்டி இந்த நோட்டோட நோக்கமே பொய்.

ரிஜிஸ்தர் ஆபீஸ்ல வேலை பாக்கற கந்தன்கிட்ட - அவன் தங்கச்சிக்கு நான் கல்யாணக் கடிதம் எழுதிக் குடுத்தது நியாபகம் வெச்சிருக்கான் - பொன்னுசாமி அண்ணன் பத்திரத்தோட நகல் ஒண்ணு வேணும்னு கேட்டிருந்தேன்.

பொன்னம்மாள் அக்காவுக்காக. என்னிக்காவது தேவைப்படும்னு.

இன்னிக்கு கொண்டு வந்து குடுத்தான்.

"தான செட்டில்மெண்ட்" - அரசாங்க முத்திரை, எழுத்து, எல்லாம் முறையா. கீழ பொன்னுசாமி அண்ணனோட "கைநாட்டு." அதுக்குக் கீழ -

சாட்சிக் கையெழுத்து ரெண்டு.

ஒண்ணு: ஊர்க் கணக்குப்பிள்ளை குப்புசாமி. *(அவருக்கு வாண்டையாரு வீட்டுல மாசச் சம்பளம் - ஊருக்கே தெரியும்.)*

ரெண்டாவது கையெழுத்து.

அந்தக் கையெழுத்தை நான் அடையாளம் காணாம இருக்க முடியுமா? அந்தக் கைக்கு எழுதச் சொல்லிக் குடுத்ததே என் அப்பன். சின்ன வயசுல அந்தக் கையோட சேர்ந்துதான் என் கையும் அரிச்சுவடி எழுதிச்சு.

வைரவன்.

என் அண்ணன்.

ராத்திரி அவன் தனியா திண்ணைல இருந்தப்ப போனேன். நகலை அவன் முன்னாடி வெச்சேன். ஒண்ணும் சொல்லல. அவன் பாத்தான். அவன் மொகம் மாறல - அதான் எனக்கு எல்லாத்தையும் சொல்லிடுச்சு. ஆச்சரியப்படறவன் அப்பாவி. அவன் ஆச்சரியப்படல.

"நீ அன்னிக்கு அங்க இருந்தியா?" - நான் கேட்டேன். என் குரல் எனக்கே அந்நியமா இருந்துது.

"இல்ல." அவன் நகலை மடிச்சு திருப்பிக் குடுத்தான். "நான் அங்க இல்ல. மறுநாள் வாண்டையாரு கூப்பிட்டாரு. 'பத்திரத்துல சாட்சி போடு'ன்னாரு. போட்டேன்."

"நடக்காத ஒண்ணுக்கு சாட்சி போட்ட."

"நடந்துதான்னு அவரு சொன்னாரு."

"அண்ணா!" - என் குரல் ஓங்கிடுச்சு; நானே அமுக்கிக்கிட்டேன். - "உனக்குத் தெரியும். ஊருக்கே தெரியும். அந்த ராத்திரி நான் அங்க இருந்தேன்னு உனக்குத் தெரியும். நான் எழுதின உயிலு என்கிட்ட இருக்குன்னு வாண்டையாருக்-

குத் தெரியும். அதான் ஒன்னைப் புடிச்சிருக்காரு - புரியலியா? ஒன் கையெழுத்து அந்தக் காகிதத்துல இருந்தா, என் வாய் என்னிக்கும் தொறக்காதுன்னு அவருக்குத் தெரியும். நீ சாட்சி இல்லண்ணா - நீ அடகு."

அவன் வெகு நேரம் பேசல. அப்புறம் பேசினான் - அவன் பேசினதுதான் இன்னிக்கு வரைக்கும் என் நெஞ்சுல கல்லா உக்காந்திருக்கு:

"சரிதான். அடகுதான். யாரால? ஒன்னால. ஒன் வயித்துப் பழியால இந்தக் குடும்பம் ஊருக்கு முன்னாடி தலை குனிஞ்சுது. சாமியை நான் என் மவனா ஏத்துக்கிட்டப்ப வாண்டையாருக்குத் தெரியும் - ஊர்ல ரெண்டு பேருக்குத்தான் தெரியும், அதுல ஒருத்தரு அவரு. 'ஒன் வீட்டு மானம் என் கைல; என் பத்திரம் ஒன் கைல - சரிசமம்'னு சொன்னாரு. நான் என்ன பண்ண? சொல்லு. ஒன் தம்பி மவன் - *ஒன் மவன்* - நாளைக்கு 'தீட்டுப் பயல்'னு ஊர் வாய்ல அலையணுமா? அத தடுக்கறதுக்கு நான் குடுத்த வெலை அந்தக் கையெழுத்து. ரெண்டு ஏக்கர் அதுக்குக் கூலி இல்ல - அது வாண்டையாரு என் வாய்ல போட்ட மண்ணு."

"அப்ப பொன்னம்மாள் அக்கா? வள்ளி? அவங்க மானம்? அவங்க சோறு?"

"அவங்க நம்ம ரத்தம் இல்ல."

அந்த வாக்கியம்.

அவ்வளவு சாதாரணமா சொன்னான். சோறு பத்தாதுன்னு சொல்றா மாதிரி. மழை வருதுன்னு சொல்றா மாதிரி.

நான் எந்திரிச்சு வந்துட்டேன். வாசல்ல நின்னு ஒரே ஒரு வார்த்தை சொன்னேன்:

"அண்ணா. நீயும் அவங்க ஆளாயிட்டே."

அவன் பதில் சொல்லல. விளக்கை அணைச்சான்.

இங்க உக்காந்து எழுதறேன். கை ஓயல. மனசு ஓயல.

இனிமே அண்ணன் வீட்டு அரிசில எனக்குப் பசிக்காது. அந்த ரெண்டு ஏக்கர்ல வெளையற நெல்லுல பொன்னம்மாள் அக்காவோட கண்ணீரு உப்பா இருக்கும்.

ஆனா ஒண்ணு - சாமி அந்தச் சோத்தைத்தான் சாப்பிடப் போறான். வளரப் போறான். அவன் வளர்ற ஒவ்வொரு அங்குலமும் இந்த ஒப்பந்தத்தோட நெழல்ல.

கடவுளே. ஒரு பொய்யை மூடறதுக்கு இன்னொரு அநியாயம். அந்த அநியாயத்தை மூட இன்னொண்ணு. இப்படியே போனா இந்தக் கதையோட அடி எங்க இருக்கு?

அடி எங்க இருந்தாலும் - நடு எனக்குத் தெரியும். நடுவுல நான் இருக்கேன். எல்லாத்துக்கும் நடுவுல, எல்லாத்தையும் பாத்துக்கிட்டு, ஒண்ணும் செய்ய முடியாம -

இல்ல. ஒண்ணு செய்ய முடியும். இதோ செஞ்சுக்கிட்டிருக்கேன்.

28

தாத்தாவின் நிழல்

அந்தப் பக்கங்களை அருள் மூன்று முறை வாசித்தான்.

முதல் முறை - புரிந்துகொள்ள. இரண்டாவது முறை - நம்ப. மூன்றாவது முறை - எதற்காக என்று அவனுக்கே தெரியவில்லை; ஒருவேளை, மூன்றாவது வாசிப்பில் வார்த்தைகள் மாறிவிடும் என்ற பைத்தியக்காரத்தனமான நம்பிக்கையில்.

வார்த்தைகள் மாறவில்லை. *வைரவன். சாட்சிக் கையெழுத்து. ரெண்டு ஏக்கர்.*

அவன் எழுந்து வெளியே வந்தான். வாத்தியார் வீட்டு முற்றத்தில் இரவு. தென்னை ஓலைகளுக்கு இடையே நிலா - வானத்து நிலா. அவன் தாத்தாவை நினைத்துப் பார்த்தான் - நினைவில் இருக்கும் தாத்தாவை: தோளில் தூக்கி வைத்துக்கொள்பவர்; ஊர்ப் பெயர்களுக்குக் கதை சொல்பவர்; கோயில் யானைக்குத் தேங்காய் வாங்கித் தருபவர். அந்தக் கைகள்தான் -

"தூக்கம் வரலியா?" - வேதநாயகம் திண்ணையில் வந்து உட்கார்ந்தார். அவருக்கும் தூக்கம் இல்லை போலும்.

"சார்... உங்களுக்கு எங்க தாத்தாவைத் தெரியுமே. எப்படிப்பட்ட ஆளு அவரு?"

வாத்தியார் யோசித்தார் - அவசரப்படாமல், சொல்லப்போவதை எடை போட்டு. "நல்லவன்," என்றார். "ஆனா

தைரியசாலி இல்ல. ரெண்டும் ஒண்ணு இல்ல, தம்பி - அதான் நெறைய பேருக்குப் புரியறதில்ல. நல்லவனா இருக்கறது சுலபம் - யாருக்கும் கெடுதல் பண்ணாம இருந்தா போதும். தைரியசாலியா இருக்கறதுன்னா - கெடுதல் நடக்கும்போது குறுக்க நிக்கணும். ஒன் தாத்தா குறுக்க நின்னதில்ல. ஓரமா நின்னு வருத்தப்படுவான். வருத்தம் ஒரு பாவம் இல்ல - ஆனா அது ஒரு புண்ணியமும் இல்ல."

"நீங்க படிச்சீங்களா - 1959 நோட்டை?"

"படிச்சேன். நீ தூங்கறேன்னு சொன்ன அன்னிக்கே." வாத்தியார் நிலாவைப் பார்த்தார். "உனக்கு முன்னாடியே தெரிஞ்சிருந்தா நீ வேற மாதிரி நடந்திருப்பியோன்னு யோசிச்சேன். அதான் சொல்லல. தப்புதான். மன்னிச்சுக்கோ."

அருள் திண்ணைப் படியில் உட்கார்ந்தான். "சார், எனக்கு ஒண்ணு புரியணும். நாங்க விக்கப்போற நெலம் - அந்த ரெண்டு ஏக்கரும் அதுல சேர்ந்ததுதானே?"

"ஆமா. ஹைவே அதுக்குள்ளயும் போகுது. நஷ்ட ஈட்டுல அதுக்கும் பங்கு வரும். ஒன் பங்குக்கும், ரேவதி பங்குக்கும்."

இதோ. இந்தக் கணம்தான் - பின்னாளில் அருள் அடையாளம் கண்டான் - எல்லாம் மாறிய கணம். இதுவரை அவன் ஒரு வாசகன்: பிறர் பாவங்களின் வாசகன். வாண்டையார் பாவம். குணசேகரன் பாவம். ஊரின் பாவம். இப்போது அந்தப் புத்தகம் திரும்பி அவனையே பார்த்தது.

அவன் அமெரிக்கப் படிப்புக்கு அடித்தளம் - தாத்தா விட்டுப்போன சொத்து. அந்தச் சொத்தில் இரண்டு ஏக்கர் - ஒரு விதவையின் வாயில் போட்ட மண்.

"சார்... இது வெளீல வந்தா எங்க குடும்பமும் நிக்கணும் - கூண்டுல. அப்பா, நான், ரேவதி. ஊரு எங்களையும் சேர்த்துத்தான் பேசும்."

"பேசும்." வாத்தியார் மறைக்கவில்லை. "அதான் கேள்வி, தம்பி. இதுவரைக்கும் நீ நீதிபதியா இருந்த. இனிமே ஒரு கட்சிக்காரனும் கூட. ரெண்டையும் ஒண்ணா வெச்சிருக்க

முடியுமா ஒன்னால?"

அருள் வெகுநேரம் பேசவில்லை. பிறகு எழுந்தான். "ஒரு வழிதான் இருக்கு, சார். எல்லாரோட கணக்கையும் வெளீல வைக்கறப்ப எங்க கணக்கையும் சேர்த்து வைக்கறது. தாத்தா பேரையும் சேர்த்தே. முதல்ல அதையே சொல்றது."

"ரேவதி? ஒங்கப்பா?"

"எரிவாங்க." அவன் நிலாவை - வானத்து நிலாவை - பார்த்தான். "வீடு பத்திக்கிச்சுன்னா எல்லா அறையும் சேர்ந்-துதான் எரியும், சார். எங்க அறை மட்டும் தப்பிக்கணும்னா - நான் ராசையாவுக்கும் எனக்கும் வித்தியாசம் இல்லாம போயிடுவேன்."

மறுநாள் காலை அவன் நிலாவிடம் 1959 நோட்டைக் கொடுத்தான். "படிங்க. முழுசா. அப்புறம் ஒண்ணு சொல்-றேன்."

அவள் படித்து முடித்ததும் - அவள் முகத்தில் அவன் எதிர்பார்த்தது இருக்கவில்லை; ஆச்சரியம் இல்லை - "சந்-தேகப்பட்டேன்," என்றாள். "ராசையா அன்னிக்கு 'பழைய ஒப்பந்தம்' அப்படின்னாரு சொன்னீங்கல்ல. இது மாதிரி எதோ இருக்கும்னு."

"நீங்க இப்ப அந்த நெலத்தோட வாரிசு. என் தாத்தா அந்த மோசடியோட சாட்சி. அதனால சட்டப்படி நாம ரெண்டு பேரும் -" அவன் சரியான வார்த்தையைத் தேடி-னான்.

"எதிர் கட்சிக்காரங்க," நிலா முடித்தாள். பிறகு - முதன்-முறையாக அன்று - அவள் சிரித்தாள். "நல்ல வேளை. கதை இப்பதான் நேர்மையாச்சு. இனிமே நீங்க ஹீரோ இல்ல; நானும் வெறும் பாதிக்கப்பட்டவ இல்ல. நாம ரெண்டு பேரும் ஒரே சேத்துல நிக்கறோம். சேத்துலேந்து-தான், அருள், தாமரை உண்மையா பூக்கும்."

29

குணசேகரனின் நகர்வு

காலை ஐந்தரை மணிக்கு குணசேகரன் கண் விழித்தான் - அலாரம் இல்லாமல்; முப்பது வருடப் பழக்கம்.

பூஜை அறையில் இருபது நிமிடம். விளக்கேற்றி, விபூதி இட்டு, கண்மூடி அமர்ந்தான். அவன் பிரார்த்தனை எப்போதும் ஒன்றுதான் - வார்த்தைகள் இல்லாத, கடவுளுக்கும் தனக்கும் மட்டும் தெரிந்த ஒரு பழைய கணக்கு. கேட்பான்: *இன்னும் எவ்வளவு நாள்?* பதில் வராது. வராத பதிலுக்குப் பழகி முப்பது வருடம்.

ஆறு மணிக்கு மகளின் வீடியோ அழைப்பு - சென்னை ஹாஸ்டலில் இருந்து, தினமும், காலைக் காபியுடன். "அப்பா, இன்னிக்கு anatomy viva. பயமா இருக்கு." - "பயப்படாதம்மா. ஒன் பேரு என்னன்னு சொல்லு." - "தேன்மொழி குணசேகரன்." - "குணசேகரன் பொண்ணு தோக்கறதில்ல." இது அவர்களின் பழைய விளையாட்டு; அவள் சிரித்தாள்; அவன் நெஞ்சு ஒரு கணம் - ஒரே ஒரு கணம் - எல்லாவற்றையும் மறந்தது.

ஒன்பது மணிக்கு திருச்சியில் கட்சி அலுவலகம்.

மாவட்டச் செயலாளர் அறையில் மூன்று பேர்: அவன், செயலாளர், சென்னையிலிருந்து வந்த "மேலிட ஆள்" -

பெயர் சொல்லத் தேவையில்லாத, புன்னகைக்குப் பின்னால் தராசு வைத்திருக்கும் வகை மனிதர்.

"லிஸ்ட்ல உங்க பேரு மூணாவதா இருக்கு," மேலிட ஆள் சொன்னார். "மூணாவதுன்னா - வாய்ப்பு இருக்கு, உறுதி இல்ல. மேல ரெண்டு பேருக்கும் பலம் இருக்கு; உங்களுக்கு பணமும் தொகுதிப் புடிப்பும் இருக்கு. ஹைகமாண்ட் பாக்கறது ஒண்ணே ஒண்ணுதான் - winnability. அதுக்கு முக்கியம்: சர்ச்சை இல்லாம இருக்கணும். Clean image." அவர் காபியை எடுத்தார். "அதான் கேக்கறேன் - உங்க ஊர்ல ஏதோ ஒரு பழைய பெட்டி, யூடியூப், டீவின்னு ஓடுதே. அது என்ன கதை?"

"ஒண்ணுமில்ல, சார். பழைய காலத்து லெட்டர்ஸ். ஊர்ப் பசங்க sentiment-ஐ வைரல் ஆக்கறாங்க." குணசேகரன் தோளைக் குலுக்கினான் - சரியான அளவு அலட்சியம்; வருடக்கணக்கான பயிற்சி. "ரெண்டு வாரத்துல அடங்கிடும்."

"அடங்கட்டும்." மேலிட ஆள் எழுந்தார். "டிக்கெட் அறிவிப்புக்கு முன்னாடி உங்க பேரு எந்தச் சேனல்லயும் தப்பா வரக்கூடாது. வந்துச்சுன்னா -" புன்னகை அகலமானது " - லிஸ்ட் நீளமானது, குணசேகரன் அவர்களே."

காரில் திரும்பும் வழியில் அவன் ஜன்னலுக்கு வெளியே வயல்களைப் பார்த்தபடி வந்தான். டிரைவருக்குத் தெரியும் - இந்த அமைதி யோசிக்கும் அமைதி; பேசக்கூடாது.

ரெண்டு வாரத்துல அடங்கிடும். அடங்குமா?

தீ வைத்தது முட்டாள்தனம் - அவன் சொல்லாத வேலை; கடன் வசூல் ஆட்களின் "ஓவர் ஆக்ஷன்." அதைக் கேள்விப்பட்டதும் அவன் போட்ட சத்தத்தில் அந்த ஆள் ஊரே விட்டுப் போயிருக்கிறான். வன்முறை - முட்டாள்களின் கருவி. வன்முறைக்கு சாட்சி இருக்கும், கேமரா இருக்கும், ஞாபகம் இருக்கும். அவனுக்குத் தெரிந்த மூன்று கருவிகள் வேறு: சட்டம், பணம், நேரம்.

சட்டம் - நாளை injunction file ஆகும். குறைந்தது ஆறு மாத இழுவை. பணம் - யூடியூப் பையனுக்கு ஒரு

"channel sponsorship" பேச்சு நடக்கிறது. நேரம் - அமெரிக்காப் பையனுக்கு leave முடியும்; வேலை இழுக்கும்; ஊர் சலிக்கும். டாக்குமெண்டரிப் பெண்ணுக்கு funding வேண்டும்; funding உலகம் சின்னது; அந்த உலகில் அவனுக்கு நண்பர்கள் உண்டு.

எல்லாம் சரியாகத்தான் இருந்தது - நேற்று வரை.

நேற்று வந்த தகவல்தான் முதல் முறையாக அவன் கணக்கை ஆட்டியது: *அந்த ரெண்டு பேரும் பெரம்பூர்ல ஒரு வீட்டுக்குப் போனாங்க. வீட்டுல இருக்கறவங்க: வள்ளியம்மாள், 78. புருஷன் ரிட்டையர்ட் ரயில்வே. பழைய ரேஷன் கார்டுல பிறந்த ஊரு: கொற்றமங்கலம்.*

வள்ளி.

அந்தப் பெயரை அவன் அப்பாவின் வாயில் ஒரே ஒரு முறை கேட்டிருக்கிறான் - வருடங்களுக்கு முன், அப்பாவும் சித்தப்பா சின்னத்துரையும் மொட்டை மாடியில் குடித்துக்கொண்டிருந்த ஒரு இரவில், படிக்கட்டில் நின்ற சிறுவனின் காதில் விழுந்த ஒரு துண்டு வாக்கியம்: *"...அந்த வள்ளி எங்கயாவது உசுரோட இருந்தா..."* - அப்புறம் அப்பாவின் குரல்: *"இரு. யாரோ நிக்கறாங்க."*

வீட்டுக்கு வந்ததும் அவன் நேராக அப்பாவின் அறைக்குப் போனான்.

ராசையா சாய்வு நாற்காலியில் - கையில் பழைய பஞ்சாங்கம்; படிக்கவில்லை; வெறுமனே பிடித்திருந்தார்.

"அப்பா. பொன்னுசாமின்னா யாரு?"

பஞ்சாங்கம் மடியில் இறங்கியது. கிழவர் மகனை நிமிர்ந்து பார்த்தார் - நீண்ட, அளக்கும் பார்வை. "எங்க கேட்ட அந்தப் பேரை?"

"நீங்க சொல்லுங்க முதல்ல."

"உனக்கு எதுக்கு அது?"

"ஏன்னா அந்தப் பேரு இருக்கற ஒரு பத்திரம் அந்தப் பெட்டில இருக்காம். ஏன்னா அந்த ஆளோட வாரிசுன்னு ஒருத்தங்க சென்னைல உசுரோட இருக்காங்க. ஏன்னா அந்த டாக்குமெண்டரிப் பொண்ணு நேத்து அவங்க வீட்டுல

மூணு மணி நேரம் இருந்திருக்கா." குணசேகரன் மேசையில் கை ஊன்றி குனிந்தான். "அப்பா. எனக்கு எல்லாம் தெரி-யணும். என் தப்பு எனக்குத் தெரியும் - அத நான் சுமக்க-றேன், முப்பது வருஷமா. ஆனா நான் சுமக்காத, எனக்குத் தெரியாத கணக்கு ஏதாவது இந்தக் குடும்பத்துல இருந்துச்-சுன்னா - இப்ப சொல்லுங்க. எலக்ஷன் நடுவுல தெரியற-துக்கு முன்னாடி."

ராசையா வெகுநேரம் மௌனமாக இருந்தார். பிறகு பஞ்-சாங்கத்தை மேசையில் வைத்தார் - மெதுவாக, ஒரு முடி-வோடு.

"உட்காரு," என்றார். "ஒன் தப்பு சின்னது, தம்பி. நகை. பொருளு. பொருளோட கணக்கு பொருளோட தீரும்." அவர் ஜன்னல் வழியே தோட்டத்தை - மேட்டுத்தோட்-டத்தை - பார்த்தார். "இந்தக் குடும்பத்தோட கணக்கு வேற இனம். அது நெலத்துல ஆரம்பிச்சு -"

அவர் நிறுத்தினார். கண்களை மூடினார்.

"- தண்ணில முடிஞ்சுது."

30

தடை உத்தரவு

திங்கட்கிழமை, ஜெயந்தி சொன்னபடியே, அது வந்தது.

வழக்குத் தொடுத்தவர் பெயர்: சுப்பிரமணி - கீழத்தெரு; ஊரில் பெரிதாக யாரும் கண்டுகொள்ளாத ஒரு நடுத்தர விவசாயி. மனுவின் சாரம்: *"எங்கள் குடும்பத்தின் தனிப்-பட்ட கடிதங்களும் ரகசியங்களும் பிரதிவாதியின் கையில் சட்டவிரோதமாக உள்ளன; அவை வெளியிடப்பட்டால் ஈடு-செய்ய முடியாத மானநஷ்டம்; ஆகவே தடை வேண்டும்."*

நீதிமன்றம் இடைக்காலத் தடை ஒன்றை வழங்கியது - பெட்டக ஆவணங்களை "வெளியிடவோ, பகிரவோ, ஊடகங்களுக்கு வழங்கவோ" இரு வாரங்களுக்குத் தடை; பதில் மனு தாக்கல் செய்ய உத்தரவு.

சட்டப்படி அது சிறிய காரியம் - அவர்களின் சென்னை வழக்கறிஞர் ராஜலட்சுமி போனில் அதைத் தெளிவாகச் சொன்னார்: "Panic ஆகாதீங்க. இது interim. ஆவணங்-களைப் பறிக்கல; படிக்கறதுக்குத் தடை இல்ல; உரியவங்க-கிட்ட ஒப்படைக்கறதுக்கும் நேரடித் தடை இல்ல - அதை அவங்க அடுத்த hearing-ல கேப்பாங்க. ஆனா ஒண்ணு கவனம் - கோர்ட் ஒரு inventory கேட்டிருக்கு. பெட்-டில என்னென்ன இருக்குன்னு பட்டியல், sealed cover-ல, நாப்பத்தெட்டு மணி நேரத்துல."

"அதுல என்ன பிரச்சினை?" அருள் கேட்டான்.

"பிரச்சினை இதுதான் - sealed cover-னாலும், பட்டியல் தயாரிக்கறது உங்க side; எதிர் side வக்கீலுக்கு அது போய்ச் சேர வழி நூறு இருக்கு. பட்டியல் போனா அவங்களுக்குத் தெரிஞ்சிடும் - எது இருக்கு, எது இல்லன்னு. இதுவரைக்கும் அவங்க இருட்டுல குத்திக்கிட்டிருந்தாங்க. இனிமே வெளிச்சத்துல குத்துவாங்க - நேரா, தேவையான இடத்துல."

ஊருக்குள், தடை உத்தரவு வேறு மொழியில் மொழிபெயர்க்கப்பட்டது.

ஆலமரத்தடியில் தங்கராசு அதை உயர்த்திப் பிடித்தார்: "பாத்தீங்களா! கோர்ட்டே சொல்லிடுச்சு - அந்தப் பேப்பர் எல்லாம் சட்டவிரோதம்னு! நான் அன்னிக்கே சொன்னேன்..." - கோர்ட் அப்படிச் சொல்லவில்லை; ஆனால் ஆலமரத்தடியில் நீதிமன்றத் தீர்ப்புகளுக்கு வேறு பதிப்புகள் உண்டு.

அன்று மாலை ரேவதி நேரில் வந்தாள் - திருச்சியிலிருந்து, கணவனுடன், ஒரு உள்ளூர் சேனல் நிருபருடன்.

"பாருங்க சார்," கேமராவின் முன் அவள் பேசினாள் - அழுகை விளிம்பில் நிற்கும் குரலில்; அந்த அழுகை நடிப்பல்ல என்பதுதான் அருளை அதிகம் வெட்டியது. "எங்க குடும்ப சொத்து விஷயம் இது. பங்காளி எல்லாரும் கையெழுத்துப் போட்டாச்சு - இவரு ஒத்தர் தவிர. அமெரிக்கால சம்பாதிக்கறவருக்கு இது sentiment-உம் research-உம். எனக்கு ரெண்டு பிள்ளைங்க இருக்கு. அவங்க எதிர்காலம் இந்த ஒரு கையெழுத்துல நிக்குது. இது நியாயமா?"

அன்றிரவு வாத்தியார் வீட்டில் நால்வரும் அமர்ந்திருந்தனர் - மேசையில் தடை உத்தரவின் நகல்.

"நாப்பத்தெட்டு மணி நேரம்," அருள் சொன்னான். "inventory போனதும் அவங்களுக்கு map கிடைச்சிடும். அதுக்குள்ள நாம ஒண்ணு முடிக்கணும்." அவன் நோட்டுகளின் அடுக்கைப் பார்த்தான் - வாசித்து முடித்தவை இடப்பக்கம்; மீதி வலப்பக்கம். வலப்பக்கத்தில் மீதம் இரண்டே: 1992-இன் நோட்டும், 1990 தொடங்கி 1995-இல் முடியும்

கடைசி நோட்டும்.

"1992," நிலா சொன்னாள். "ஜெயந்தி கேட்டது. நாம இன்னும் தொடாதது."

"இன்னிக்கு ராத்திரியே," அருள் 1992-ஆம் ஆண்டின் நோட்டை எடுத்தான். அட்டை மற்றவற்றைவிடத் தேய்ந்திருந்தது - அதிகம் கையாளப்பட்டது போல. திறந்தான்.

முதல் பக்கத்தில், மேலே, தனியாக ஒரு வரி - மற்ற எந்த நோட்டிலும் இல்லாத ஒரு முன்னுரை போல:

"இந்த வருஷம் எழுதறது கஷ்டமா இருக்கு. ஆனா இந்த வருஷம்தான் எழுதியே ஆகணும்."

31

கோயில் திருட்டு

(செங்கமலத்தின் நாட்குறிப்பு - 1992)

ஆவணி மாசம்.

கோயில் கும்பாபிஷேகத்துக்கு நிதி சேக்கறாங்க. ஊரு உற்சாகமா இருக்கு. வீட்டுக்கு வீடு படி அரிசி, படி பணம். வெளியூர் போனவங்களும் அனுப்பறாங்க. நகை வேற - பழைய நேர்த்திக்கடன் நகை, அம்மன் சேலை, கொலுசு, ஒட்டியாணம்னு கோயில் பெட்டகத்துல சேந்திருக்காம். தர்மகர்த்தா ராசையா வாண்டையாரு "எல்லாம் என் பொறுப்பு"ன்னு மேடைல சொன்னாரு.

நடேசன்தான் இதுக்கெல்லாம் ஓடி ஆடி வேலை. குருக்கள் வயசானவரு; நடேசன்தான் கைக்கால். பூ, விளக்கெண்ணெய், சாவி, கணக்கு - எல்லாம் அவன் கைல. நல்ல பையன். அவன் அக்கா புள்ளைங்களுக்கு நான்தான் ஸ்கூல் அப்ளிகேஷன் எழுதிக் குடுத்தது.

புரட்டாசி 8.

நேத்து ராத்திரி கோயில் நகைப் பெட்டி காலியாயிடுச்சு.

காலைல குருக்கள் கதவத் தொறந்தப்ப பூட்டு அப்படியே இருந்துதாம் - ஒடைக்கல. சாவி போட்டுத்தான் தொறந்திருக்காங்க. சாவி இருக்கறது ரெண்டு பேர்கிட்ட: குருக்கள், நடேசன்.

மதியத்துக்குள்ள போலீஸ். சாயங்காலத்துக்குள்ள நடேசன் கைது. மறுநாள் அவன் வீட்டுத் தென்னமரத்தடில "தோண்டிப் பாத்ததுல" ஒரு கொலுசு "கெடச்சுது."

ஊரு முழுக்க ஒரே பேச்சு: "சாவி வெச்சிருந்தவன்தான்." இவ்வளவு சுலபமா ஒரு கணக்கு முடியுமா? சாவி வெச்சிருக்கறவன் திருடினா சாவி போட்டுத் தொறப்பானா - உலகத்துக்கே "சாவிக்காரன்தான்"னு சொல்ற மாதிரி? திருடன் கூட இவ்வளவு முட்டாளா இருக்க மாட்டான். ஊருக்கு இது தோணலியா?

தோணுது. தோணியும் பேசல. ஏன்னா மாத்து கணக்குப் போட ஆரம்பிச்சா அது எங்க போய் நிக்கும்னு எல்லாருக்கும் உள்ளுக்குள்ள தெரியுது.

புரட்டாசி 11.

இன்னிக்கு நான் பாத்ததை எழுதறேன். நாளும் நேரமும் போட்டு. இது என் கண்ணால பாத்தது - கேள்வி இல்ல.

நகை போன அன்னிக்கு ராத்திரி நான் சுந்தரம் வீட்டுலேந்து வந்துக்கிட்டிருந்தேன் - அவளுக்கு ரெண்டு நாளா சுரம்; கஞ்சி வெச்சுக் குடுத்துட்டு கௌம்பினப்ப மணி பதினொண்ணு ஆகியிருக்கும். கோயில் வடக்குச் சுவரு ஓரமா வர்றப்ப - தெரு விளக்கு அங்க இல்ல; நெலா வெளிச்சம் மட்டும் - சுவர்ப் பக்கத்துலேந்து ஒரு ஆளு வேகமா வந்தான். தோள்ல சாக்குப் பை மாதிரி ஒண்ணு. நடக்கறப்ப பைக்குள்ள *கிணுகிணு*ன்னு சத்தம் - பாத்திரம் இல்ல; வேற மாதிரி சத்தம். உலோகம் உலோகத்தோட மெதுவா மோதற சத்தம்.

என்னைப் பாத்ததும் அவன் மொகத்தத் திருப்பிக்கிட்டான். ஆனா தாமதம். நெலா வெளிச்சம் போதும் எனக்கு.

குணசேகரன். ராசையா வாண்டையாரு மவன். கோயம்புத்தூர்ல காலேஜ் படிச்சிட்டு வந்து "பிசினஸ்" பாக்கற பையன். ரேஸுக்குப் போறான், சீட்டாடறான்னு ஊரே பேசும் - பெரிய வீட்டுப் பையன்களப் பத்தி ஊரு ரசிச்சுப் பேசும்; அவ்வளவுதான், அதுக்கு மேல போகாது.

அவன் சந்து வழியா போனான். சந்து முடியற இடத்துல அவனோட புது மோட்டர் சைக்கிள் - ஊர்லயே அவன்கிட்டதான் அந்த சிவப்பு வண்டி - ஸ்டார்ட் ஆன சத்தம்.

நான் நேரா வீட்டுக்கு வந்தேன். அப்ப எனக்குத் தெரியாது நகை போன விஷயம். மறுநாள் காலைலதான் ஊரே கொந்தளிச்சுது.

புரட்டாசி 14.

இன்னிக்கு அன்வர் கடைக்கு மாசக் கணக்கு எழுதிக் குடுக்கப் போனேன் *(அவன் எழுத்து கொஞ்சம்தான்; கணக்கு மட்டும் சரியா இருக்கணும்னு மாசா மாசம் என்கிட்ட எழுதி வாங்குவான்)*. ஆளில்லாத நேரம் பாத்து அவன் மெதுவா சொன்னான்:

"ஆச்சி... ஒங்ககிட்ட ஒண்ணு சொல்லணும். அன்னிக்கு ராத்திரி - நகை போன ராத்திரி - கடை மூடற நேரத்துல ஒருத்தன் வந்தான். தண்ணி கேட்டான். குடுத்தேன். டம்ளர புடிக்கறப்ப அவன் கை நடுங்கிச்சு, ஆச்சி. ஒடம்பு முழுக்க வேர்த்து. சட்டைல விளக்கெண்ணெய் வாசம் - கோயில் எண்ணெய் வாசம், எனக்குத் தெரியாதா. கால் பக்கத்துல ஒரு சாக்கு மூட்டை வெச்சிருந்தான், அதுல கண்ண வெச்சே இருந்தான்."

"யாரு?"

அவன் சொன்னான். நான் கேட்ட பேரே அவன் வாயிலயும்.

"போலீஸ்கிட்ட சொல்லு, அன்வர்."

அவன் தலையாட்டினான் - இல்லன்னு. கண்ணுல தண்ணி. "ஆச்சி... எனக்கு மூணு புள்ளைங்க. இந்தக் கடைதான் சோறு. நான் சொன்னா யாரு நம்புவா? வாண்டையாரு வீட்டுக்கு எதிரா - நான்? என் பேரு அன்வர், ஆச்சி. எங்க மாதிரி ஆளுங்க இந்த மாதிரி கதைல முதல்ல மாட்டுவோம், கடைசில விடுவோம்."

நான் என்ன சொல்ல? அவன் சொல்றதுல நெசம் இருக்கு. அதான் கொடுமை.

ஐப்பசி 2.

வேதநாயகம் வாத்தியாரு வீட்டுக்கு வந்தாரு. அவரை இப்படி நான் பாத்ததே இல்ல - மொகம் வெளுத்து, கை நடுங்க.

"அக்கா. நடேசன் அன்னிக்கு சாயங்காலம் ஆறரை மணிலேந்து எட்டரை வரைக்கும் என் கூடதான் இருந்தான். ஸ்கூல் annual day-க்கு stage போட அளவு எடுத்-துக்கிட்டிருந்தோம். நான் சாட்சி சொல்லணும். சொல்லப் போறேன்னு SI-கிட்ட சொன்னேன்."

"நல்லது. அப்புறம் ஏன் இந்த நெலைமை?"

"நேத்து BEO ஆபீஸ்லேந்து ஆளு வந்தான். 'ஒங்க transfer file ரெடியா இருக்கு - ராமநாதபுரம் கரையோ-ரம். ஒங்க அம்மாவுக்கு வயசு எண்பது, ஒங்க பொண்ணு பத்தாங்கிளாஸ் - யோசிச்சு முடிவு பண்ணுங்க'ன்னு சிரிச்-சுக்கிட்டே சொல்லிட்டுப் போனான், அக்கா. சிரிச்சுக்-கிட்டே."

அவரு ரொம்ப நேரம் என் திண்ணைல உட்கார்ந்தி-ருந்தாரு. நான் ஒண்ணும் சொல்லல. என்ன சொல்றது - "போய்ச் சொல்லுங்க, குடும்பம் எரியட்டும்"னா? அந்த உரிமை எனக்கு இல்ல.

போகும்போது அவரு சொன்னாரு: "அக்கா, நான் வாத்-தியாரு. புள்ளைங்களுக்கு 'நெசம பேசு'ன்னு பாடம் எடுக்-கறவன். இனிமே அந்த பாடம் எடுக்கற ஒவ்வொரு நாளும் நான் உள்ளுக்குள்ள சாவேன்."

அவரு போனப்புறம் நான் இத எழுத உட்கார்ந்தேன்.

மார்கழி.

நடேசனுக்கு தீர்ப்பு. ஏழு வருஷம்.

கோர்ட்டுக்கு அவனை கொண்டு போனப்ப நான் போயி-ருந்தேன் - அவன் அக்கா கூட. வேன்லேந்து எறங்கினப்ப அவன் கண்ணு கூட்டத்துல எதையோ தேடிச்சு. அவன் அக்காவப் பாத்தான். என்னையும் பாத்தான். கை விலங்-கோட கூப்பினான் - எங்க ரெண்டு பேருக்குமா, கடவு-ளுக்கா, தெரியல.

இந்த ஊருக்கு நான் கடைசியா எழுதுற சாட்சியம் இது. இனிமே என் ஒடம்புல சக்தி இல்ல; ஊர் மேல நம்பிக்கையும் மிச்சம் இல்ல. ஆனா இந்தப் பக்கங்கள்ல எல்லாம் இருக்கு: நான் பாத்தது. அன்வர் பாத்தது - அவன் பேர சொல்லிட்டேன், மன்னிச்சுக்கோ அன்வர்; நீ சொல்ல முடியாதத காலம் சொல்லட்டும். வாத்தியாரோட alibi. தென்னமரத்தடி கொலுசு "கெடச்ச" விந்தை. எல்லாம்.

நடேசா. ஏழு வருஷம் கழிச்சு நீ வெளீல வருவ. அப்ப இந்த ஊரு ஒனக்கு என்ன பதில் சொல்லும்?

(பிற்சேர்க்கை - வேற மை, வேற தேதி, கையெழுத்து தளர்ந்து: "1996, ஆனி. நடேசன் ஜெயில்லயே போயிட்டான். காய்ச்சல்னு சொன்னாங்க. அவன் அக்காகிட்ட நான் எழுதிக் குடுத்த ரெண்டு கருணை மனு, ஒரு அப்பீல் கடிதம் - மூணும் இந்த நோட்டோட கூடவே இருக்கு. மூணுக்கும் பதில் வரல. சில கடிதங்களுக்கு பதிலே வராது. அதுக்காக எழுதாம இருக்க முடியுமா.")

32

அன்வர் பேசுகிறான்

வாசிப்பு முடிந்தபோது விடியற்காலை மூன்று மணி.

யாரும் தூங்கப் போகவில்லை. நிலா ஜன்னலோரம் நின்றிருந்தாள்; கார்த்திக் - கார்த்திக் அழுதுகொண்டிருந்தான்; ஒளிக்க முயன்றும் முடியாமல். "நடேசன் அக்கா..." அவன் தொண்டை கட்டியது. "...அவங்கதாண்ணே கோயில் தெருல இருக்காங்க. நான் சின்ன வயசுல அவங்க வீட்டுப் பக்கம் போனா எங்கம்மா இழுத்துப்பா - 'திருட்டு வீடு'ன்னு. நாங்க எல்லாரும்... மொத்த ஊருமே... முப்பது வருஷமா ஒரு அப்பாவி குடும்பத்தை-"

காலை ஏழு மணிக்கு அருள் அன்வர் கடைக்குப் போனான். கடை திறந்துகொண்டிருந்தது; அன்வர் அடுப்பில் பால் காய்ச்சிக்கொண்டிருந்தார்.

அருள் ஒன்றும் பேசவில்லை. 1992 நோட்டின் ஒரு பக்கத்தை - புரட்டாசி 14-ஆம் தேதிப் பதிவை - மேசையில் வைத்தான்.

அன்வர் துடைத்த கையோடு வந்து குனிந்து படித்தார். படிக்கப் படிக்க அவர் முகம் மாறியது - முப்பத்து நான்கு வருடங்கள் ஒரு முகத்துக்குள் அழுத்தி வைத்தது மேலெழுவதை அருள் பார்த்தான்.

"அவங்க எழுதி வெச்சிருக்காங்க," அன்வர் மெதுவாகச் சொன்னார் - கேள்வியாக அல்ல. "அவங்ககிட்ட நான்

சொன்னது... 'காலம் சொல்லட்டும்'னு அவங்க எழுதியிருக்காங்க பாரு..." அவர் பெஞ்சில் உட்கார்ந்தார் - உட்கார்ந்துவிட்டார் என்பது சரி. "தம்பி, ஒனக்கு ஒண்ணு தெரியுமா. ஒவ்வொரு வருஷம் கோயில் திருவிழா வரும். மணி அடிக்கும். ஊரே கூடும். நான் கடைல நிக்கறப்ப அந்த மணி சத்தம் காதுல விழுந்தா எனக்கு பக்தி வராது - அன்னிக்கு ராத்திரி அந்த நடுங்கின கை, அந்த டம்ளரு, அந்த எண்ணெய் வாசம்தான் ஞாபகம் வரும். முப்பத்து நாலு வருஷமா கோயில் மணி எனக்கு வேற சத்தம், தம்பி."

"இப்ப சொல்லுவீங்களா?" அருள் மெதுவாகக் கேட்டான். "சாட்சியா?"

அன்வர் நிமிர்ந்தார். கண்களில் ஈரம்; ஆனால் பதில் உறுதியாக வந்தது: "இல்ல."

"அன்வர் பாய்-"

"கேளு தம்பி. முழுசா கேளு." அவர் கையை உயர்த்தினார். "அன்னிக்கு செங்கமலம் ஆச்சிகிட்ட நான் சொன்ன அதே காரணம்தான் - மூணு புள்ளைங்க; இப்ப அதோட ஏழு பேரக் குழந்தைங்க. கடை இன்னும் இதே கடைதான். ஊரு இன்னும் இதே ஊருதான். குணசேகரன் அப்பவிட இப்ப பெரிய ஆளு. நான் கோர்ட்ல நின்னு வாய் தொறந்த மறுநாள் - கடைக்கு லைசென்ஸ் பிரச்சினை வரும்; இல்ல food safety ரெய்டு வரும்; இல்ல என் பேரன் ஏதோ case-ல சிக்குவான். எப்படின்னு கூட சொல்ல முடியாது - ஆனா வரும். அது எப்படி வரும்னு எங்க மாதிரி ஆளுங்களுக்குச் சொல்லிக் குடுக்கத் தேவையில்ல."

அவர் எழுந்து பாலை இறக்கினார். இரண்டு டீ போட்டார். ஒன்றை அருள் முன் வைத்தார்.

"ஆனா." - ஒரு நீண்ட மூச்சு - "ஒரு நிபந்தனைல ஒண்ணு செய்யறேன். நீ இதையெல்லாம் வெச்சு என்னிக்காவது நெசமா ஒரு விசாரணைக்கு - CB-CID-யோ, மறுவிசாரணையோ, கமிஷனோ - கொண்டு போன... அன்னிக்கு, மத்த சாட்சிங்க கூட நிக்கறாங்கன்னா, கூட்டத்துல நான் தனியா இல்லன்னா - அன்னிக்கு என்னைக் கூப்-

பிடு. யோசிக்கறேன்." அவர் அருளின் கண்களை நேராகப் பார்த்தார். "தனியா முதல் ஆளா - மாட்டேன். கடைசி ஆளா - பாக்கலாம். இதுதான் என் தைரியத்தோட சைஸு, தம்பி. இதுக்கு மேல என்கிட்ட இல்ல. குறைச்சு மதிப்பிடாத - இவ்வளவு கூட இல்லாதவங்கதான் இந்த ஊரு நெறைய."

அன்று மதியம் அவர்கள் நடேசனின் அக்காவைப் பார்க்கப் போனார்கள்.

கோயில் தெருவின் கடைசி வீடு - பூட்டிய ஜன்னல்கள், திறந்திருந்தும் மூடியது போலிருந்த வாசல். கதவைத் திறந்தவள் - எழுபதை நெருங்கிய ஒரு பெண்; கண்களில் வாழ்நாள் முழுவதும் தாழ்த்திய பார்வை.

அருள் சொன்னான் - மெதுவாக, முழுமையாக: யார் தான், என்ன கிடைத்திருக்கிறது, அதில் என்ன எழுதியிருக்கிறது. சொல்லி முடித்து, செங்கமலம் ஜெயிலுக்கு எழுதிய கருணை மனுக்களின் நகல்களை அவள் கையில் வைத்தான்.

அவள் அவற்றை வாங்கினாள். புரட்டினாள். திடீரென்று நின்றாள் - ஒரு பக்கத்தில், மனுவின் ஓரத்தில், சிறிய எழுத்தில் ஏதோ எழுதியிருந்தது. அவள் அதை வாசித்தாள்; வாசித்தவள், அந்தக் காகிதத்தை மார்போடு அணைத்துக்கொண்டு, அந்த வாசலிலேயே உட்கார்ந்துவிட்டாள்.

நிலா குனிந்து அந்த வரியைப் பார்த்தாள். செங்கமலத்தின் கையெழுத்து - மனுவின் வரைவில், அனுப்பும்முன் அவள் தனக்காகவே எழுதிக்கொண்ட குறிப்பு:

"நடேசன் திருடவில்லை என்று இந்த ஊரில் மூன்று பேருக்குத் தெரியும். எழுத எனக்கு மட்டும் தெரியும். அதனால் எழுதுகிறேன் - இது முதல் முறையும் அல்ல, கடைசி முறையும் ஆகாது."

"முப்பத்து நாலு வருஷம்," நடேசனின் அக்கா - அவள் பெயர் கனகம் - கண்ணீருக்கு நடுவே சொன்னாள். "முப்பத்து நாலு வருஷத்துல இன்னிக்குத்தான் யாராவது எங்க வீட்டு வாசல்ல நின்னு 'ஒங்க தம்பி திருடன் இல்ல'ன்னு

சொல்றாங்க."

33

கார்த்திக்கின் விலை

அந்த screenshot-கள் ஊருக்குள் பரவ அரை நாள் ஆகவில்லை.

யாரோ ஒரு போட்டி யூடியூபர் - "தஞ்சை உண்மைகள்" சேனல்காரன் - வெளியிட்டிருந்தான்: கார்த்திக்கின் வங்கிக் கணக்குக்கு ஒரு "மீடியா ஏஜென்சி"யிலிருந்து இரண்டு லட்சம் வந்த சான்று; அதற்கு மூன்று நாள் கழித்து கார்த்திக்கின் சேனலிலிருந்து இரண்டு பழைய வீடியோக்கள் - மணல் அள்ளும் லாரிகள் பற்றியும், ஒரு குளம் தூர்க்கப்பட்டது பற்றியும்; இரண்டிலும் தொடர்புப் புள்ளி குணசேகரனின் நிறுவனங்கள் - நீக்கப்பட்ட சான்று.

தலைப்பு: **"ஊர் ரகசியம் பேசும் கார்த்திக்கின் சொந்த ரகசியம்!"**

ஆலமரத்தடியில் இது தீபாவளி பட்டாசு. "பாத்தீங்களா - அந்தப் பையனே விலை போனவன்தான்!" அமைதிக்காரர்களின் வாதத்துக்கு இது தங்கச் சான்று: *பெட்டிக் கூட்டத்துல ஒருத்தன் இப்படின்னா மத்தவங்க எப்படியோ.*

வாத்தியார் வீட்டில், அன்று மாலை, கார்த்திக் தலை குனிந்து நின்றான்.

"நெசமா?" - அருள் ஒரே கேள்வி.

"நெசம்தாண்ணே." கார்த்திக் நிமிரவில்லை. "போன வருஷம். சேனல் ஆரம்பிச்சு ஒரு வருஷம் - நூறு ரூபா

கூட வருமானம் இல்ல. அப்ப ஒருத்தரு வந்தாரு - 'ஏஜென்சி, sponsorship'னு. ரெண்டு லட்சம். நிபந்தனை: அந்த ரெண்டு வீடியோவ எடுக்கணும், இனிமே 'சில விஷ-யங்கள்' தொடக்கூடாது. அப்ப எனக்கு அது பெரிய தப்பா தெரியல, அண்ணே - யாருண்ணே பாக்கறா என் வீடி-யோவ, ஆயிரம் views-தான்... அம்மாவுக்கு ஆபரேஷன் வேற அப்ப..." அவன் நிறுத்தினான். சாக்குகள் தீர்ந்து-போயின என்பது அவன் முகத்திலேயே தெரிந்தது. "தப்பு-தாண்ணே. விக்கப்பட்டேன். அவ்வளவுதான்."

"இப்ப அவங்க கையில ஒரு கத்தி இருக்கு," நிலா அமைதியாகச் சொன்னாள். "இனிமே நீ எத வெளியிட்டா-லும் - 'விலை போனவன் சொல்றான்'னு ஒரே வெட்டுல சாகடிப்பாங்க. அதுக்காகத்தான் இத இப்ப வெளியிட்டிருக்-காங்க. ஒன்ன அழிக்க இல்ல - ஒன் வாயோட விலையை அழிக்க."

"தெரியுதுக்கா." கார்த்திக் நிமிர்ந்தான் - கண்கள் சிவந்து; ஆனால் அவற்றில் இப்போது வேறு ஒன்று. "அதான் நான் ஒண்ணு கொண்டு வந்திருக்கேன்."

அவன் பையிலிருந்து ஒரு hard disk-ஐ எடுத்து மேசையில் வைத்தான்.

"இதுல மூணு விஷயம் இருக்கு. ஒண்ணு - நான் delete பண்ண அந்த ரெண்டு வீடியோவோட original footage, raw files-ஓட. ரெண்டு - இந்தப் பெட்டி வேலை ஆரம்பிச்ச நாள்லேந்து நான் எடுத்த ஒவ்வொரு scan-ஓட video log; எந்தப் பேப்பர் எப்ப யார் கைல இருந்துதுன்னு timestamp-ஓட - நாளைக்கு யாராவது 'இவங்க டாக்குமெண்ட்ல கைவெச்சிருக்காங்க, forgery'ன்னு சொன்னா இதுதான் நமக்கு கவசம்."

"மூணாவது?" அருள் கேட்டான்.

கார்த்திக் தன் போனை எடுத்தான். ஒரு audio file-ஐ play செய்தான்.

ஒரு குரல் - சகஜமாக, நட்பாக: "...பேசாம இந்த ஒரு வருஷம் வேற மாதிரி content போடு, தம்பி. travel vlog, food - அதெல்லாம் நல்லா ஓடும், நாங்க boost பண்றோம். மாசம் ஒரு தொகை fix பண்ணிக்கலாம். பெட்டி, பழைய கேஸு - இதெல்லாம் ஒனக்கு எதுக்கு? அந்த அமெரிக்காக்காரன் நாளைக்கு போயிடுவான். நீ இங்கதான இருக்கப்போற..."

"இது யாரு?" நிலா கேட்டாள்.

"குணசேகரனோட PA. போன வாரம் திருச்சில வெச்சு. நான் சந்திக்கப் போறதுக்கு முன்னாடியே record on பண்ணிட்டேன்." கார்த்திக் ஒரு வெளிறிய புன்னகை சிரித்தான். "ஒரு தடவை விக்கப்பட்டவனுக்குத் தெரியும்ணே - அடுத்த தடவை வாங்க வர்றப்ப ரசீது வெச்சுக்கணும்னு."

அறையில் ஒரு கணம் - பிறகு வேதநாயகம் சிரித்தார்; சிரித்தபடியே கார்த்திக்கின் தோளில் கை வைத்தார்.

"தம்பி," அருள் hard disk-ஐ எடுத்தான். "ஒன்னை இந்தக் குழுவுலேந்து நீக்கணும்னு ஊரு எதிர்பாக்குது. அவங்களுக்கு அதுதான் வசதி. அதனாலதான் நீக்க மாட்டோம்." அவன் disk-ஐ பெட்டக அறையின் பீரோவில் வைத்துப் பூட்டினான். "ஆனா ஒண்ணு - இனிமே ஒரு பைசா, ஒரு sponsorship, ஒரு 'ஏஜென்சி' - எதுவும் என்கிட்ட சொல்லாம நடக்கக்கூடாது."

"சத்தியமாண்ணே." கார்த்திக்கின் குரல் உடைந்தது. "அண்ணே... ஒண்ணு சொல்லட்டுமா. நான் இந்த வேலைக்கு வந்தது views-க்காகத்தான். நெசம். ஆனா இப்ப... நேத்து கனகம் பாட்டி அந்த மனுவ கட்டிப்புடிச்சு உட்கார்ந்திருந்தாங்கல்ல - அத எடிட் பண்ண முடியாதுண்ணே. அத thumbnail போட முடியாது. அது வேற மாதிரி... நெஞ்சுக்குள்ள..." அவன் வார்த்தை தேடினான்; கிடைக்கவில்லை. "எதுக்கோ நிக்கறேன் இப்ப. அது என்னன்னு சரியாத் தெரியல. ஆனா views இல்ல."

34

பேரன் பிறந்த ஆண்டு

(செங்கமலத்தின் நாட்குறிப்பு - கடைசி நோட்டு: 1990-1995)

1990, சித்திரை.

அண்ணன் வீட்டுல சந்தோஷம். சாமியோட பொண்டாட்டி - மீனாட்சி; நல்ல புள்ள, தெருவுல பாத்தா தலை வணங்குவா; அவளுக்கு அது சம்பிரதாயம், எனக்கு அது தினுசு - வயித்தோட இருக்காளாம். ஊர்ப் பேச்சுல கேள்விப்பட்டேன். எங்க வீட்டு விசேஷங்கள்லாம் எனக்கு ஊர்ப் பேச்சுலதான் தெரியும். அதுக்கும் ஒரு வசதி இருக்கு - ஊருக்கு எல்லாம் தெரியும்.

இந்த வயசுல - ஐம்பத்தாறு - மனசு என்ன கேக்குதுன்னு பாத்தா சிரிப்புதான் வருது. பேரக் குழந்தை பாக்கணுமாம். எந்த உரிமைல? "அத்தை" உரிமைல கூட இல்ல - சாமி இப்ப என்கிட்ட பேசறதே வருஷத்துக்கு ரெண்டு வார்த்தை. அவனுக்கு என்னை ஏதோ ஒரு மாதிரி - விலக்கி வெச்ச சாமான் மாதிரி - பாக்கப் பழக்கிட்டாங்க. அவன் தப்பு இல்ல. பழக்கினவங்க தப்பு. பழக்க விட்டுக்குடுத்த என் தப்பு.

1990, ஆவணி.

பொறந்துட்டான்.

ஆம்பளப் புள்ளையாம். அருள்னு பேரு வெச்சிருக்-காங்க.

பேரு கேட்டதும் நான் சிரிச்சேன் - தனியா, இந்த வீட்டுல, ராத்திரி, ஒரு கெழவி சிரிக்கறத யாரு பாக்கப் போறா. அருள். கருணைன்னு அர்த்தம். இந்தக் குடும்பத்-துல யாருக்கு இருந்துதோ இல்லியோ - பேர்ல வந்திடுச்சு.

பன்னிரண்டாம் நாள் தொட்டில் சடங்கு. போகலாமா வேணாமான்னு ரெண்டு நாள் யோசிச்சேன். அண்ணன் கூப்பிட மாட்டான் - அறுபது வயசு தாண்டியும் அவன் பயம் அவனை விடல. கூப்பிடாத வீட்டுக்குப் போற வயசும் இல்ல எனக்கு, மனசும் இல்ல.

ஆனா தெரு பொது. திண்ணைக்கு எதிர்த் தெருவுல சுப்பம்மா வீட்டுத் திண்ணை - அவ எனக்கு சொந்தம் இல்ல, ஆனா சிநேகம் - அங்க உட்கார்ந்தா அண்ணன் வீட்டு வாசல் தெரியும்.

பாத்தேன். மீனாட்சி குழந்தையைத் தூக்கிக்கிட்டு வாசல்ல வந்தா - யாரோ உறவுக்காரங்க கௌம்பறதுக்கு வழியனுப்ப. தூரத்துல, ஒரு கணம், ஒரு சின்ன மூஞ்சி. கருப்பு முடி. கையாட்டிக்கிட்டிருந்தான் - உலகத்துக்கே டாட்டா காட்டற வயசு.

என் பேரன்.

யாருக்கும் தெரியாது. அவனுக்கும் தெரியப்போறதில்ல. ஆனா ரத்தத்துக்குத் தெரியும் - ரத்தம் காகிதம் கேக்காது.

அன்னிக்கு ராத்திரி உட்கார்ந்து ஒரு கடிதம் எழுதினேன். சாமிக்கு எழுதின முப்பத்திரண்டு பொறந்தநாள் கடிதங்கள்ல இது சேராது. இது புதுசு. இது அவனுக்கு -

இல்ல. இதப் பத்தி இங்க எழுத மாட்டேன். அந்தக் கடி-தம் எங்க இருக்கணுமோ அங்க இருக்கும். அதோட முக-வரி அதுக்குத் தெரியும்.

1994, மார்கழி.

ஒடம்பு சொல்லிக்கிட்டே இருக்கு - நேரம் நெருங்கு-துன்னு. வைத்தியர்கிட்ட போனா மாத்திரை தருவாரு; மாத்-

திரைல வயசு குறையாது.

இந்த வாரம் முழுக்க பெட்டி வேலை. கதிர்வேலு கூட உட்கார்ந்து எல்லாத்தையும் ஒரு முறை சரி பாத்தோம் - வருஷ வாரியா கட்டு, மேல சீட்டு, பத்திரக் கோப்பு தனியா, சணல் உறை தனியா. அவரு கேட்டாரு: "இதெல்லாம் யாரு கைல போய்ச் சேரணும்னு நெனைக்கிற?"

நான் சொன்னேன்: "தேடி வர்றவன் கைல."

"தேடி வராட்டி?"

"வருவான்." எப்படி அவ்வளவு நிச்சயமா சொன்னேன்னு எனக்கே தெரியல. ஆனா சொன்னப்ப நெஞ்சுல சந்தேகமே இல்ல. "இந்த ஊரு கதையோட முடிச்சு அவிழாம இருக்-காது. எந்த ஊரு கதையும் அப்படி இருந்ததில்ல."

1995, சித்திரை.

நேத்து கோயில் திருவிழா. தேர்.

போனேன் - கடைசித் தேரா இருக்கலாம், பாத்துட-லாம்னு. கூட்டத்துக்கு ஓரமா, புளிய மரத்தடில நின்னேன். எனக்கும் கூட்டத்துக்கும் நடுவுல எப்பவும் ஒரு கோடு உண்டு - அத ஊரு போட்டுது, காலம் அழிக்கல.

அப்பதான் பாத்தேன். தூரத்துல வைரவன் நிக்கறான்னு ஒரு நொடி நெனச்சேன் - அதே நெத்தி, அதே நிக்கற நிக்கை. இல்ல. சாமி. அப்பனும் புள்ளையும் வயசாக வயசாக ஒண்ணாயிடறாங்க. தோள்ல ஒரு குழந்தை.

அஞ்சு வயசு இருக்கும். கருப்பு முடி காத்துல பறக்க, தேரப் பாத்து கையக் கொட்டிக்கிட்டிருந்தான்.

அவனும் என்னைப் பாத்தான்.

குழந்தைங்க அப்படித்தான் - கூட்டத்துல எல்லாரும் தேரப் பாக்கறப்ப, ஓரத்துல தனியா நிக்கறவளை அவங்க கண்ணுதான் கண்டுபுடிக்கும். ரொம்ப நேரம் பாத்தான். நானும் பாத்தேன். சிரிக்கலாமான்னு இருந்தேன் - அதுக்-குள்ள சாமி என்னைப் பாத்துட்டான். அவன் மொகம் இறுகி, பையனோட தோளப் புடிச்சு வேற பக்கம் திரும்பிட்-டான்.

பரவாயில்ல. எனக்கு வேண்டியது கெடச்சிடுச்சு. அவன் கண்ணு என் கண்ணுல பட்டுது. ஒரு நொடிதான். போதும். சில சொத்துக்கு ஒரு நொடி போதும்.

அன்னிக்கு ராத்திரி அப்பா பேனாவ எடுத்தேன். கடைசியா ஒரு முறை மை நெறச்சு, ஒரு வெள்ளைத் தாள்ல எழுதிப் பாத்தேன் - கை இன்னும் கேக்குது; எழுத்து இன்னும் ஆத்துத் தண்ணிதான், கொஞ்சம் தளர்ந்த ஆத்து, அவ்வளவுதான்.

அப்புறம் பேனாவத் தொடச்சு, துணில சுத்தி, அண்ணன் வீட்டுத் திண்ணைல வெச்சிட்டு வந்தேன் - ராத்திரி, யாருக்கும் தெரியாம.

ஏன்னு கேக்காத, நோட்டே. எழுத்தாளம்மா சொத்து வேற என்ன இருக்கு? எழுதற கை அந்த வீட்ல இனிமே பொறக்கும்னா - அதுக்கு முன்னாடியே ஆயுதம் அங்க இருக்கட்டும்.

1995, வைகாசி.

இன்னிக்கு சுந்தரம் வந்திருந்தா. அவகிட்ட எல்லாம் சொன்னேன் - சொல்ல வேண்டியதெல்லாம்.

பெட்டியக் காமிச்சேன். அடி ஆணி அடிச்சு ரெண்டு அடுக்கா இருக்கறதையும் - கீழ அடுக்குல என்ன இருக்குன்னும். "இது யாருக்குன்னு ஞாபகம் வெச்சுக்கோ," சொன்னேன். "சரியான ஆளு சரியான நேரத்துல கேக்கும்போது மட்டும் சொல்லு. அவசரப்பட்டுச் சொல்லாத. அந்த ஆளே எல்லாத்தையும் கண்டுபுடிச்சு, கடைசில இது மட்டும் மிச்சம்னு நிக்கற நேரம் வரும் - அப்ப சொல்லு."

அவ அழுதா. "நீ இல்லாத ஊர்ல நான் எத்தனை நாளடி தனியா இந்த ரகசியத்தோட?"

"எத்தனை நாளோ அத்தனை நாள். நீ கெட்டிக்காரி."

கதிர்வேலுகிட்ட கடைசி வேலை ஒப்படைச்சிருக்கேன் - நான் போனப்புறம் பெட்டியை பூஜை அறைத் தரைக்கடியில வெக்கணும். "வீடு இருக்கற வரைக்கும் பெட்டி தூங்கட்டும்; வீடு விழும் நாள் அது முழிக்கட்டும்"னு சொன்னேன். அவரு "சரி"ன்னாரு. அப்புறம் ரொம்ப நேரம் ஒண்ணும்

பேசாம இருந்துட்டு கேட்டாரு: "எனக்கு முன்னாடி நீ போயிடுவியா?"

"தபால்காரரே," சொன்னேன், "முகவரிதான் முதல்ல போகும். கடிதம் அப்புறம்தான்."

அவரு சிரிக்கல.

இந்த நோட்டுல இனி அதிகம் எழுத மாட்டேன்னு நெனைக்கிறேன். எழுத வேண்டியதெல்லாம் எழுதியாச்சு. வாழ வேண்டியதெல்லாம் - அதுவும் ஒரு வகைல வாழ்ந்தாச்சு. திண்ணைல உட்கார்ந்து ஒரு ஊரோட எழுபது வருஷத்தை என் பேனா வழியா பாத்தேன். எல்லாரும் அவங்க அவங்க கதைல வாழ்ந்தாங்க. நான் எல்லார் கதைலயும் வாழ்ந்தேன். யாரோட வாழ்க்கை பெருசு?

கடைசியா ஒண்ணு - இத யாரு படிச்சாலும் சரி, எப்ப படிச்சாலும் சரி:

நான் இந்த ஊரை வெறுக்கல. வெறுக்கறதுக்கு நெறைய இருந்துது; வெறுக்கல. ஊருன்னா மனுஷங்க; மனுஷங்கன்னா பலவீனம்; பலவீனத்தை வெறுச்சா மிஞ்சறது வெறுப்பு மட்டும்தான். நான் வேற ஒண்ணு செஞ்சேன் - எழுதி வெச்சேன். வெறுப்பு அழியும். எழுத்து நிக்கும்.

காவிரி வத்தினாலும் ஆறுதான். நானும் அப்படித்தான்.

- செ. செங்கமலம்

(இதற்குக் கீழே, வேறு கையெழுத்தில் - தளர்ந்த, பெரிய எழுத்துகளில் - ஒரே ஒரு வரி: "வைகாசி 28 ராத்திரி தூக்கத்துல போயிட்டா. வாக்குப்படி பெட்டி வெச்சாச்சு. - க.")

35

சுந்தரம்பாளின் கதவு திறக்கிறது

கடைசி நோட்டின் கடைசி வரியை - கதிர்வேலின் தளர்ந்த கையெழுத்தை - வாசித்து முடித்தபோது விடியற்காலை நான்கு மணி.

நிலா தலையணையில்லாமல் பாயில் உறங்கிப்போயிருந்தாள்; கார்த்திக் சுவரில் சாய்ந்து; வாத்தியார் தம் அறையில். விழித்திருந்தது அருள் மட்டும் - விழித்திருந்தவன் கையில் அந்த நோட்டு, மனதில் இரண்டு வார்த்தைகள் சுழன்றுகொண்டிருந்தன.

என் பேரன்.

1990. ஆவணி. *"பொறந்துட்டான். அருள்னு பேரு வெச்சிருக்காங்க."* அதற்கு அடுத்த வரியில் - *"என் பேரன். யாருக்கும் தெரியாது."*

பேரன்.

அத்தை அல்ல. பேரன் என்றால் - பேரன் என்றால் அவனுடைய அப்பா...

அவன் எழுந்து, பெட்டக அறைக்குள் போனான். அங்கே, scan ஆகாத பொருட்களின் சிறிய அடுக்கில், அது இருந்தது - முதல் நாளே கண்டெடுத்த, ஆனால் திறக்கப்படாத ஒரே பொருள்: ஒரு துணிப் பை, வாயில்

நூல் தைத்து மூடப்பட்டது, மேலே துணியிலேயே மையால்: **"இது எனக்கு மட்டும்."**

அன்று வேதநாயகம் சொன்னார்: "எல்லாத்தையும் ஊருக்காக எழுதினவ இத மட்டும் 'எனக்கு'ன்னு எழுதியிருக்கான்னா, அதுக்கு ஒரு மரியாதை குடுப்போம். கடைசி வரைக்கும் வேற வழியே இல்லன்னா மட்டும் திறப்போம்." அருளும் ஒப்புக்கொண்டான். அந்தப் பை அன்றிலிருந்து அங்கேயே - வாசிக்கப்பட்ட எல்லாவற்றுக்கும் நடுவில், வாசிக்கப்படாமல்.

இப்போது அவன் அதை எடுத்தான். கைகள் நடுங்கின - தைத்த நூலை அறுக்கும்போது, தைத்தவளின் விரல்களை அறுப்பது போலொரு குற்றவுணர்வு. உள்ளே - ஒரு சிறிய நோட்டு. அட்டையில் வருடம் இல்லை. முதல் பக்கத்தில் ஒரே வரி: *"இது எனக்கு மட்டும்."*

அவன் வாசித்தான்.

கும்பகோணம். பின்னறை. *"இது"* என்று அழைக்கப்பட்ட வயிறு. அனுப்பப்படாத பதினொரு கடிதங்கள். மாசி மாதத்து இரவு. மூன்று நாட்கள். *"இவன் இனிமே என் மவன். சாமிநாதன்னு பேரு வெச்சிருக்கோம்."* வாயில் திணித்த சேலை. *"சத்தம்தான் சாவுது. வேற ஒண்ணும் சாவறதில்ல."*

வாசித்து முடித்தபோது வெளியே கோழி கூவிற்று.

அருள் எவ்வளவு நேரம் அப்படியே உட்கார்ந்திருந்தான் என்று அவனுக்குத் தெரியாது. அவன் உலகம் - முப்பத்தாறு வருடங்களாக அவன் நின்ற தரை - மெல்ல, ஓசையில்லாமல், இடம் மாறிக்கொண்டிருந்தது. தாத்தா - தாத்தா இல்லை. அப்பா - அண்ணன் மகன் இல்லை. அந்த வெள்ளைச் சேலைப் பாட்டி - புளிய மரத்தடியில் நின்று அவனையே பார்த்தவள் -

பாட்டி.

வார்த்தைக்கு அர்த்தம் இருக்கிறது என்று அவனுக்கு அன்றுதான் தெரிந்தது.

காலை ஏழு மணிக்கு அவன் சுந்தரம்பாளின் குடிசை முன் நின்றான். தட்டத் தேவையில்லை - கதவு திறந்திருந்-

தது. உள்ளே, விளக்கு முன், கிழவி உட்கார்ந்திருந்தாள் - காத்திருந்தவள் போல.

"வா," என்றாள். அவன் முகத்தை ஒரு பார்வை பார்த்-ததும் அவளுக்குப் புரிந்துவிட்டது. "படிச்சிட்ட."

அவன் வாசற்படியில் உட்கார்ந்தான். கேள்வி கேட்க-வில்லை - கேள்விகள் தீர்ந்துபோயிருந்தன; மீதி இருந்தது ஒரே ஒரு வாக்கியம், அதை அவனால் சொல்ல முடிய-வில்லை. அவள்தான் சொன்னாள் - தொண்ணூறு வருடக் குரலில், ஒவ்வொரு வார்த்தையாக:

"ஆமா, தம்பி. அந்தப் பிள்ளைதான் உங்க அப்பா. செங்கமலத்தோட ஒரே மவன். நீ அவ பேரன்."

வெளியே, தெருவில், ஊர் விழித்துக்கொண்டிருந்தது - பால் பாத்திரச் சத்தம், சைக்கிள் மணி, யாரோ கூவி விற்-கும் கீரை. உலகம் வழக்கம்போல. உலகத்துக்கு என்ன தெரியும்.

"நான் அவளுக்கு பத்து வயசுலேந்து தோழி," சுந்தரம்-பாள் சொன்னாள். "அவ எழுதக் கத்துக்கிட்டப்ப நான் பக்-கத்துல உட்கார்ந்து ஓலை மடிச்சேன். அவ காதல்பட்டப்ப எனக்குத்தான் முதல்ல தெரியும். அவ கும்பகோணம் போனப்ப ஊருக்கு 'தீர்த்த யாத்திரை'; எனக்கு நெசம். அவ திரும்பி வந்து, தன் புள்ளையே 'அண்ணன் மவன்'னு கூப்பிட்டு வாழ்ந்த ஒவ்வொரு நாளும் - நான் பாத்துக்-கிட்டுத்தான் இருந்தேன், தம்பி. ஒரு மனுஷி எவ்வளவு தாங்குவான்னு அளக்கறதுக்கு என்கிட்ட ஒரு அளவுகோல் இருக்கு - அவ பேரு செங்கமலம்."

"அவங்க... ஒரு தடவையாவது அப்பாகிட்ட சொல்லியி-ருக்கலாமே. கடைசி காலத்துலயாவது."

"சொல்ல நெனைச்சா." கிழவி விளக்கின் சுடரைப் பார்த்தாள். "ஒரே ஒரு தடவை. சாமிக்கு பனிரெண்டு வயசு இருக்கும் - அவன் ஸ்கூல்ல ஃபஸ்டு வந்த வருஷம். ஊரே பாராட்டுச்சு. அவ தாங்கலடா - சந்தோஷம் தாங்-கலை. தெருவுல அவன் தனியா வந்தப்ப கூப்பிட்டு, புத்தகம் வாங்கிக் குடுத்து, அப்படியே ஒரு நிமிஷம் கட்டிப்புடிச்சு

அழுதுட்டா. பையன் திடுக்கிட்டுப்போய் ஓடிட்டான். வீட்ல சொல்லியிருக்கான். அவ்வளவுதான் - வைரவன் வந்து எச்சரிச்சுப் போனான். 'இன்னொரு தடவை இப்படி நடந்தா ஒன்னை இந்த ஊர்லயே வெச்சிருக்க மாட்டேன்'னு. அதுக்கப்புறம் அவ சாமி பக்கத்துலயே போனதில்ல."

அருள் கண்களை மூடினான். பன்னிரண்டு வயதுச் சிறுவன். திடீரென்று கட்டிப்பிடித்து அழுத "அத்தை." புரியாத பயம். அந்தப் பயம்தான் - அறுபது வருடம் கழித்து - "அந்தப் பொண்ணு பேரை உச்சரிக்காதே" என்று கத்துகிறது.

"இன்னொரு கேள்வி இருக்கு ஒன்கிட்ட," சுந்தரம்பாள் சொன்னாள். "கேளு."

"அப்பாவோட..." - அருள் வார்த்தையைத் தேடினான் - "...அவங்க யாரு? அந்தக் காதல்... யாரு அவரு?"

கிழவி நீண்ட நேரம் பேசவில்லை. பிறகு தலையசைத்தாள். "அத நான் சொல்றதுக்கில்ல, தம்பி. அது அவ ரகசியம் கூட இல்ல - இன்னொருத்தரோட ரகசியமும் சேர்ந்தது. அந்த ஆளு இன்னும் உசுரோட இருக்காரு. மூச்சு இருக்கற ஒருத்தரோட கதைய நான் எப்படிச் சொல்றது? போய் அவரையே கேளு."

"யாரு-"

சொல்லும்போதே அவனுக்குள் விடை எழுந்தது. நாட்குறிப்பின் வரிகள் - *சைக்கிள் மணி. கல் மண்டபம். "முகவரி இல்லாத கடிதத்தை எங்க சேர்க்கணும்னு தபால்காரனுக்குத் தெரியும்." "எனக்கு முன்னாடி நீ போயிடுவியா?"* - எல்லாம் ஒரே புள்ளியில் வந்து நின்றன.

அவன் எழுந்தான். சுந்தரம்பாள் மேலே சொன்னாள் - அவன் முதுகுக்கு:

"மெதுவா போ, தம்பி. அவரு காத்திருக்காரு - அறுபத்தெட்டு வருஷமா காத்திருக்கறவருக்கு இன்னும் ஒரு மணி நேரம் ஒண்ணும் இல்ல. ஆனா நீ - நீ மூச்சு வாங்கிக்கிட்டுப் போ. கேக்கப்போற கதை சும்மா கதை இல்ல. ஒன் ரத்தம்."

36

ரத்தம்

தெருவில் நடக்கும்போதே அவன் அப்பாவுக்கு போன் செய்தான்.

மணி அடித்தது. அடித்துக்கொண்டே இருந்தது. பதில் இல்லை. இரண்டாவது முறை - அதே. மூன்றாவது முறை அம்மா எடுத்தாள்: "அப்பா வாக்கிங் போயிருக்காருடா. என்ன, இவ்வளவு காலைல?"

"ஒண்ணுமில்லம்மா. அப்பா வந்ததும்... இல்ல. வேணாம். நானே அப்புறம் கூப்பிடறேன்." - எதை, எப்படி, போனில்? வேண்டாம். இது போனில் சொல்லும் செய்தி அல்ல.

கதிர்வேலின் வீடு ஊரின் தென்கோடியில் - தபால் அலுவலகம் இருந்த பழைய கட்டிடத்துக்குப் பின்னால், ஒரு சிறிய ஓட்டு வீடு. முற்றத்தில் முல்லைக் கொடி பந்தல்; திண்ணையில், காலை வெயிலில், கிழவர் - கையில் ஒரு பழைய புத்தகம்; படிக்கவில்லை; வெறுமனே வைத்திருந்தார்.

அருள் வாசலில் நின்றான்.

கிழவர் நிமிர்ந்தார். கண்ணாடிக்குப் பின்னால் கண்கள் - தொண்ணூற்றிரண்டு வயதிலும் தபால்காரக் கண்கள்; முகவரி வாசிக்கும் கண்கள் - அருளின் முகத்தை வாசித்தன. புத்தகம் மடியிலிருந்து நழுவியது. அவர் அதை எடுக்கவில்லை.

"தெரிஞ்சிடுச்சா," என்றார். கேள்வி அல்ல.

"தாத்தா-" - வார்த்தை அருளை அவனையும் கேட்காமல் வந்தது; வந்த பிறகுதான் அவனே உணர்ந்தான் - தன் வாழ்நாளில் முதல்முறையாக அந்த வார்த்தையை அதன் முழு அர்த்தத்தோடு சொல்லியிருக்கிறான்.

கதிர்வேல் அப்படியே அசையாமல் உட்கார்ந்திருந்தார். பிறகு - மெல்ல - அவர் முகம் கலைந்தது. தொண்ணூற்றிரண்டு வருடங்கள் ஒரு முகத்தை எப்படிக் கட்டி வைத்திருக்குமோ, அந்தக் கட்டுகள் ஒவ்வொன்றாக அவிழ்வதை அருள் பார்த்தான். கண்ணீர் - வயோதிகக் கண்ணீர்; சத்தமில்லாத, நிதானமான, ஆழமான.

"வாடா," என்றார். "வா... என் கொள்ளுப்பேரன்டா நீ. இந்த வார்த்தைய நான் வாய் விட்டுச் சொல்லி... சொல்லவே முடியாதுன்னுதான நெனைச்சிருந்தேன்."

அடுத்த இரண்டு மணி நேரம் அந்தத் திண்ணையில் ஒரு நூற்றாண்டின் பாதி பேசப்பட்டது.

1956-இன் மழை மண்டபம். கல்லுக்கடியில் காத்திருந்த கடிதங்கள். 1957 - "அவ கும்பகோணம் போறான்னு தெரிஞ்சதும் நான் தபால் ஆபீஸ் லீவு போட்டு அங்க போனேன், தெரியுமா. சித்தி வீட்டுத் தெரு முனைல ரெண்டு நாள் நின்னேன். அவளப் பாக்கவாவது. முடியல. அண்ணன் ஆளு வெச்சு காவல் - எனக்காகத்தான்னு அப்புறம் தெரிஞ்சுது. மூணாவது நாள் அவ ஒரு துண்டுச் சீட்டு அனுப்பினா - சித்தி வீட்டு வேலைக்காரி கைல: *'நீ இங்க நின்னா ரெண்டு உசுரு போவும். போயிடு. நான் சொல்ற வரைக்கும் வராத.'* - போயிட்டேன்டா. அந்தச் சீட்டுக்காக என் வாழ்நாள் முழுக்க என்னையே திட்டிக்கிட்டிருக்கேன். போகாம இருந்திருக்கணும். ரெண்டு உசுரு போனா போயிருக்கட்டும்."

1965 - இடமாற்றம்; வேறு திருமணம் ("அம்மா சாகக் கெடந்து கேட்டா. கட்டினேன். அந்தம்மாகிட்ட நான் நியாயமா நடந்தேன் - அன்பா இல்ல, நியாயமா. அதுவே ஒரு அநியாயம்தான்."). 1980 - மனைவி இறந்து ஊர் திரும்பியது. "அப்புறம் எங்க ரெண்டு பேருக்கும் ஒரு ஒப்பந்தம்

- பேசாத ஒப்பந்தம். வாரம் ரெண்டு தடவை திண்ணைப் பேச்சு. அவ்வளவுதான். தொட மாட்டோம். பழசு பேச மாட்டோம். சாமியப் பத்தி - எங்க பையனப் பத்தி - பேச மாட்டோம். பேசினா ரெண்டு பேராலயும் தாங்க முடியாது."

"அப்பாவுக்கு... உங்களப் பத்தி எதுவுமே தெரியாதா?"

"தெரியாது." கிழவர் முல்லைப் பந்தலைப் பார்த்தார். "நான் அவனுக்கு தபால்காரன். அவ்வளவுதான். அவன் ஸ்கூல் சர்டிபிகேட் வந்த நாளு - ரிஜிஸ்டர் தபால் - நான்தான் கொண்டு போனேன். கையெழுத்து வாங்கினேன் என் பையன் கைல. அரசாங்க ரசீதுல. அப்புறம் அவன் கல்யாணப் பத்திரிகை - அதையும் நான்தான் ஊர் முழுக்கக் கொண்டு போய்க் குடுத்தேன். என் பையன் கல்யாணப் பத்திரிகைய நூறு வீட்டுல குடுத்துட்டு, என் வீட்டுல மட்டும் வெச்சுக்க முடியல - அன்னிக்கு ராத்திரி அவ வீட்டுத் திண்ணைல ரெண்டு பேரும் ஒண்ணும் பேசாம ரொம்ப நேரம் உட்கார்ந்திருந்தோம். அதான் எங்க தாலி, அதான் எங்க தீ வலம் - மௌனம்தான்டா எங்க சம்சாரம்."

ஒரு கணம் நிறுத்தி, பிறகு சேர்த்தார்: "இன்னொண்ணும் சொல்லணும். அவ போனப்புறம் பெட்டியப் புதைக்கணும் - அவ வாக்கு. ஆனா வீட்டுல ஆளு இருக்கு; பூஜை அறைத் தரையை நான் தனியா எப்படிப் பெயர்க்க? வேற வழியில்லாம வைரவன்கிட்டயே போனேன். அவன் ஒரு கேள்வி கூடக் கேக்கல. அன்னிக்கு ராத்திரி வீட்டாரு எல்லாரும் தூங்கினப்புறம் அறையத் தொறந்து விட்டான்; கூட நின்னு மணல் போட்டான்; கல்லு பாவினான். வேலை முடிஞ்சதும் ஒரே வார்த்தை சொன்னான் - 'இவ்வளவுதான் என்னால முடியும்'னு. அதான் அவன் தங்கச்சிக்குச் செஞ்ச கடைசி காரியம், தம்பி. ஒரே காரியம்னும் சொல்லலாம்."

அவர் மெல்ல எழுந்து உள்ளே போனார். வந்தபோது கையில் ஒரு சிறிய மரப் பெட்டி. திறந்தார். உள்ளே -

ஒரு சைக்கிள் மணி. பித்தளை; தேய்ந்து பளபளத்து.

"என் சர்வீஸ் சைக்கிள் மணி. ரிட்டையர் ஆனப்ப சைக்கிளத் திருப்பிக் குடுத்தேன்; மணிய மட்டும் கழட்டி வெச்-

சுக்கிட்டேன் - ஆபீசர்கிட்ட சொல்லி." கிழவர் அதை உள்ளங்கையில் வைத்து, ஒரு முறை - *கிண்-கிண்-கிணீங்* - அடித்தார். அந்த ஓசை முற்றத்து முல்லைப் பூக்களுக்கு இடையே சுற்றி அடங்கியது. "அவ செவிக்கு இது என்னோட பேரு. எழுபது வருஷத்துக்கு முன்னாடி இந்தச் சத்தம் கேட்டா அவ எழுதறத நிறுத்துவான்னு எனக்குத் தெரியும். அவ அத என்கிட்ட சொன்னதே இல்ல; அவ டைரில எழுதியிருக்கான்னு நீ இப்ப சொல்றதுலேந்துதான் எனக்கே உறுதி."

அவர் மணியை அருளின் கையில் வைத்தார்.

"வேணாம் தாத்தா, இது உங்க-"

"என் கைல இருந்தா இன்னும் கொஞ்ச நாள்தான்டா இருக்கும். ஒன் கைல இருந்தா இன்னும் ஒரு தலைமுறை இருக்கும்." அவர் அருளின் கையை மூடினார் - இரண்டு கைகளாலும். "ஒரே ஒரு சத்தியம் வேணும். ஓங்கப்பாகிட்ட... சாமிகிட்ட... நீ இத சொல்லப் போற, தெரியும். சொல்லு - சொல்லியே ஆகணும். ஆனா சொல்றப்ப ஒண்ணு மட்டும் சேர்த்துச் சொல்லு: அவன் யார்கிட்டயும் கடன்பட்டதில்ல. அவன் அம்மா அவனுக்காக எல்லாத்தையும் குடுத்தா; அவன் அப்பன் -" கிழவரின் குரல் முதன்முறை உடைந்தது, "- அவன் அப்பன் ஒண்ணுமே குடுக்கல. குடுக்க விடல, சரிதான். ஆனாலும் கணக்கு கணக்குதான். அவன் என்னை அப்பான்னு கூப்பிடணும்ங்கற ஆசை எனக்கு இல்லடா. அவன் என்னை வெறுக்கக்கூடாது - அவ்வளவுதான் ஆசை. அதுக்கும் நான் தகுதியா இல்லியான்னு அவனே முடிவு பண்ணட்டும்."

37

அனுப்பப்படாத 197 கடிதங்கள்

(பெட்டகத்தின் தனிக் கட்டு. மேல் சீட்டில்: "சாமிக்கு. அனுப்பாதவை." நூற்று தொண்ணூற்றேழு கடிதங்கள் - பிறந்தநாள்களுக்கு, பள்ளி நாட்களுக்கு, திருமணத்துக்கு, ஒவ்வொரு "முக்கியமான" நாளுக்கும். கீழே சில.)

1959, மாசி. (முதல் பிறந்தநாள்.)

கண்ணா,

ஒனக்கு இன்னிக்கு ஒரு வயசு. நடக்கப் பழகறயாம் - அண்ணி தெருவுல சொல்லிக்கிட்டிருந்ததக் கேட்டேன். முதல் அடி எடுத்து வெச்சப்ப யாரு கைய புடிச்சிருந்தாங்களோ அவங்களுக்கு ஒரு கும்புடு.

ஒனக்கு பால் குடுக்கறப்ப அண்ணி பாட்டுப் பாடுவாங்களாம். நல்ல குரல்னு ஊரே சொல்லுது. நான் பாட மாட்டேன் - குரல் சரியில்ல. நான் இருந்திருந்தா ஒனக்கு கதை சொல்லியிருப்பேன். பாட்டு தூங்க வைக்கும்; கதை எழுப்பி விடும். ரெண்டும் வேணும் ஒரு புள்ளைக்கு. ஒனக்கு பாட்டு கெடச்சிருக்கு. கதையை நான் இங்க சேத்து வைக்கறேன் - என்னிக்காவது ஒரு நாளைக்கு.

1963, ஆனி. (முதல் பள்ளி நாள்.)

இன்னிக்கு ஒன்னை பள்ளிக்கூடத்துல சேத்தாங்க. புது சட்டை, தலைல எண்ணெய், கையில பலகை. அழுதுக்கிட்டே போன - வாசல்லேந்து நான் பாத்தேன். அழாத, கண்ணா. எழுத்து ஒன்னை ஏமாத்தாது. மனுஷங்க ஏமாத்துவாங்க; எழுத்து நிக்கும். ஒன் அம்மா சொல்றா - அவளுக்கு எழுத்து மட்டும்தான் கடைசி வரைக்கும் கை குடுத்துது.

ஒன் வாத்தியார்கிட்ட இன்னிக்கு ஒன் பேரை யாரு எழுதிக் குடுத்தாங்க தெரியுமா? பதிவேட்டுல "சாமிநாதன், த/பெ வைரவன்"னு விழுந்திருக்கும். அந்த "த/பெ"ல ஒரு கதை இருக்கு. அத இப்ப சொன்னா ஒனக்குப் புரியாது. புரியற வயசுல கேக்க நீ வர மாட்ட. அதான் இங்க வெச்சிருக்கேன்.

1971, ஆவணி. (நீ வந்த நாள்.)

இன்னிக்கு நீ என் திண்ணைல உட்கார்ந்த. "அத்தை"ன்னு கூப்பிட்ட. தண்ணி குடிச்ச. ஒன் கையெழுத்தைப் பாத்தேன் - நல்லா இருக்கு; "ர"வை இன்னும் கொஞ்சம் வளைச்சு எழுதணும்; அத ஒன் வாத்தியார் சொல்லித் தருவாரு.

நீ போனப்புறம் நீ உட்கார்ந்த இடத்தை நான் ரொம்ப நேரம் பாத்துக்கிட்டிருந்தேன். பைத்தியம்தான். தாய்ங்கறது ஒரு வகைப் பைத்தியம்தான், கண்ணா - ஊருக்குத் தெரிஞ்ச பைத்தியங்களுக்குப் பேரு வைக்கறாங்க; எனக்கு மாதிரி தெரியாத பைத்தியங்களுக்குப் பேரு இல்ல.

1985, தை. (கல்யாணம்.)

மீனாட்சி நல்ல புள்ள. நேத்து ஊர்வலத்துல பாத்தேன் - வண்டில நீங்க ரெண்டு பேரும். நீ சிரிச்ச சிரிப்பு ஒன் அப்பன் சிரிப்பு. அத ஒன்கிட்ட யாரும் சொல்ல மாட்டாங்க; சொல்றதுக்கு அந்த ஒப்புமை தெரிஞ்சவங்க ஊர்ல ரெண்டே பேரு; ரெண்டு பேரும் வாய் மூடினவங்க.

ஒன் கல்யாணத்துக்கு நான் என்ன சீர் குடுத்தேன் தெரியுமா? கோயில்ல ஒரு அர்ச்சனை - ஒன் பேரு சொல்லி இல்ல; சொன்னா குருக்கள் யோசிப்பாரு. ராசி

சொல்லி. அதான் என் சீர். தாய் சீர் இவ்வளவுதான்னு யாராவது கேட்டா - தாய்ன்னு ஒத்துக்கிட்டா இல்ல சீரு, ஒத்துக்காட்டி இல்ல உரிமை. ரெண்டுமே இல்லாதவளுக்கு அர்ச்சனைதான் அதிகபட்சம்.

1990, ஆவணி. (நீ அப்பன் ஆன நாள்.)

கண்ணா,

இன்னிக்கு ஒனக்கு ஒரு மவன் பொறந்திருக்கான். அருள்.

ஒனக்கு இப்ப தெரியுமா - ஒரு புள்ளையக் கையில வெச்சுக்கிட்டா உலகம் எப்படி மாறிப்போவுதுன்னு? தெரிஞ்சிருக்கும். அப்ப ஒரு நிமிஷம் - ஒரே ஒரு நிமிஷம் - யோசிச்சுப் பாரு: அந்தக் கையிலேந்து புள்ளையை யாராவது வாங்கிட்டுப் போனா?

இல்ல. வேண்டாம். ஒன் சந்தோஷத்துல இந்த நெனப்பு வேண்டாம். இந்தக் கடிதத்தையும் நீ இப்ப படிக்கப்போறதில்லதான. எழுதிட்டுத் தூங்கப் போறேன். இன்னிக்கு நான் நிம்மதியாத் தூங்குவேன் - எங்க வம்சம் வளருது. வம்சம்னா என்ன - பேரு போவுதா? ரத்தம் போவுது. ரத்தம் போனா கதையும் கூடப் போவும். கதை இருக்கற வரைக்கும் நான் சாகல.

1994, மாசி. (கடைசி.)

கண்ணா,

இனிமே வருஷா வருஷம் எழுத முடியுமான்னு தெரியல. கை சோர்ந்திடுச்சு. அதான் இன்னிக்கு கொஞ்சம் அதிகமா எழுதறேன்.

ஒன்கிட்ட நான் ஒரு தடவை மட்டும் தப்பு பண்ணியிருக்கேன் - ஒனக்கு பனிரெண்டு வயசுல, தெருவுல ஒன்னைக் கட்டிப்புடிச்சு அழுதது. அன்னிக்கு ஒன் கண்ணுல நான் பாத்த பயம் இருக்கே - அத நெனச்சா இன்னிக்கும் நெஞ்சு பிசையுது. மன்னிச்சுக்கோ. தாய்ப்பாசம் தாங்காம வழிஞ்சுது; வழிஞ்சு ஒன்னை பயமுறுத்திடுச்சு. அன்னிக்கேந்து நீ என்னை ஒரு மாதிரி பாக்க ஆரம்பிச்ச. அந்தப் பார்வைதான், கண்ணா, என்

வாழ்க்கைல நான் வாங்கின எல்லா அடியையும் விட பெரிய அடி.

ஒனக்கு நான் சொல்ல ஆசைப்பட்டதெல்லாம் இந்தக் கட்டுல இருக்கு. நூத்தி தொண்ணூத்தி ஏழு கடிதம். ஒவ்வொண்ணும் ஒரு "சொல்லாம விட்டது." எல்லாம் சேர்ந்தா - ஒரு அம்மா. அவ்வளவுதான் நான்.

நீ இத படிக்கற நாளு வரும்னா - அப்ப எனக்கு ஒண்ணு பண்ணு. கோவப்படாத. யார் மேலயும். ஒன் வளர்ப்புத் தாய் மேல இல்ல - அவ ஒன்னை நெசமாவே நேசிச்சா; பாலுக்கு ரத்தம் கணக்கு பாக்காது. வைரவன் மேல கூட வேண்டாம் - அவன் காலத்தோட கைதி. என் மேல - அதுவும் வேண்டாம்; நான் என் தண்டனையை நானே வாங்கி அனுபவிச்சாச்சு.

கோவப்படணும்னா ஒண்ணு மேல மட்டும் கோவப்படு: "மானம்"னு ஒரு வார்த்தை இருக்கே - அது மேல. அந்த ஒரு வார்த்தைக்காக இந்த மண்ணுல எத்தனை தாய்மார் புள்ளைங்கள தொலைச்சிருக்காங்க, எத்தனை புள்ளைங்க தாய்மார தொலைச்சிருக்காங்க. அந்த வார்த்தை ஒழியணும், கண்ணா. அதுக்கு ஒன்னால ஏதாவது செய்ய முடிஞ்சா செய். அதுதான் எனக்கு நீ செய்யற கருமாதி.

- ஒன் அம்மா. (இந்தக் கடைசிக் கடிதத்துல அடைப்புக்குறி இல்லாம எழுதறேன். இத்தனை வருஷத்துல முதல் தடவை. மன்னிச்சுக்கோ - ஒரு தடவையாவது இப்படி எழுதணும்.)

38

சென்னை மோதல்

சென்னை வீட்டின் அறைக்குள் - அதே சோபா, அதே சுவர், சுவரில் வைரவனின் மாலையிட்ட படம் - அப்பாவும் மகனும் எதிரெதிரே.

மேசையின் மேல் அருள் வைத்தவை: அந்தச் சிறிய நோட்டு. நூற்றுத் தொண்ணூற்றேழு கடிதங்களின் கட்டு. அவ்வளவுதான். வாதங்கள் இல்லை; ஆவண நகல்கள் இல்லை. வந்த வழியில் அவன் முடிவு செய்திருந்தான் - இது வழக்கு அல்ல; இதில் ஜெயிக்க யாரும் இல்லை.

"என்னடா இது," சாமிநாதன் கட்டைப் பார்த்தார் - பார்த்தவர் பார்வையை விலக்கினார். அந்த விலக்கலிலேயே ஏதோ இருந்தது.

"அப்பா. நான் ஒண்ணு வாசிக்கப் போறேன். நீங்க ஒண்ணும் சொல்ல வேண்டாம். வாசிச்சு முடிஞ்சதும் நான் கௌம்பிடறேன் - நீங்க சொல்லச் சொன்னா மட்டும் இருப்பேன்."

அவன் கடைசிக் கடிதத்தை - 1994, மாசி - எடுத்தான். வாசித்தான்.

"ஒனக்கு பனிரெண்டு வயசுல, தெருவுல ஒன்னைக் கட்டிப்புடிச்சு அழுதது..." - அந்த வரிக்கு வந்தபோது அவன் நிமிர்ந்து பார்த்தான். சாமிநாதன் ஜன்னல் பக்கம் திரும்பியிருந்தார். தோள்கள் - அந்த எப்போதும் நிமிர்ந்த

தோள்கள் - விறைத்து நின்றன.

"...பாலுக்கு ரத்தம் கணக்கு பாக்காது..."

"...அதுதான் எனக்கு நீ செய்யற கருமாதி."

"...ஒன் அம்மா. இந்தக் கடைசிக் கடிதத்துல அடைப்புக்குறி இல்லாம எழுதறேன்."

அருள் கடிதத்தை மடித்து வைத்தான். அறையில் மணிக்கூண்டின் சத்தம் மட்டும்.

"பொய்," சாமிநாதன் சொன்னார் - ஜன்னலையே பார்த்தபடி. குரலில் பலம் இல்லை; பழக்கம் மட்டும். "எல்லாம் அவ எழுதி வெச்ச பொய். ஒரு... ஒரு மனநிலை சரியில்லாத பொம்பளையோட கற்பனை. எங்கம்மா காமாட்சி. எங்கப்பா வைரவன். அவ்வளவுதான்-"

"அப்பா." அருள் மெதுவாகச் சொன்னான். "பனிரெண்டு வயசுல, ஃபஸ்டு வந்த வருஷம், தெருவுல ஒரு அத்தை திடீர்னு கட்டிப்புடிச்சு அழுதாங்க. நீங்க பயந்து ஓடினீங்க. இது அவங்க கற்பனைன்னா - இந்த சம்பவம் நடந்ததே இல்லன்னா - சொல்லுங்க. என் கண்ணைப் பாத்து சொல்லுங்க. நான் இந்தக் கட்டோட இங்கேயே எல்லாத்தையும் முடிச்சிட்டு அமெரிக்கா போயிடறேன்."

சாமிநாதன் திரும்பவில்லை.

மணிக்கூண்டு. வெளியே ஒரு பஸ்ஸின் ஹாரன். சமையலறை வாசலில் - எப்போது வந்து நின்றாளோ - மீனாட்சி.

"சொல்லுங்க," அவள் சொன்னாள்.

இருவரும் திரும்பினர். அவள் கண்களில் நீர்; ஆனால் குரல் - முப்பத்தெட்டு வருடக் குடும்பத்தில் அவள் சேர்த்து வைத்த எல்லா அதிகாரத்தோடும் - உறுதியாக இருந்தது.

"சொல்லுங்க, அல்லது நான் சொல்றேன்." அவள் உள்ளே வந்தாள். "உங்க அம்மா - காமாட்சி அத்தை - சாகறதுக்கு மூணு நாள் முன்னாடி என்னைத் தனியா கூப்பிட்டாங்க. கையப் புடிச்சுக்கிட்டு சொன்னாங்க: 'மீனாட்சி, என் மவன் என் வயித்துல பொறக்கல; என் மடில வளர்ந்தான். அவனப் பெத்தவ இந்த ஊர்லயே இருக்கா - தனியா. நான் அவகிட்ட வாங்கின புள்ளைக்கு நான் நியாயம் பண்-

ணிட்டேன்; அவளுக்கு நான் நியாயம் பண்ணல. அது என் கூடவே வருது. நீ ஒரு நாளைக்கு நேரம் வரும்போது இத சரி பண்ணு'ன்னு." மீனாட்சி கணவனைப் பார்த்தாள். "முப்பது வருஷமா இத வயித்துல வெச்சு சுமக்கறேன். நேரம் வந்திடுச்சுன்னு நெனைக்கிறேன்."

சாமிநாதன் சோபாவில் உட்கார்ந்தார். உட்கார்ந்தார் என்பதைவிட - இறங்கினார். அறுபத்தெட்டு வருடங்கள் ஒரு உடம்பின் மேல் ஒரே நேரத்தில் வந்து அமர்ந்தது போல.

வெகுநேரம் கழித்து அவர் பேசினார். குரல் - அருள் அதுவரை கேட்டிராத குரல்; அடித்தளத்திலிருந்து வரும் குரல்.

"எனக்குத் தெரியும்டா."

மணிக்கூண்டு.

"எப்பேந்து தெரியும்னு கேக்காத - சொல்ல முடியாது. ஒரே நாள்ல தெரிஞ்சதில்ல. சொட்டு சொட்டா... அந்தக் கட்டிப்புடி. அப்பா அவளப் பத்தி பேசறப்ப குரல் மாறறது. நான் ஃபாரம்ல 'தாயார் பெயர்' எழுதற ஒவ்வொரு தடவையும் எங்கம்மா மொகத்துல ஒரு நெழல் - காமாட்சிம்மா மொகத்துல. கல்யாணத்துக்கப்புறம் ஒரு நாள் ஊருக்குப் போனப்ப அவ - அந்த அத்தை - கோயில் தெருவுல எதிர்ல வந்தா. என்னைப் பாத்ததும் ஓரமா விலகி நின்னுக்கிட்டா - நான் கடந்து போறதுக்கு வசதியா. அந்த விலகல்ல... அந்த விலகல்ல ஒரு பழக்கம் இருந்துதுடா. வலி பழகினவங்க விலகற மாதிரி. அன்னிக்கு வீட்டுக்கு வந்து நான் சாப்பிடல."

அவர் கைகளை - நரம்புகள் புடைத்த, வயதான கைகளை - பார்த்தார்.

"தெரிஞ்சே மறந்தேன், அருள். அதுதான் நெசம். தெரியறதுக்கும் ஒத்துக்கறதுக்கும் நடுவுல ஒரு கதவு இருக்கு. அந்தக் கதவத் தாண்டினா - அப்புறம் எல்லாம் கேள்விதான். எங்கம்மா யாரு? எங்கப்பா யாரு? நான் யாரு? ஒரு கேள்வியும் வேண்டாம்னு கதவ மூடினேன். பூட்டினேன். பூட்டு வலுவா இருக்க, அவளை வெறுக்கப் பழகினேன் -

வெறுப்புதாண்டா பூட்டுக்கு எண்ணெய். அவ பேரு காதுல விழுந்தா உள்ள கதவு அலசுது; அதான் கத்தினேன் - 'உச்சரிக்காதே'ன்னு. ஒன்கிட்ட இல்லடா அந்தக் கத்தல். கதவுகிட்ட."

அருள் தந்தையின் அருகே போய் உட்கார்ந்தான். தொடவில்லை - இந்தக் குடும்பத்தில் ஆண்கள் தொடுவதில்லை; அதுவும் ஒரு பூட்டு. ஆனால் அருகே.

"அவ எப்படி இருந்தா?" - திடீரென்று சாமிநாதன் கேட்டார்; கேட்டுவிட்டு, தன் கேள்விக்குத் தானே அதிர்ந்தவராக - "...இல்ல. வேண்டாம். சொல்லாத. இல்ல... சொல்லு. சொல்லுடா. ஒண்ணுமே தெரியாதுடா எனக்கு அவளப் பத்தி. என் சொந்த அம்மாவப் பத்தி எனக்கு அவ எழுத்து அழகுன்னு கூடத் தெரியாது."

"ஆத்துத் தண்ணி ஓடற மாதிரி இருக்கும்," அருள் சொன்னான். "அப்படின்னு சொன்னது ஒங்க அப்பா."

சாமிநாதன் மகனை நிமிர்ந்து பார்த்தார். "அப்பா...?"

"அவரு உசுரோட இருக்காரு, அப்பா. இந்த ஊர்லயே. தொண்ணூத்தி ரெண்டு வயசு." அருள் நிறுத்தினான்; பிறகு, கதிர்வேல் சொன்னபடியே, சேர்த்துச் சொன்னான்: "அவரு ஒங்ககிட்ட எதுவும் எதிர்பாக்கல. நீங்க அவரை வெறுக்கக்கூடாது - அவ்வளவுதான் அவரோட ஆசை. அதுக்குத் தான் தகுதியா இல்லியான்னு நீங்களே முடிவு பண்ணணும்னு சொன்னாரு."

அன்றிரவு அருள் கிளம்பவில்லை.

இரவு உணவு யாரும் சரியாகச் சாப்பிடவில்லை. பத்து மணிக்கு சாமிநாதன் கடிதக் கட்டை எடுத்துக்கொண்டு தம் அறைக்குள் போனார்; கதவைச் சாத்தினார்.

ஹாலில் அம்மாவும் மகனும். மீனாட்சி மெல்லச் சொன்னாள்: "விட்டுடு. அவரு அவங்கம்மாகிட்ட பேசட்டும். அறுபத்தெட்டு வருஷத்து பேச்சு பாக்கி இருக்கு."

விடிய விடிய அந்த அறையின் கதவுக்கு அடியில் விளக்கு வெளிச்சம் தெரிந்துகொண்டிருந்தது.

காலையில் கதவு திறந்தபோது சாமிநாதன் கண்கள் சிவந்திருந்தன; கையில் கடிதக் கட்டு - நூலை அவிழ்த்து, மறுபடி - முறையாக, கவனமாக - கட்டியிருந்தார். அவர் அதை மகனிடம் நீட்டவில்லை; மார்போடு வைத்திருந்தார்.

"இது இங்கேயே இருக்கட்டும்," என்றார். அது கேள்வி-யும் இல்லை; உத்தரவும் இல்லை. வேண்டுதல்.

"அப்பா... இன்னொரு விஷயம் பேசணும். பெட்டி விஷ-யம். மத்த எல்லாம் - நெலம், கொலை, கோயில் - அதெல்-லாம் வெளீல வரத்தான் போகுது. வந்தே ஆகணும். ஆனா இது - *நம்ம* விஷயம் - இத என்ன பண்றதுன்னு நீங்கதான் சொல்லணும். உங்க கதை இது. உங்க அம்மா கதை."

சாமிநாதன் வெகுநேரம் கட்டையே பார்த்துக்கொண்டிருந்-தார். பிறகு சொன்னார் - மெதுவாக, ஒவ்வொரு வார்த்தை-யும் ஒரு மலையைத் தள்ளி:

"இப்ப வேணாம்டா. இப்ப... இப்ப என்னால முடியாது. ஊருக்கு, உறவுக்கு, ஒலகத்துக்கு - 'நான் யாரு'ன்னு திருப்-பிச் சொல்ற திராணி இந்த வயசுல எனக்கு வரணும். வரும்னு சத்தியம் பண்ண முடியாது. வராதுன்னும் சொல்ல மாட்டேன்." அவர் நிமிர்ந்தார்; கண்கள் - சிவந்த, களைத்த, ஆனால் முதன்முறையாக ஏதோ ஒன்று திறந்த கண்கள் - மகனைப் பார்த்தன. "ஒரு வாரம் முன்னாடி நீ கேட்ட - 'அந்தப் பெட்டியா இந்த அப்பனா'ன்னு நான் ஒன்னை மிரட்டினேன். அத திரும்ப எடுத்துக்கறேன். ரெண்டும் ஒண்-ணுதான்னு இப்ப தெரியுது. அந்தப் பெட்டிக்குள்ளதான்டா இந்த அப்பனே இருந்திருக்கான் - முப்பத்தாறு வருஷமா, ஒரு கட்டுக் கடிதமா."

(பாகம் 3 நிறைவு)

சரிவு

39

கசிவு

செய்தி வெடித்தது ஒரு செவ்வாய்க்கிழமை காலை.

தமிழ்நாட்டின் இரண்டாவது பெரிய செய்திச் சேனலின் ஒன்பது மணி நிகழ்ச்சி: **"68 வருடப் பத்திர மோசடி? - தஞ்சை கிராமத்தில் புதைந்த ஆவணங்கள் அம்பலம்!"** திரையில் - அருளுக்கு அத்துப்படியான பக்கங்கள்: பொன்னுசாமியின் நில வரி ரசீது; "தான செட்டில்மெண்ட்" நகல்; செங்கமலத்தின் கையெழுத்து வரைவு உயில் - சிவப்பு வட்டங்கள், பெரிதாக்கிய கைரேகை, பின்னணியில் பரபரப்பு இசை.

சாட்சிக் கையெழுத்துகளும் - இரண்டும் - திரையில்.

குப்புசாமி. வைரவன்.

வாத்தியார் வீட்டில் நால்வரும் டிவியின் முன் கல்லாக நின்றனர்.

"நான் இல்லண்ணே!" கார்த்திக் முதல் ஆளாகக் கத்தினான். "சத்தியமா - hard disk பீரோல, password உங்ககிட்ட-"

"தெரியும்," அருள் சொன்னான். அவன் மூளை ஏற்கனவே ஓடிக்கொண்டிருந்தது - யாரிடமெல்லாம் இந்தக் கோப்பு போயிருக்கிறது? பெட்டகம். cloud. அவனுடைய லேப்டாப். மற்றும் -

வழக்கறிஞர்.

எதிர் மனுவுக்காக ராஜலட்சுமிக்கு அவனே அனுப்பியிருந்தான் - 1958 கோப்பின் முழு scan; "ஆவணங்களின் பொது முக்கியத்துவத்தை நிரூபிக்க" இணைப்பாகச் சேர்க்கப்பட்டது. கோர்ட்டில் தாக்கல்; எதிர்தரப்புக்கு நகல்; நகல்கள் பயணிக்கும் கைகள் - குமாஸ்தா, ஜூனியர், டைப்பிஸ்ட்...

ராஜலட்சுமி மதியமே போனில் உறுதி செய்தார் - குரலில் கோபமும் அவமானமும்: "எங்க பக்கத்துலேந்து இல்ல. எதிர்தரப்பு வக்கீல் ஆபீஸ்லேந்து. அவங்க கிளார்க் ஒரு சேனல் நிருபருக்கு ரெகுலரா 'டிப்ஸ்' விக்கறவன் - இது ஊருக்குத் தெரிஞ்ச ரகசியம். ஆனா இங்க ஒரு நுட்பம் இருக்கு, அருள் - கவனிங்க. குணசேகரன் தரப்பு இத ஒருக்காலும் வெளீல விட மாட்டாங்க; இது அவங்களுக்கு நெருப்பு. வேற யாரோ இதுல எண்ணெய் ஊத்தியிருக்காங்க."

"யாரு?"

"MLA சீட் லிஸ்ட்ல குணசேகரனுக்கு மேல ரெண்டு பேரு இருக்காங்கன்னு சொன்னீங்கல்ல," வழக்கறிஞர் சொன்னார். "அரசியல்ல எதிரியோட வீடு எரியறப்ப தண்ணி கொண்டு வர்றவன் முட்டாள்."

அன்று மாலைக்குள் அந்த ஒளிபரப்பு ஆயிரம் துண்டுகளாகி சமூக ஊடகங்களில் பறந்தது. கார்த்திக்கின் பழைய teaser வீடியோ மறுபிறப்பு எடுத்து இருபது லட்சம் views தாண்டியது. யாரோ ஒருவர் வைரவனின் பெயரை வட்டமிட்டு எழுதியிருந்தார்: *"அமெரிக்கா 'நீதிமான்' பேரனோட சொந்த தாத்தாவே மோசடிக்குச் சாட்சி!"*

இரவு, மொட்டை மாடியில், அருள் தனியாக நின்றிருந்தான். நிலா வந்து அருகே நின்றாள்.

"நான் நெனச்சேன்..." அவன் மெதுவாகச் சொன்னான். "ஒவ்வொரு கடிதமா, ஒவ்வொரு வீடா, நிதானமா, மரியாதையா - அப்படிச் செய்யலாம்னு நெனச்சேன். செங்கமலம் சொன்னாங்கல்ல - 'எது யாரை எரிக்கும், எது யாரைக் காப்பாத்தும்னு தெரிஞ்சு'ன்னு. இப்ப பாருங்க. எல்லாம் ஒரே

நாள்ல, ஒரே வீச்சுல, breaking news ஆயிடுச்சு. அம்பு என் கையிலேந்து போயிடுச்சு."

"அம்பு எப்பவுமே நம்ம கையில இல்ல, அருள்," நிலா சொன்னாள். "அவங்க எழுதின அன்னிக்கே அது வில்லுல ஏறிடுச்சு. நாம வெறும்... வில்லைப் புடிச்சவங்க."

40

செய்திச் சூறாவளி

மூன்று நாட்களில் கொற்றமங்கலம் தமிழ்நாட்டின் வரைபடத்தில் ஏறியது.

ஊர் எல்லை ஆலமரத்தடியில் நான்கு OB வேன்கள். டீக்கடையில் "பைட்" எடுக்க வரிசை - அன்வர் டீ விற்றுக் களைத்துப்போனார்; பேட்டி மட்டும் தரவில்லை ("டீ பத்து ரூபா; பேச்சு விலை இல்ல"). பழைய வீட்டின் முன் செல்ஃபி எடுக்க வெளியூர்க் கூட்டம். வேதநாயகம் வீட்டு வாசலில் நிருபர்கள் - "பெட்டியை ஒரு தடவை காமிங்க சார், ஒரே ஒரு visual" - வாத்தியார் வாசலில் நாற்காலி போட்டு உட்கார்ந்து, வந்தவர்களுக்கெல்லாம் தண்ணீர் கொடுத்து, ஒரே வாக்கியம் சொன்னார்: "உரியவங்ககிட்ட சேரறதுக்கு முன்னாடி கேமராகிட்ட சேராது."

பெரிய வீட்டில் - முற்றுகை.

ராசையா வாண்டையார் வெளியே வரவில்லை. மூன்றாம் நாள் இரவு வீட்டிலிருந்து அவசர அழைப்பு - நெஞ்சு வலி. தஞ்சை தனியார் மருத்துவமனை; angiogram; "stable" என்று மருத்துவமனை அறிக்கை. சேனல்களுக்கு அதுவும் செய்தி: *"அழுத்தத்தில் மூத்த பிரமுகர்?"*

குணசேகரனுக்கு சென்னையிலிருந்து வந்த போன் இரண்டே நிமிடம் நீடித்தது. மேலிட ஆளின் குரல் இம்முறை புன்னகை இல்லாமல்: "லிஸ்ட்லேந்து உங்க பேரை

hold பண்ணியிருக்கோம். விளக்கம் இல்ல - நிலைமை. நிலைமை மாறினா பேசலாம்." போன் வைக்கப்பட்டது. *நிலைமை மாறினா.* அரசியலில் அந்த வாக்கியத்தின் அர்த்தம் அவனுக்குத் தெரியும் - *நீ எங்களுக்கு இனி இல்லை; நீயே மாற்றிக் காட்டு.*

அவன் வீட்டுக்குள், அந்த வாரம், இன்னொரு புயல்.

தேன்மொழி - மகள் - சென்னையிலிருந்து வந்திறங்கினாள்; சொல்லாமல், hostel-இல் நின்ற கண்ணீரோடு. ஹாலில், அப்பாவின் முன், அவள் போனை நீட்டினாள் - அவள் காலேஜ் WhatsApp குழுவின் screenshot: அவள் பெயருக்குக் கீழே யாரோ ஒட்டிய meme - கோயில் கோபுரமும் கேள்விக்குறியும்.

"அப்பா." அவள் குரல் நடுங்கியது - கோபத்தில்; பயத்தில்; இரண்டிலும். "நான் ஒண்ணே ஒண்ணு கேக்கறேன். கண்ணைப் பாத்துச் சொல்லுங்க - இதெல்லாம் பொய்தானே?"

குணசேகரன் மகளின் கண்களைப் பார்த்தான்.

இருபது வருடங்கள் - அவள் பிறந்த நாள் முதல் - அவன் இந்தக் கணத்துக்குப் பயந்துகொண்டே வாழ்ந்திருக்கிறான். கனவில் இது வரும்: மகள், இந்தக் கேள்வி, அவன் சொல்லும் பொய், அவள் நம்பும் நம்பிக்கை. கனவிலும் அவன் பொய்தான் சொல்வான்; சொல்லிவிட்டு விழித்துக்கொள்வான் - வேர்வையில்.

இப்போது கனவல்ல.

"ம்மா..." - அவன் தொடங்கினான். வழக்கமான வார்த்தைகள் வழக்கம்போல வரிசையில் வந்து நின்றன: *அரசியல் சதி. பொறாமை. நம்ம குடும்பத்தை அழிக்க.* முப்பது வருடப் பயிற்சி பெற்ற நாக்கு. வார்த்தைகள் தயார்.

வரவில்லை.

மகளின் கண்கள் - அவன் கண்கள்தான் அவை; அதே வெட்டு, அதே நேர்மை வேண்டும் என்ற பிடிவாதம் - அவனையே பார்த்துக்கொண்டிருந்தன. அந்தக் கண்களிடம் அந்தப் பழைய நாக்கு வேலை செய்யவில்லை.

"...சில விஷயம் இருக்கும்மா," என்றான் - அவ்வளவு-தான் வந்தது. "பொய் இல்லாத சில விஷயம்."

தேன்மொழி ஒரு அடி பின்வாங்கினாள் - அடி வாங்கி-யவள் போல. ஹாலின் மறுமுனையில் நின்றிருந்த ஜெயந்தி கண்களை மூடிக்கொண்டாள்.

அன்றிரவு அந்த வீட்டில் மூன்று அறைகளில் மூன்று பேர் - மூன்று தனிமைகள். விடியும்வரை எந்த அறையிலும் விளக்கு அணையவில்லை.

41

மாரியப்பனின் முடிவு

அவன் வந்தபோது யாரும் எதிர்பார்க்கவில்லை.

ஆலமரத்தடியில் அன்று காலை வழக்கம்போல் நிருபர்கள் - "எதாவது புதுசு கிடைக்குமா" என்ற சலிப்பான காத்திருப்பில். அப்போது, தோளில் துண்டோடு, தன் வேலைக் கைகளோடு, மாரியப்பன் நடந்து வந்தான் - நேராக, மரத்தடி மேடைக்கு.

பின்னால், சில அடி தள்ளி, அவன் பேரன் - கையில் ஒரு பிளாஸ்டிக் கோப்பு.

"நான் பேசணும்," மாரியப்பன் சொன்னான். கேமராக்கள் திரும்பின. மைக்குகள் நீண்டன. "என் பேரு மாரியப்பன். எங்கப்பா பேரு ராமசாமி. 1978-ல காவிரி வெள்ளத்துல எங்கப்பா செத்தாரு - 'விபத்து'ன்னு எழுதினாங்க. நான் இன்னிக்கு சொல்றேன் -"

அவன் ஒரு கணம் நிறுத்தினான். நாற்பத்தெட்டு வருடங்கள் ஒரு தொண்டைக்குள் அழுத்தி வைத்த வாக்கியம் வெளியே வந்தது:

"- அது விபத்து இல்ல. என் அப்பனை தள்ளி விட்டாங்க. நான் பாத்தேன். எனக்கு அப்ப பத்து வயசு."

ஆலமரத்தடி உறைந்தது. பிறகு கேமராக்களின் வெறி.

அவன் சொன்னான் - அன்றிரவு அருளிடம் சொன்னதை; இம்முறை ஊருக்கும் உலகுக்கும்: மின்னல், இரண்டு

உருவங்கள், தடி, தண்ணீரில் விழுந்த சத்தம். இடது காலை இழுத்து நடக்கும் நடை - "அந்த நடைய நான் முப்பது வருஷம் இந்த ஊர்ல பாத்துக்கிட்டிருந்தேன்."

"யாருன்னு பேரு சொல்லுங்க சார்!" - நிருபர்களின் கூக்குரல்.

"பேரு நான் சொல்ல மாட்டேன்." மாரியப்பன் உறுதியாகச் சொன்னான். "பேரு சொல்றது என் வேலை இல்ல; விசாரிக்கறவங்க வேலை. நான் சாட்சி; நீதிபதி இல்ல. எங்கப்பா நீதி கேட்டுத்தான் செத்தாரு - நான் நீதியோட பேர்ல இன்னொரு அநீதி பண்ண மாட்டேன்."

அவன் பேரன் கோப்பைத் திறந்தான். "இது மாவட்ட காவல் கண்காணிப்பாளருக்கு நாங்க இன்னிக்குக் குடுக்கப்போற மனு - 1978 வழக்கை மறுவிசாரணை பண்ணக் கோரி. கூட இணைப்பு: அன்னிக்கே ஒரு சாட்சி எழுதி வெச்ச பதிவுகளோட சான்றிடப்பட்ட நகல்." பையன் - பதினேழு வயது, டாக்டர் ஆக ஆசைப்படும் பையன் - தெளிவான குரலில் வாசித்தான்: *"ராமசாமி. ஆடி 18, 1978. இது விபத்து இல்ல..."*

செங்கமலத்தின் வார்த்தைகள் - நாற்பத்தெட்டு வருடங்கள் கழித்து - இருபது மைக்குகளின் வழியே தமிழ்நாடு முழுவதும் ஒலித்தன.

அன்று மாலையே விளைவுகள் தொடங்கின. வாண்டையார் தோட்டத்து மேஸ்திரி மாரியப்பன் வீட்டுக்கு வந்து போனான் - "நாளைலேந்து வேலைக்கு வர வேணாம்"; காரணம் கேட்க, "மேல உத்தரவு." மாரியப்பன் சிரித்தான்: "நாப்பத்தெட்டு வருஷம் கொன்னவன் தோட்டத்துல உழைச்சேன். இனிமே பட்டினி கெடந்தாலும் அது சுதந்திரப் பட்டினி."

ஆனால் பட்டினி வரவில்லை. மறுநாள் காலை அவன் வீட்டு வாசலில் - அரிசி மூட்டை ஒன்று, காய்கறிப் பை ஒன்று, யார் வைத்தது என்று தெரியாமல். மதியம் கீழத்தெரு விவசாயி ஒருவன் வந்தான்: "எங்க வயல்ல வேலை இருக்கு, அண்ணே. கூலி கொறைச்சல் இல்ல." ஊர் -

பயந்த, மூடிய, மௌனமான ஊர் - தன் வழியில், சத்தமில்லாமல், பக்கம் நிற்கத் தொடங்கியிருந்தது.

வாரக் கடைசியில், மீடியா அழுத்தத்தில், அறிவிப்பு வந்தது: 1978 மரண வழக்கின் கோப்பை மறுபரிசீலனை செய்ய DSP தலைமையில் சிறப்புக் குழு.

அன்றிரவு வாத்தியார் வீட்டில் கதிர்வேல் வந்திருந்தார் - அவராக, தானாக, முதல்முறை. கையில் அந்தப் பழைய மரப் பெட்டி.

"மாரியப்பன் பேசிட்டான்," கிழவர் சொன்னார். "சாட்சிங்க்ல ஒருத்தன் பேசிட்டான்னா மத்தவங்களுக்கு பாதை தெரியுது. இனிமே என் முறை." அவர் பெட்டியைத் திறந்தார். சைக்கிள் மணி இருந்த இடத்துக்குப் பக்கத்தில் - ஒரு நீளமான, மஞ்சள் கவர். மூடியதைத் திறந்த சுவடே இல்லாத கவர்.

"இது," கதிர்வேல் சொன்னார், "இருபத்து மூணு வருஷமா என்கிட்ட இருக்கு. யாருக்கும் தெரியாம. இதோட நேரம் இன்னிக்குதான் வந்திருக்குன்னு நெனைக்கிறேன்."

கவரின் மேல், கரடுமுரடான கையெழுத்தில்: "செங்கமலம் அவர்களுக்கு."

42

சின்னத்துரையின் ஒப்புதல்

"2003 கார்த்திகை," கதிர்வேல் சொன்னார். "அவ போயி எட்டு வருஷம். அவ கல்லறையை நான்தான் பாத்துக்கிட்டி-ருந்தேன் - மாசம் ஒரு தடவை போய் சுத்தம் பண்ணி, ஒரு விளக்கு வெச்சிட்டு வருவேன். அந்தக் கார்த்திகை மாசம் போனப்ப - கல்லறை மேல ஒரு கல்லு; கல்லுக்கடியில இந்-தக் கவரு. மழைல நனையாம பிளாஸ்டிக்குல சுத்தி.

அப்ப ஊர்ல எல்லாருக்கும் தெரியும் - சின்னத்துரைக்கு புத்தி தடுமாறிடுச்சு, புற்றுநோய் கடைசி நிலைன்னு. ராத்-திரில ஒத்தையில ஊர் சுத்துவான்; கோயில் வாசல்ல உக்-காந்து தனியா பேசுவான். அவன் செத்தது அதுக்கப்புறம் நாலு மாசத்துல.

நான் இத தொறக்கல. அவளுக்கு எழுதினது - அவளுக்குத்தான். செத்தவளுக்கு வந்த தபாலை உசுரோட இருக்கறவன் தொறக்கறது தபால் தர்மம் இல்ல. ஆனா இப்ப..." கிழவர் கவரை அருளிடம் நீட்டினார். "இப்ப நீதான் அவளோட தபால்காரன். தொற."

அருள் திறந்தான். உள்ளே - நோட்டுத் தாள்கள் நான்கு; கையெழுத்து கரடுமுரடாக, வரிகள் ஏறி இறங்கி; எழுதிய-வன் எழுத்துப் பழக்கம் குறைந்தவன்; அல்லது எழுதும்போது

கை நிலைக்காதவன்; அல்லது இரண்டும்.

"செங்கமலம்,

நீ செத்து எட்டு வருஷம். நான் சாகற வருஷம் இது - டாக்டரு சொல்லிட்டாரு. அதான் எழுதறேன். உசுரோட இருக்கறவங்ககிட்ட சொல்ல முடியாதத செத்தவங்ககிட்டதான் சொல்லணும்.

ஒனக்குத் தெரியும்னு எனக்குத் தெரியும். எப்பவோ தெரிஞ்சிடுச்சு எனக்கு அது. 79-லயோ 80-லயோ - கோயில் தேருக்கு நான் சொக்கப்பானை ஏத்திக்கிட்டிருந்தப்ப நீ என்னையே பாத்துக்கிட்டிருந்த. அந்தப் பார்வை சாதாரணப் பார்வை இல்ல. கணக்கு எழுதறவங்க பார்வை அது. அன்னிக்கேந்து எனக்குத் தெரியும் - எங்கயோ ஒரு கணக்குப் புத்தகத்துல என் பேரு ஏறிடுச்சுன்னு.

சரி. கணக்குக்கு கணக்கு. நடந்தத நானும் எழுதறேன். நீ எழுதினதுல தப்பிருந்தா இது திருத்தட்டும்; சரியா இருந்தா இது சாட்சி சொல்லட்டும்.

அண்ணன் சொன்னது 'பயமுறுத்து'ன்னுதான். சத்தியமா. 'அந்தப் பயலுக்கு கொஞ்சம் தண்ணி காமிச்சு அனுப்பு; கலெக்டர் மனு கிளம்பறதுக்குள்ள அடங்கணும்'ன்னான். கூட கூப்பிட்டுப் போனது எங்க தோட்டத்து சேகரன் - அவன் செத்து ரொம்ப வருஷம் ஆச்சு; அவன் பேரச் சொல்றதுல இனி யாருக்கும் நஷ்டம் இல்ல.

மடைக்கிட்ட அவன் - ராமசாமி - தனியா நின்னான். நாங்க போனோம். நான் பேசினேன் - மிரட்டினேன்னு வெச்சுக்கோ. அவன் பயப்படல. அதான் பிரச்சினையே. பயப்பட்டிருந்தா எல்லாம் அதோட முடிஞ்சிருக்கும். அவன் சிரிச்சான். மழைல, டார்ச்சு வெளிச்சத்துல, என் மொகத்துக்கு நேரா நின்னு சிரிச்சு சொன்னான்: 'சின்னத்துரை, ஒன் அண்ணன் வீட்டு நெலத்துல பாதி எப்படி வந்துதுன்னு ஊருக்குத் தெரியும். நாளைக்கு கலெக்டருக்கும் தெரியும். மொறச்சு என்ன பண்ணப் போற?'

அப்புறம் என்ன நடந்துதுன்னு நான் ஆயிரம் தடவை திருப்பிப் பாத்திருக்கேன். கையில கம்பு இருந்துது. கோவம் ஏறிச்சு. அடிச்சேன் - ஒரே ஒரு அடி, தலைல. அவன் கல்லுல சாஞ்சு, அப்படியே தண்ணில...

சேகரன் எறங்கப் பாத்தான். நான்தான் புடிச்சேன். 'வெள்ளம் தூக்கிட்டுப் போவட்டும்'னு நான்தான் சொன்னேன். அதான் என் ரெண்டாவது கொலை - முதல்லது கோவத்துல; ரெண்டாவது குளிர்ந்த புத்தில.

அண்ணன்கிட்ட சொன்னப்ப அவன் என்னை அடிக்கல, திட்டல. ரொம்ப நேரம் ஒண்ணும் பேசல. அப்புறம் ஒரே வாக்கியம்: 'இனிமே இது நடக்கவே இல்ல.' அவ்வளவுதான். மறுநாள் போலீஸ் வந்துது; வந்த வேகத்துல போச்சு. சட்டை ஒண்ணு கருப்பன் கைல குடுத்து எரிக்கச் சொன்னேன் - அவன் என்ன பண்ணினானோ.

அண்ணன் அதுக்கப்புறம் என்னை வீட்டு விசேஷங்கள்ல முன்னுக்கு விடறத நிறுத்திட்டான். ஊருக்கு அது தெரியாது. எனக்குத் தெரியும். கொலைகாரன் கூடப் பொறந்தவனுக்கும் கூடாதவன்.

செங்கமலம், ஒன்கிட்ட ஒண்ணு கேக்கணும். அந்தப் பய - மாரியப்பன் - அவன் எங்க தோட்டத்துலதான் இன்னும் வேலை பாக்கறான். சில நாள் வரப்புல அவன் குனிஞ்சு நடவு வெக்கறத நான் தூரத்துல நின்னு பாப்பேன். அவன் நிமிர்ந்தா நான் நகர்ந்திடுவேன். ஏன்னா அவன் மொகத்துல அவன் அப்பன் மொகம் இருக்கு. அந்த மொகம் என்னை ஒரு கேள்வி கேக்குது தினமும். நீ எழுத்துக்காரி. சொல்லு - இந்தக் கேள்விக்கு பதில் என்ன மொழில இருக்கு?

நான் கோர்ட்டுல சொல்ல மாட்டேன். அந்தத் தைரியம் இருந்திருந்தா இருபத்தஞ்சு வருஷம் முன்னாடியே சொல்லியிருப்பேன். இத ஒன் கல்லறைல வெச்சிட்டுப் போறேன். ஊரே சொல்லும் - ஊரோட கணக்கெல்லாம் ஒன்கிட்டதான் இருக்குன்னு. இதுவும் இருக்கட்டும்.

நரகம் இருக்குதான்னு தெரியல. இருந்துச்சுன்னா - அங்க ராமசாமி இருக்க மாட்டான்; அவன் அங்க வர வேண்டிய ஆளு இல்ல. நான் போவேன். அங்க அவன் இல்லன்னா அவன்கிட்ட மன்னிப்பு கேக்கறதுக்கும் வழியில்ல. அதான் தண்டனைன்னு நெனைக்கிறேன் - பாவத்தவிட பெரிய தண்டனை, மன்னிப்பு கேக்க வழியில்லாம போறது.

- சின்னத்துரை"

வாசிப்பு முடிந்தது. அறையில் யாரும் அசையவில்லை.

"சட்டப்படி," ராஜலட்சுமி பிறகு போனில் சொன்னார், "இறந்தவரின் கையொப்பமில்லாத, சாட்சியில்லாத ஒப்புதல் - எடை கம்மி. ஆனா dying declaration-க்கு நீதிமன்றம் ஒரு தனி மரியாதை வெச்சிருக்கு; கையெழுத்து expert ஒப்பிடலாம்; மறுவிசாரணைக் குழுவுக்கு இது திசை காட்டும் - சேகரன், கருப்பன், சட்டை புதைச்ச இடம்... நூலு கெடச்சா நெசவு பின்னலாம்."

ஆனால் அன்றிரவு அருள் யோசித்துக்கொண்டிருந்தது சட்டத்தைப் பற்றி அல்ல.

மன்னிப்பு கேக்க வழியில்லாம போறதுதான் பெரிய தண்டனை.

கொலைகாரன் எழுதிய வரி. ஆனால் அந்த வரியில் அவன் அப்பாவின் முகம் தெரிந்தது; ராசையாவின் முகம்; ஊரின் முகம்; கொஞ்சம் - அவன் சொந்த முகமும்.

43

ரேவதியின் வெடிப்பு

அவள் வந்தபோது முன்னறிவிப்பும் இல்லை; வந்தது தனியாகவும் இல்லை - கூட இரண்டு பிள்ளைகள்: பதினைந்து வயது மகன், பன்னிரண்டு வயது மகள்.

"உள்ள வாடி-" அருள் தொடங்க, ரேவதி கையை உயர்த்தினாள்.

"உள்ள வரல. வாசல்லயே போதும். பிள்ளைங்க, இங்க நில்லுங்க." அவள் பிள்ளைகளை வாசலில் நிறுத்தினாள் - காட்சிப்பொருள் போல; அதுதான் அவள் நோக்கமும். "பாரு அண்ணா. நல்லா பாரு. இவன் - பத்தாங்கிளாஸ். நேத்து ஸ்கூல்லேந்து வந்து சொல்றான்: 'அம்மா, கிளாஸ் குரூப்ல என் பேரு வெச்சு மீம் போடறாங்க - மோசடி பேரன்னு.' இவ -" மகளின் தோளில் கை, "- இவளோட டான்ஸ் டீச்சர் நேத்து என்கிட்ட போன்ல மெதுவாச் சொல்றாங்க: 'அன்னிவர்சரி ஸ்டேஜ் ப்ரோகிராம்ல இவளை இந்த வருஷம் தவிர்க்கலாமா - கொஞ்சம் டாக் ஆஃப் தி டவுன் ஆயிட்டீங்க'ன்னு."

அவள் குரல் உடையவில்லை - அதுதான் பயங்கரம்; உடைந்த குரலைச் சமாளிக்கலாம்; இது கூர் தீட்டிய குரல்.

"டிவில எங்க தாத்தா பேரு வட்டம் போட்டுக் காமிக்கறாங்க. *எங்க* தாத்தா, அண்ணா. நீ மட்டும் இல்ல - நானும் அவரு பேத்திதான். நீ அமெரிக்கா போயிடுவ - ரெண்டு

மாசத்துல உன் கம்பெனி, உன் ஃபிளாட், உன் உலகம். நாங்க? நாங்க இங்கதான் இருக்கணும் - இந்தப் பேரோட, இந்த ஊரோட, இந்த மீம்களோட. உன் நியாயத்துக்காக என் குழந்தைங்க படிப்பு நிக்கணுமா? அவங்க தலை குனியணுமா? சொல்லு!"

அருள் வாய் திறந்தான். வார்த்தை வரவில்லை.

என்ன சொல்வது? *உண்மை முக்கியம்* என்றா? - பன்னிரண்டு வயதுக் குழந்தையின் நிராகரிக்கப்பட்ட நடன மேடைக்கு முன்னால் அந்த வாக்கியம் எவ்வளவு எடை தாங்கும்? *தாத்தா செய்தது தப்பு* என்றா? - அதை அவள் மறுக்கவில்லையே. அவள் கேட்பது வேறு கேள்வி - பழைய பாவத்தின் விலையை இன்றைய குழந்தைகள் ஏன் கட்ட வேண்டும் என்று. அதற்கு அவனிடம் பதில் இல்லை. உலகத்திடமே இல்லை.

"ரேவதி..." - அவன் கடைசியில் சொன்னது இதுதான்; அதற்கு மேல் ஒன்றும் இல்லை.

"அவ்வளவுதானா?" அவள் ஒரு கணம் காத்திருந்தாள். "சரி. அதுவே பதில்தான்." அவள் பிள்ளைகளின் கைகளைப் பிடித்தாள்; திரும்பினாள்; திரும்பியவள், நின்று, திரும்பிப் பார்க்காமலே கடைசி வாக்கியத்தைச் சொன்னாள்:

"ஒரு விஷயம், அண்ணா. நீ பண்றது தப்புன்னு நான் சொல்லல - அது வேற; எனக்கு அதப் பேச மனசில்ல, அவ்வளவுதான். நான் சொல்றது இதுதான்: நெசத்துக்கு ஒரு பில் வருது. அந்த பில்லை நெசம் கண்டுபுடிச்சவன் கட்டறதில்ல - நெசத்தோட பக்கத்துல நிக்கறவங்க கட்டறாங்க. அத மட்டும் மறந்துடாத."

அவர்கள் போனபிறகு அருள் வெகுநேரம் வாசலிலேயே நின்றிருந்தான்.

நிலா மெதுவாக வந்து அருகே நின்றாள். "அவங்க சொன்னது..."

"சரிதான்," அருள் முடித்தான். "அதான் பிரச்சினை. இந்தக் கதைல எல்லாரும் சொல்றதும் சரிதான். அப்பா சொன்னது சரி. ரேவதி சொல்றது சரி. மாரியப்பன் சொல்றது

சரி. ஜெயந்தி சொல்றது சரி. எல்லாம் சரின்னா -" அவன் தெருவின் வெறுமையைப் பார்த்தான், "- தப்பு எங்க உட்-கார்ந்திருக்கு? யாரு கிட்டயும் இல்ல. எல்லாருக்கும் நடு-வுல. அதான் அதோட பலம்."

44

முத்துவின் தேர்வு

குணசேகரனின் அலுவலகத்தில், அன்று, காற்று வேறு மாதிரி இருந்தது.

முத்து உள்ளே நுழைந்தபோதே கவனித்தான் - மேசை மேல் கோப்புகள் இல்லை; தேநீர் இல்லை; உபசரிப்பு இல்லை. குணசேகரன் ஜன்னல் பக்கம் நின்றிருந்தான் - முதுகு காட்டி.

"வேலை ஒண்ணு இருக்கு," திரும்பாமலே சொன்னான். "கடைசி வேலை. இது முடிஞ்சா ஒன் கணக்கு ரெண்டுல ஒரு கணிசமான தொகை அடைபடும்."

"சொல்லுங்க, சார்."

"பெட்டி." குணசேகரன் திரும்பினான். அவன் முகம் - முத்து இதுவரை பார்த்திராத முகம்; வழக்கமான கணக்குப் புன்னகை போய், அடியில் இருந்தது வெளியே - களைத்த, நெருக்கப்பட்ட, ஆபத்தான ஒன்று. "எனக்கு அந்தப் பெட்டி வேணும். ஒரிஜினல்ஸ். scan-னு, cloud-னு கதை விடட்-டும் - கோர்ட்ல நிக்கறது ஒரிஜினல்தான். அது என் கைல இருந்தா மொத்த ஆட்டத்தோட மூச்சு என் கைல. எங்க வெச்சிருக்காங்க, எப்படி எடுக்கறது - அது ஒன் வேலை. ஆளு வேணும்னா ஆளு தர்றேன்."

முத்து நின்றிருந்தான். ஜன்னல் வழியே வந்த மாலை வெயில் இருவருக்கும் நடுவில் ஒரு கோடாக விழுந்திருந்-

தது.

அவன் யோசித்தது பத்தொன்பது லட்சத்தைப் பற்றி அல்ல. வீட்டு அடமானத்தைப் பற்றியும் அல்ல.

அவன் யோசித்தது ஒரு கேனைப் பற்றி. இருட்டில், பின்-சுவர் ஓரம், பெட்ரோல் ஊற்றிய ஒரு கையைப் பற்றி. அந்த இரவுக்குப் பிறகு அவன் முழுதாகத் தூங்கியதே இல்லை. தூங்கினால் கனவில் தீ - தீக்குள் வாத்தியார் வீடு அல்ல; அவனும் அருளும் சிறுவர்களாகக் குளித்த காவிரி; ஆறே எரிந்துகொண்டிருக்கும்.

"மாட்டேன், சார்."

சொன்ன பிறகுதான் அவனே கேட்டான் - தன் குரலை. இரண்டு வார்த்தைகள். இத்தனை வருடங்களாகச் சொல்லத் தெரியாமல் இருந்த இரண்டு வார்த்தைகள்.

குணசேகரன் மெதுவாக மேசைக்கு வந்து உட்கார்ந்தான். "திரும்பச் சொல்லு."

"மாட்டேன், சார்." இம்முறை குரல் நடுங்கவில்லை. "ஒங்க கடனுக்கு நான் தகவல் சொன்னேன். ஆளு கூட்-டிட்டுப் போனேன். என் ஃப்ரெண்டு வீட்டுக்குத் தீ வெக்கப் போனவன் கூட நின்னேன். போதும், சார். கடன் ஒடம்பை அடகு வெக்கும்; மனசாட்சியை அடகு வெக்காது - வெச்சா அத திருப்பி மீட்கவே முடியாதுன்னு இந்த ரெண்டு மாசத்-துல கத்துக்கிட்டேன்."

"கவிதை." குணசேகரன் தலையசைத்தான் - மெச்சுவது போல. பிறகு டிராயரிலிருந்து ஒரு கோப்பை எடுத்து மேசை-யில் வைத்தான். "கவிதைக்கு வெளீல வாழ்க்கை இருக்கு, முத்து. இது ஒன் கடன் கோப்பு. நாளை காலைல இது வசூல் நடவடிக்கைக்குப் போகும். வீடு ஏலத்துக்கு வரும் - சட்டப்படி, முறையா, என் பேரே எங்கயும் இல்லாம. ஒன் பொஞ்சாதி, ரெண்டு புள்ளைங்க - வாடகை வீடு கூட இந்த ஊர்ல ஒனக்கு யாரும் தர மாட்டாங்க, அதுக்கு நான் பாத்-துக்கறேன். யோசி. வாசல் வரைக்கும் போய் யோசிச்சிட்டுத் திரும்பி வா - அந்த அவகாசம் தர்றேன். அது தாண்டினா கோப்பு என் கையை விட்டுப் போயிடும்."

முத்து கோப்பைப் பார்த்தான். தன் வாழ்க்கை - பத்தொன்பது லட்சத்து நாற்பத்தாறாயிரம் ரூபாயாக, ஒரு மஞ்சள் அட்டைக்குள்.

அவன் வாசலுக்கு நடந்தான். வாசலில் நின்றான். திரும்பினான்.

"சார். ஒண்ணு கேக்கலாமா. ஒங்களுக்கு ஒரு பொண்ணு இருக்காங்கல்ல - மெடிசின் படிக்கறாங்க. நாளைக்கு அவங்க இதையெல்லாம் கேள்விப்பட்டா..." முத்து நிறுத்தினான்; தலையசைத்தான். "இல்ல. விடுங்க. அது ஒங்க வீட்டு விஷயம். நான் என் வீட்டுக்குப் போறேன் - அது என்னோடதா இருக்கற கடைசி நாளா இருந்தாலும் சரி."

அவன் வெளியே வந்தான். மாலை வெயிலில், அலுவலகத்தின் படிக்கட்டில், அவன் ஒரு கணம் நின்றான் - விழப்போகிறவன் போல அல்ல; சுமை இறக்கியவன் போல. பத்தொன்பது லட்சம் இன்னும் அவன் தலையில்தான் இருந்தது. ஆனால் வேறு ஏதோ ஒன்று - எடை போடமுடியாத, கேன் வடிவ, தீ வாசனை அடிக்கும் ஏதோ ஒன்று - இறங்கியிருந்தது.

அன்றிரவு அவன் வாத்தியார் வீட்டு வாசலில் நின்றான். கதவைத் தட்டவில்லை - தட்டும் உரிமை தனக்கு இருக்கிறதா என்று தெரியாமல்.

அருள்தான் கதவைத் திறந்தான்.

இருவரும் வெகுநேரம் ஒருவரை ஒருவர் பார்த்தபடி நின்றனர். பிறகு முத்து சொன்னான்: "அவங்க இனி ஆளு அனுப்புவாங்கடா. நானா இல்லாட்டி வேற யாராவது. கடைசி கட்டத்துக்கு வந்திட்டாங்க - குணசேகரன் கண்ணுல நான் இன்னிக்கு பாத்தது பயம்டா. பயந்தவன்தான் ஆபத்தானவன். பெட்டியை..." அவன் நிறுத்தினான்; சிரித்தான் - சோர்வான, சுயப் பரிகாசச் சிரிப்பு. "...எங்க வெச்சிருக்கன்னு கேக்க மாட்டேன்னு சத்தியம் பண்ணினேனில்ல. கேக்கல. எங்க வெச்சிருந்தாலும் - இன்னிக்கு ராத்திரியே மாத்திடு. அவ்வளவுதான் சொல்ல வந்தேன்."

அவன் திரும்பி நடக்கத் தொடங்கினான்.

"முத்து," அருள் கூப்பிட்டான். முத்து நின்றான். "சாப்பிட்டியா?"

தெரு விளக்கின் கீழ், முத்துவின் தோள்கள் - ஒரு கணம் - குலுங்கின. அவன் திரும்பவில்லை. "இல்லடா," என்றான் - தொண்டை கட்டிய குரலில்.

"உள்ள வா. சோறு இருக்கு."

அன்றிரவு, வாத்தியார் வீட்டுக் கூடத்தில், இரண்டு பால்ய நண்பர்கள் ஒரே இலையில்... இல்லை - இரண்டு இலைகளில், ஆனால் பக்கத்துப் பக்கத்தில் - அமர்ந்து சாப்பிட்டார்கள். அதிகம் பேசவில்லை. பேச வேண்டியதில்லை. சில உடைந்த கண்ணாடிகளில், கோடுகளோடுதான் என்றாலும், மறுபடி முகம் தெரியத் தொடங்குகிறது.

45

இரவு வேட்டை

அவர்கள் வந்தது நள்ளிரவு ஒரு மணிக்கு.

இம்முறை மறைவு இல்லை; பெட்ரோல் இல்லை; நாசூக்கு இல்லை. மூன்று பேர் - முகங்களில் துணி, கைகளில் கம்பு - வாத்தியார் வீட்டின் கதவைத் தட்டினார்கள்; திறக்காததும் உதைத்தார்கள். பழைய கதவு இரண்டாவது உதையில் கொடுத்தது.

"பெட்டி எங்க?" - முன்னால் நின்றவன் குரல் இந்த ஊர்க் குரல் இல்லை; வடக்கு வட்டார வாடை.

உள்ளே அன்று மூன்று பேர் - அருள், வாத்தியார், கதிர்வேல். கிழவர் அன்று இரவு தங்கியிருந்தார் - மாலை முழுவதும் மூவரும் சேர்ந்து கடிதங்களின் "முகவரிப் பட்டியல்" தயாரித்துக்கொண்டிருந்தார்கள்; எழுபத்து மூன்று பெயர்கள்; பாதி வேலையில் தூக்கம் வந்து, "காலைல தொடரலாம்" என்று படுத்திருந்தார்கள்.

"பெட்டி இங்க இல்ல," அருள் அமைதியாகச் சொன்னான் - குரல் நடுங்காமல் இருக்கப் போராடியபடி.

"பாக்கலாம்."

அடுத்த பத்து நிமிடம் - அந்த வீடு புரட்டிப் போடப்பட்டது. பீரோ உடைக்கப்பட்டது; உள்ளறை, பரண், சமையலறை, கிணற்றடி. scan செய்யப்பட்ட காகிதங்களின் அடுக்குகள் தரையில் வீசப்பட்டன - ஆனால் அவை வெறும்

நகல்கள்; அவர்களுக்கு வேண்டியது இரும்பு.

இரும்பு அங்கு இல்லை.

"எங்கடா வெச்சிருக்க?" முன்னால் நின்றவன் அருளின் சட்டையைப் பிடித்தான். அப்போதுதான் - யாரும் எதிர்பா-ராமல் - கதிர்வேல் நடுவில் வந்தார்.

"விடுடா அவனை." தொண்ணூற்றிரண்டு வயதுக் குரல்; ஆனால் அதில் இருந்தது நாற்பது வருடம் மழையிலும் வெயிலிலும் சைக்கிள் மிதித்த உடம்பின் மிச்சம். "தபால்-காரன் வீடுடா இது - உள்ள இருக்கறது எல்லாம் வேற ஆளுங்க சொத்து. தொடாத."

அவரைத் தள்ளியது வேண்டுமென்றா, எரிச்சலிலா - பிறகு யாராலும் சொல்ல முடியவில்லை. கிழவர் சுவரில் மோதி, தரையில் சரிந்தார்; நெற்றியில் இரத்தம்.

அந்தக் கணத்தில்தான் தெரு விழித்தது - அன்வரின் பேரன் முதலில்; பிறகு நாய்கள்; பிறகு ஊரே. டார்ச் வெளிச்சங்கள், கூச்சல்கள். மூவரும் இருட்டில் ஓடினர்; ஊர் எல்லையில் காத்திருந்த வண்டியின் சத்தம் தேய்ந்து மறைந்-தது.

தஞ்சை மருத்துவமனையில், விடியற்காலையில், கட்டுப்-போட்ட நெற்றியோடு கதிர்வேல் - "scan-ல ஒண்ணுமில்ல; வயசான ஒடம்பு; ரெண்டு நாள் observation" என்றார் மருத்துவர்.

"பெட்டி?" - கண் விழித்ததும் கிழவரின் முதல் கேள்வி அதுதான்.

"பத்திரம், தாத்தா." அருள் அவர் கையைப் பிடித்தான். "நாலு நாள் முன்னாடியே மாத்திட்டோம் - முத்து எச்சரிச்ச அன்னிக்கு ராத்திரியே. மாட்டு வண்டில, வைக்கோலுக்கு அடியில."

"எங்க?"

அருள் குரலைத் தாழ்த்திச் சொன்னான். கதிர்வேல் ஒரு கணம் ஆச்சரியமாகப் பார்த்தார்; பிறகு - கட்டுப்போட்ட நெற்றி வலிக்க - சிரித்தார்.

அந்த இடத்தைச் சொன்னது மாரியப்பன்தான். அன்றிரவு, பெட்டியை எங்கு மறைப்பது என்ற அவசர ஆலோசனையில், அவன் சொன்னான்: "என் வீட்டுல வைங்க, ஐயா." எல்லோரும் தயங்கினர் - "ஒனக்கு ஏற்கனவே ஆபத்து இருக்கு" - அவன் சிரித்தான்: "ஐயா, ஒண்ணு புரிஞ்சுக்கங்க. அவங்க கோர்ட்டு, ரிஜிஸ்தர் ஆபீஸ், வக்கீல் வீடு, வாத்தியார் வீடு, பணக்கார வீடுன்னு எல்லாத்தையும் தேடுவாங்க. பணக்காரன் தேடாத ஒரே இடம் ஏழையின் வீடு. எங்க குடிசைக்குள்ள ஒரு இரும்புப் பெட்டி இருக்கும்னு அவங்க கனவுலயும் நெனைக்க மாட்டாங்க - ஏன்னா அவங்க கணக்குல எங்ககிட்ட காப்பாத்தற அளவுக்கு எதுவுமே இருக்கக்கூடாது."

இப்போது, மாரியப்பனின் குடிசையில், கட்டிலுக்கு அடியில், வைக்கோல் மூட்டைகளுக்கு நடுவில், அந்த இரும்புப் பெட்டகம் - நாற்பத்தெட்டு வருடங்களுக்கு முன் தன் தந்தையின் மரணத்தைப் பதிவு செய்த காகிதங்களைச் சுமந்தபடி - உறங்கிக்கொண்டிருந்தது. காவலுக்கு: ஒரு கூலித் தொழிலாளியின் உறுதியும், டாக்டர் ஆகப் படிக்கும் ஒரு பதினேழு வயதுப் பையனின் விழிப்பும்.

வரலாறு சில நேரம் இப்படிச் சிரிக்கிறது - அது யாரிடம் அடைக்கலம் புகுகிறது என்பதில்.

46

ஜெயந்தி சாட்சியாகிறாள்

கதிர்வேல் தாக்கப்பட்ட செய்தி காலையே மாவட்டம் முழுவதும் பரவியது. *"92 வயது ஓய்வுபெற்ற தபால்காரர் மீது தாக்குதல்"* - இதற்கு மேல் எந்த எதிர்ப்பிரச்சாரமும் நிற்காது; அனுதாபம் ஒரு வெள்ளம்.

அன்று மாலை குணசேகரன் வீட்டுக்குள் நுழைந்தபோது, ஹாலில் ஜெயந்தி நின்றிருந்தாள் - காத்திருந்தவள். பின்னால், படிக்கட்டில், தேன்மொழி.

"நீங்க அனுப்பினீங்களா?" - முதல் கேள்வி; வணக்கம் இல்லை.

"இல்ல." அவன் சோர்வாக சோபாவில் அமர்ந்தான். "நம்பு, நம்பாட்டி விடு - நான் அனுப்பல. ஆனா..." - அவன் நிறுத்தினான்; நிறுத்தியதே வாக்குமூலம் - "...ஆனா நான்தான் காரணம். 'பெட்டி எப்படியாவது வேணும்'னு நாலு பேர்கிட்ட சொல்லி வெச்சிருந்தேன். அதுல யாரோ ஒருத்தன் 'எப்படியாவது'ங்கறத இப்படி அர்த்தம் பண்ணிக்கிட்டான். அரசியல்ல இதுக்குப் பேரு deniability. வீட்டுல இதுக்குப் பேரு -" அவன் மனைவியைப் பார்த்தான், "- நீயே சொல்லு. ஒன் வார்த்தைதான் சரியா இருக்கும்."

"கோழைத்தனம்," ஜெயந்தி சொன்னாள்.

அவள் அவன் எதிரே வந்து நின்றாள் - மருத்துவர் நோயாளியின் முன் நிற்பது போல: இரக்கத்தோடு; ஆனால் உண்மையை மறைக்காமல்.

"முப்பது வருஷம்," அவள் சொன்னாள். "முப்பது வருஷமா நீங்க ராத்திரில தூக்கத்துல பேசறீங்க. தெரியுமா? சில ராத்திரி வெறும் முனகல். சில ராத்திரி தெளிவான வார்த்தைகள். 'மணி அடிக்குது' அப்படிம்பீங்க. 'சாக்கு கனம்' அப்படிம்பீங்க. ஒரு ராத்திரி - எனக்கு இன்னும் தேதி ஞாபகம் இருக்கு, தேன்மொழி வயித்துல இருந்தப்ப - 'நடேசா, நான் இல்லடா'ன்னு அழுதீங்க. தூக்கத்துல."

குணசேகரன் தலையை இரு கைகளிலும் தாங்கினான்.

"நான் ஒண்ணும் கேக்கல. முப்பது வருஷம் ஒண்ணும் கேக்கல. ஏன் தெரியுமா? கேட்டா பதில் வரும். பதில் வந்தா இந்த வீடு நிக்காது. என் புள்ள ஒரு குற்றவாளியோட புள்ளயா வளரக்கூடாதுன்னு நான் ஒங்க தூக்கத்தோட பேரம் பேசிக்கிட்டிருந்தேன் - முப்பது வருஷம்." அவள் குரல் முதன்முறை உடைந்தது; உடனே சேர்த்துக்கொண்டாள். "இனிமே முடியாது. நாளைக்கு விசாரணைக் குழு கூப்பிட்டிருக்கு. நான் போய்ச் சொல்லப்போறது ஒண்ணுதான் - நான் கேட்டது. அத்தனை வருஷத்து ராத்திரிகளும் கேட்டது. நீங்க நிறுத்தறீங்களா -" அவள் கணவனின் கண்களைப் பார்த்தாள், "- இல்ல நான் பேசட்டுமா. ரெண்டுல ஒண்ணு. மூணாவது வழி இந்த வீட்ல இனி இல்ல."

நீண்ட மௌனம். அதை உடைத்தது படிக்கட்டிலிருந்து வந்த குரல் - தேன்மொழி; இறங்கி வந்து, தந்தையின் எதிரே, தரையில், சிறுவயதில் உட்காருவது போல் சம்மணமிட்டு உட்கார்ந்தாள்.

"அப்பா." அவள் குரல் அமைதியாக இருந்தது - புயலுக்குப் பிறகான அமைதி. "நடேசன்னா யாரு?"

குணசேகரன் மகளைப் பார்த்தான். இருபது வருடங்கள் அவன் கட்டிய எல்லா மதில்களுக்கும் வெளியே, அவனுக்கு மிச்சம் இருந்த ஒரே சொத்து அந்த முகம்.

"ஒரு நல்ல மனுஷன்," என்றான் - மெதுவாக, ஒவ்வொரு வார்த்தையும் ரத்தம் சிந்த. "நான் பண்ண தப்புக்கு... தண்டனை அனுபவிச்ச ஒரு நல்ல மனுஷன்."

தேன்மொழி கண்களை மூடினாள். கண்ணீர் - இமைகளை மீறி - வழிந்தது. ஆனால் அவள் எழுந்து போகவில்லை. அங்கேயே உட்கார்ந்திருந்தாள் - தந்தையின் எதிரே; குற்றத்தின் எதிரே; இரண்டையும் ஒரே நேரத்தில் பார்த்தபடி.

"அப்ப ஒண்ணு பண்ணுங்க," கடைசியில் அவள் சொன்னாள் - மருத்துவம் படிக்கும் பிள்ளையின் தர்க்கத்தோடு; அவன் ரத்தத்தின் தெளிவோடு. "அம்மா பேசறதுக்கு முன்னாடி நீங்களே பேசுங்க. அதுதான் ஒரே வித்தியாசம் இனி உங்க கைல மிச்சம் இருக்கு, அப்பா - மாட்டறவனா, ஒத்துக்கறவனா. குத்தம் ரெண்டுலயும் ஒண்ணுதான். மனுஷன்தான் வேற."

47

யார் தீண்டத்தகாதவள்?

(செங்கமலத்தின் நாட்குறிப்பு - 1962-1965, தேர்ந்த பக்கங்கள்)

1962, ஆடி.

ஆடிப் பூரம். அம்மன் கோயில்ல திருவிழா.

போனேன். வாசல்படி வரைக்கும்தான்.

தண்டல்காரன் குறுக்க நின்னான். சத்தம் போடல; அவனுக்கும் சங்கடம்தான் - அவன் பொஞ்சாதி பேறுகாலத்துல சிங்கப்பூர்ல இருக்கற அவன் தம்பிக்கு "ஒடனே வா"ன்னு தந்தி மொழில கடிதம் எழுதிக் குடுத்தது நான்தான். அவன் கண்ண பாக்காம சொன்னான்: "ஆச்சி... உள்ள... வேணாம்ங்கறாங்க."

யாரு "ங்கறாங்க"ன்னு கேக்கல. கேட்டா அவன் என்ன சொல்லுவான் பாவம். "ங்கறாங்க"ங்கறது இந்த ஊரோட பேரு. ஒத்த மனுஷன் இல்ல; ஒத்த மொகம் இல்ல; எல்லாரும் சேர்ந்து, யாருமே இல்லாத ஒரு "ங்கறாங்க."

வாசல்படில நின்னு உள்ள பாத்தேன். தீபாராதனை. மணி சத்தம். கற்பூர வாசம் காத்துல வந்துது - காத்துக்கு வாசல்படி தெரியாது பாவம்.

திரும்பி வந்துட்டேன்.

வீட்டுக்கு வந்து யோசிச்சேன் - எனக்கு என்ன குத்தம்னு இந்த ஊரு சொல்லுது? சொல்றதெல்லாம் ரெண்டு: ஒண்ணு, கல்யாணம் ஆகாம ஒரு "கதை"யோட இருக்கறவ. ரெண்டு, எல்லார் வீட்டு ரகசியமும் தெரிஞ்சவ.

முதல்லது பாவம்னா - அந்தப் பாவத்துல பாதி இந்த ஊரோடதுதான்.

ரெண்டாவது? ரெண்டாவதுதான் நெசமான பயம்னு எனக்குத் தோணுது. தீட்டுன்னு அவங்க சொல்றது என் ஒடம்பை இல்ல; என் நெனைவை. கோயிலுக்குள்ள நான் வந்தா சாமி தீட்டுப்படாது - அவங்க பாவங்களோட புத்தகம் கூட வந்து நிக்குது, அதான் தாங்கலை.

1963, மார்கழி.

வேடிக்கை ஒண்ணு எழுதி வைக்கணும்.

நேத்து சந்தைல ஒரு அம்மா - அவ பேரு வேணாம்; அவ புள்ளைங்க இன்னும் இருக்காங்க - என்னைப் பாத்-துட்டு ஓரமா விலகிப் போனா. பட்டப் பகல்ல, நாலு பேரு முன்னாடி.

அன்னிக்கு ராத்திரி, ஒம்போது மணிக்கு, அவ பின் கதவு வழியா என் வீட்டுக்கு வந்தா - மொறப்புல மறைச்சு ஒரு கார்டோட. சிங்கப்பூர் மருமவனுக்கு பணம் கேட்டு எழுத-ணுமாம். எழுதிக் குடுத்தேன். போறப்ப நாலணா வெச்சா; வெச்சிட்டு, தயங்கி, மெதுவா சொன்னா: "ஆச்சி... பகல்ல நடந்தது... ஊரு பாக்குதுல்ல, அதான்..."

"புரியுது," சொன்னேன். புரியத்தான் செய்யுது. அதான் வலி.

பகல்ல நான் தீண்டத்தகாதவ. ராத்திரில நான் எழுத்-தாச்சி. இந்த ஊருக்கு ரெண்டு நான் - சூரியனுக்கு ஒண்ணு, விளக்குக்கு ஒண்ணு.

1965, சித்திரை.

வறட்சி. காவிரி வத்திக் கெடக்கு. கொளம் வெடிச்சுக் கெடக்கு. மாடு செத்துது; அடுத்தது மனுஷங்க முறை.

பஞ்சாயத்துல "கலெக்டருக்கு மனு போடணும்"னு பேச்சு - யாரு எழுதறது? ராயரு ஊர்ல இல்ல. அப்ப யாரோ

சொன்னாங்களாம் - "அவ இருக்காளே." *அவ*.

வந்தாங்க. தலைவரோட நாலு பேரு. திண்ணைல உட்கார வெச்சேன் - அவங்களுக்கு சங்கடம்; எனக்கு வேடிக்கை; உட்கார்ந்தாங்க. நான் மனு எழுதினேன் - ரெண்டு பக்கம்: எத்தனை குடும்பம், எத்தனை மாடு, கொளத்தோட நெலைமை, ரேஷன் தேவை. படிச்சுக் காட்டினப்ப தலைவர் மொகம் மாறிச்சு. "இப்படியா எழுதணும்," அப்படின்னாரு. "நாங்க சொல்லியிருந்தா 'தண்ணி இல்ல, சோறு இல்ல'ன்னு மட்டும்தான் எழுதியிருப்போம்."

மூணு வாரத்துல ரேஷன் வந்துது. கஞ்சித் தொட்டி வந்துது.

ஊரே சந்தோஷப்பட்டுது. தலைவரு பஞ்சாயத்துல பேசினாராம் - "நம்ம முயற்சி பலிச்சுது"ன்னு. *நம்ம*. அந்த "நம்ம"வுக்குள்ள நான் இருக்கேனா? கேக்கல. கஞ்சித் தொட்டிக்கிட்ட நான் போனா வரிசை விலகுமா இல்ல சேருமான்னு பாக்கற சோதனைக்கு என் வயிறு தயாரா இல்ல.

ராத்திரி இத எழுதிக்கிட்டிருக்கேன். ஒரு விஷயம் மட்டும் இப்ப நிச்சயமாத் தெரியுது:

இந்த ஊருக்கு என் மை வேணும்; நான் வேண்டாம்.

சரி. மையக் குடுப்போம். மை குடுக்கறவ எல்லாத்தையும் பாப்பா; பாக்கறவ எழுதி வெப்பா. வாசல்படி தாண்ட விடலன்னா என்ன - காலம்னு ஒரு கோயில் இருக்கு; அதுக்கு வாசல்படி கெடையாது.

48

ராசையாவின் அறை

அழைப்பு பாக்கியம் மூலம் வந்தது - பெரிய வீட்டின் வயதான வேலைக்காரி; ராசையாவின் நிழல் என்று ஊர் சொல்லும்.

"ஐயா கூப்பிடறாரு," அவள் வாத்தியார் வீட்டு வாசலில் நின்று சொன்னாள். பிறகு, யாரும் கேட்காதது போல், மெதுவாகச் சேர்த்தாள்: "வா, தம்பி. கெழவருக்கு நாள் நெருங்கிடுச்சு. நாள் நெருங்கினவங்க பேச்சைக் கேக்கறதுல நஷ்டம் இல்ல."

பெரிய வீட்டின் உள்ளறை. மருத்துவமனையிலிருந்து திரும்பிய ராசையா கட்டிலில் சாய்ந்திருந்தார் - உடம்பு சுருங்கி; ஆனால் கண்கள் - கண்கள் மட்டும் பழையபடி.

"வா." அவர் எதிரே நாற்காலியைக் காட்டினார். "ஒன்கிட்ட சண்டைக்கு கூப்பிடல. கணக்கு முடிக்கக் கூப்பிட்டேன்."

"எந்தக் கணக்கு?"

"எல்லாக் கணக்கும்." கிழவர் மெல்ல நிமிர்ந்து உட்கார்ந்தார். "கேளு, தம்பி. என் மவன் முடிஞ்சான் - தெரியும் எனக்கு. நாளைக்கோ நாளன்னிக்கோ அவன் கைல விலங்கு விழும்; விழாட்டியும் அவன் அரசியல் செத்துது. என் தம்பி எழுதி வெச்ச சாவு மனு டிவில வந்துது. நெலம் வழக்கு திரும்ப தொறக்கப்போவுது. எங்க குடும்பம்

- நூறு வருஷம் இந்த வட்டாரத்தை ஆண்ட குடும்பம் - ஒரு இரும்புப் பெட்டிகிட்ட தோத்துது." அவர் சிரித்தார் - உண்மையான, கசப்பில்லாத சிரிப்பு; அதுதான் அதிர்ச்சி. "தோத்துட்டோம். ஒத்துக்கறேன். தோத்தவன் ஜெயிச்சவன்-கிட்ட ஒண்ணு கேக்கலாம்ல - அதான் கூப்பிட்டேன். ஒரே ஒரு கேள்வி."

அவர் முன்னே குனிந்தார்.

"கணக்கு முழுசா போடு, தம்பி. நீ படிச்சவன்; கணக்குப் போடத் தெரியும். எங்கப்பா அந்த நெலத்த எடுத்தாரு - தப்புதான்; வை அந்தக் கணக்கை அந்தப் பக்கம். இந்தப் பக்கம் இத வை: அறுபத்தெட்டு வருஷத்துல அந்த நெலம் இந்த ஊருக்கு என்ன குடுத்துது? நூறு குடும்பத்துக்கு வேலை. பஞ்சம் வந்த வருஷம் - 65-லயும் 74-லயும் - இந்த வீட்டுக் களஞ்சியம்தான் ஊரோட சோறு; கேட்டுப்-பாரு ஒன் வாத்தியார்கிட்ட. கோயில் கும்பாபிஷேகம் மூணு - மூணும் இந்தக் காசுல. ஸ்கூல் கட்டடம், கொளக்கரை மராமத்து, எத்தனை பொண்ணுங்க கல்யாணம்... ஊருன்னா என்ன தம்பி? ஒரு பந்தல். பந்தலுக்கு ஒரு நடுக்கம்பம் வேணும். கம்பம் நிக்கணும்னா அது ஆழமா இறங்கணும். ஆழத்துல என்ன இருக்கு, கம்பம் எத மிதிச்சு நிக்குதுன்னு கேக்க ஆரம்பிச்சா - பந்தலே இறங்கிடும். நான் காத்த குடும்பம், கோயில், ஊரு - அது கணக்கில வராதா?"

அருள் வெகுநேரம் பேசவில்லை. கிழவரின் வாதம் - அதன் பயங்கரம் என்னவென்றால், அது முழுப் பொய் இல்லை. களஞ்சியம் சோறு போட்டது உண்மை. பந்தல் நின்றது உண்மை.

"வருது," அருள் கடைசியில் சொன்னான். "ஒங்க கணக்கு கணக்குல வருது. ஆனா ஒரு நிபந்தனைல - அந்த ledger-ல மூணு பேரு கையெழுத்துப் போடணும்." அவன் விரல் மடக்கி எண்ணினான். "பொன்னம்மாள் - சென்னை சேரில சமையல் வேலை பாத்து புள்ள வளத்த-வங்க; அவங்க கையெழுத்து வாங்கிட்டு வாங்க. ராமசாமி - அவரு கையெழுத்து வாங்க காவிரி அடிக்குப் போகணும்.

நடேசன் - அவரு கையெழுத்துக்கு ஜெயில் கல்லறை. இந்த மூணு பேரும் 'சரி, நியாயமான விலைதான்'னு கையெழுத்-துப் போட்டா - ஒங்க பந்தல் கணக்கை நான் ஒத்துக்கறேன். போடுவாங்களா?"

அறையில் மணிக்கூண்டு மட்டும்.

"இல்லன்னா," அருள் தொடர்ந்தான் - குரல் உயர்த்-தாமல், "அது கணக்கு இல்ல, ஐயா. அது ஒரு கதை - ஜெயிச்சவங்க தோத்தவங்க செலவுல சொல்லிக்கற கதை. பந்தல் நெசம்தான்; ஆனா பந்தல்காரன்தான் முதல்ல வீடுகள இடிச்சுட்டு, அப்புறம் 'நான் இல்லாட்டி ஒங்களுக்கு நெழல் ஏது'ன்னு கேக்கறான்."

ராசையா கட்டிலில் சாய்ந்தார். வெகுநேரம் உத்திரத்தைப் பார்த்துக்கொண்டிருந்தார். பிறகு, முதன்முறையாக, அவர் குரலில் வயோதிகம் ஒலித்தது:

"ஒரு காலத்துல," மெதுவாகச் சொன்னார், "அவ - அந்த எழுத்துக்காரி - இதே மாதிரிதான் என்னைப் பாத்தா. வாதம் இல்ல; சத்தம் இல்ல; வெறும் பார்வை. ஒரு கணக்-கப்பிள்ளை தராசப் பாக்கறா மாதிரி. அந்தப் பார்வைக்கு நான் பயந்ததில்ல - அலுத்துக்கிட்டேன்னு வெச்சுக்கோ. இப்ப அதே பார்வை ஒன் கண்ணுல." அவர் கண்களை மூடினார். "போ, தம்பி. கணக்கு முடியல. முடியாதுன்னு தெரியுது. போ."

அருள் எழுந்தான். கதவருகே போனவன், நின்று, திரும்-பினான். "ஐயா. ஒரு வார்த்தை - கணக்கா இல்ல; மனு-ஷனா மனுஷன்கிட்ட. மன்னிப்பு கேக்கறதுக்கு இன்னும் நேரம் இருக்கு. வாங்கறவங்க இல்லாம போயிட்டாலும் - கேக்கறது நிக்கறவங்களுக்காக இல்ல; கேக்கறவனுக்காக."

ராசையா கண்களைத் திறக்கவில்லை. "வழக்கறிஞன் மாதிரி பேசாத," என்றார். "என் வயசுல மன்னிப்புன்னா என்ன தெரியுமா, தம்பி - வாழ்ந்த வாழ்க்கை முழுக்கத் தப்புன்னு கையெழுத்துப் போடறது. அந்தக் கையெழுத்தப் போட்டா நான் வாழ்ந்ததே இல்லாமப் போயிடும். எண்பது வயசுல மனுஷனுக்கு மிச்சம் இருக்கறதே அவன் வாழ்ந்த

கதைதான். அத நீயே பறிச்சுக்கச் சொல்றியே - சாவவிட அது பெருசுடா."

49

குணசேகரன் சரிகிறான்

வீழ்ச்சி ஒரே நாளில் நடக்கவில்லை; ஆனால் முடிவு ஒரே வாரத்தில் வந்தது.

திங்கள் - விசாரணைக் குழு முன் ஜெயந்தியின் வாக்குமூலம்: முப்பது வருடங்களின் இரவுகள்; தேதிகளோடு.

செவ்வாய் - வேதநாயகம்: 1992-இன் alibi; BEO அலுவலக மிரட்டல்; "அன்னிக்கு நான் வாயை மூடினேன்; அதுக்கு இது பிராயச்சித்தம்" என்று பதிவில் சொன்னார்.

புதன் - injunction வழக்கில் திருப்பம்: கார்த்திக்கின் ஆதாரங்கள் - PA-யின் லஞ்ச audio, scan video log - பெட்டக ஆவணங்கள் அல்ல என்பதால் தடைக்கு வெளியே; ராஜலட்சுமி அவற்றை விசாரணைக் குழுவிடம் முறையாக ஒப்படைத்தார். அன்று மாலை அந்த audio ஒரு சேனலில் ஒலித்தது - *"அந்த அமெரிக்காக்காரன் நாளைக்கு போயிடுவான். நீ இங்கதான இருக்கப்போற..."* - PA "தலைமறைவு"; ஆனால் PA-க்கள் தனியாகச் செயல்படுவதில்லை என்று தமிழ்நாடு முழுவதும் தெரியும்.

வியாழன் - கட்சி அறிவிப்பு: தொகுதி வேட்பாளர் பட்டியலில் வேறு பெயர். அதிகாரப்பூர்வ வாசகம்: "கள நிலவரம்." அரசியலில் இரங்கல் நோட்டுக்கு அப்படித்தான்

பெயர்.

வெள்ளி - அன்வர்.

அவர் வந்தது யாரும் அழைக்காமல். விசாரணைக் குழு ஊர்ச் சாவடியில் வாக்குமூலம் பதிந்துகொண்டிருந்த மதியம், கடையை பேரனிடம் ஒப்படைத்துவிட்டு, தொப்பியைக் கையில் பிடித்தபடி அவர் வந்து நின்றார்.

"நான் அன்வர். பிஸ்மி டீ ஸ்டால். ஒரு வாக்குமூலம் தரணும் - 1992 புரட்டாசில ஒரு ராத்திரி பத்தி."

அருள் அங்கேயே இருந்தான்; ஆச்சரியத்தோடு அவரைப் பார்த்தான். அன்வர் அவனைப் பார்த்துத் தோளை லேசாகக் குலுக்கினார்: "கடைசி ஆளா வரேன்னு சொன்னேன்ல, தம்பி. பாத்தா வரிசையே முடியற மாதிரி இருக்கு. இதுக்கு மேல நான் வராம இருந்தா - அது ஜாக்கிரதை இல்ல; அயோக்கியத்தனம்."

சனிக்கிழமை, குணசேகரன் தன் அலுவலகத்தில் தனியாக உட்கார்ந்திருந்தான்.

மேசை மேல் மூன்று போன்கள் - மூன்றும் அமைதியாக. ஒரு வாரத்துக்கு முன் அவை ஓய்வதில்லை. அரசியலில் வீழ்ச்சியின் முதல் அறிகுறி சத்தம் அல்ல; நிசப்தம்.

அவன் வழக்கறிஞன் காலையில் சொன்னது காதில் ஓடியது: "1992 வழக்குல time-bar சிக்கல் இருக்கு; ஆனா விசாரணைக் குழு பரிந்துரை பண்ணா மறு-FIR சாத்தியம். anticipatory bail ரெடி பண்ணி வைப்போம். ஒரு வேளை..."

ஒரு வேளை. அவன் வாழ்க்கை இப்போது அந்த இரண்டு வார்த்தைகளுக்குள்.

அவன் தனிப்பட்ட போனை எடுத்தான். தேன்மொழியின் எண்ணை அழைத்தான்.

மணி அடித்தது. அடித்தது. அடித்தது.

"நீங்கள் அழைக்கும் நபர் பதிலளிக்கவில்லை..."

அவன் போனை மேசையில் வைத்தான். ஜன்னல் வழியே மாலை இறங்குவதைப் பார்த்தான்.

சீட்டாட்டத்தில் ஒரு கணம் வரும் - கை நிறைய சீட்டு இருக்கும்; ஆனால் ஆடத் தகுதியான சீட்டு ஒன்றும் இருக்காது. முப்பது வருடங்களுக்கு முன், ஒரு கோயில் இருட்டில், அவன் அந்தக் கணத்திலிருந்து தப்பிக்க ஒரு சாக்கு மூட்டையைத் தூக்கினான். இத்தனை வருடம் ஓடி, கடைசியில் வந்து நிற்பது - அதே கணத்தில்.

வித்தியாசம் ஒன்றுதான். அன்று பணம் தோற்றது. இன்று - மகளின் "பதிலளிக்கவில்லை."

அதே வாரம், ஊரில், கனகம் வீட்டு வாசலில் ஒரு சேனல் நிருபர் கேட்டான்: "உங்க தம்பி மேல சுமத்தப்பட்ட பழி நீங்கப்போகுது. ஜெயிச்ச மாதிரி feel பண்றீங்களா?"

கனகம் - வாழ்நாள் முழுவதும் தாழ்த்திய தலையை அன்று நிமிர்த்தியவள் - அமைதியாகச் சொன்னாள்:

"ஜெயிப்பா? என் தம்பி திரும்பி வருவானா, ஜெயிச்சா? இது ஜெயிப்பு இல்ல, தம்பி. ஓய்வு. முப்பத்து நாலு வருஷம் ஒரு பாறையைத் தலைல வெச்சு நடந்தோம்; இன்னிக்கு எறக்கி வெச்சிருக்கோம். அவ்வளவுதான். பாறை சொமந்த இடம் இன்னும் வலிக்கத்தான் செய்யுது."

50

ராசையாவின் மரணம்

அந்த இரவு பாக்கியம்தான் கடைசியாக அவரைப் பார்த்தவள்.

இரவு பத்து மணிக்கு பால் கொண்டுபோனபோது ராசையா கட்டிலில் இல்லை - அறையின் மூலையில், பழைய இரும்பு safe-இன் முன், நின்றிருந்தார். "ஐயா, படுக்கணும்," என்றதற்கு, திரும்பாமலே, "வை, போ" என்றார். அவள் வைத்துவிட்டுப் போனாள். வாசலில் நின்று ஒரு கணம் திரும்பிப் பார்த்தாள் - அவர் safe-ஐத் திறந்துகொண்டிருந்தார்.

காலையில் அவர் சாய்வு நாற்காலியில் இருந்தார் - தூங்குவது போல.

மடியில் - ஒரு பழைய ஆவணம்: 1958-இன் அசல் "தான செட்டில்மெண்ட்"; மஞ்சள் தாள், அரசு முத்திரை, ஒரு பெருவிரல் கைரேகை. வலது கை அதன் மேல் - பிடித்திருந்ததா, மூடியிருந்ததா என்று சொல்லமுடியாத நிலையில்.

தரையில், இடது கைப் பக்கம், விழுந்து கிடந்தது இன்னொன்று - ஒரு கறுப்பு-வெள்ளைப் புகைப்படம்: கோயில் தேர்; தேருக்கு முன் ஒரு இளைஞனும் ஒரு சிறுவனும் -

கருப்பையா வாண்டையாரும் சிறுவன் ராசையாவும். புகைப்-படத்தின் பின்புறம் மங்கிய மையில்: *"தேர்த் திருவிழா, 1956."*

எது அவருடைய கடைசிப் பிடிமானம் - பத்திரமா, புகைப்படமா? கையில் இருந்தது பத்திரம்; கீழே விழுந்தது படம். அல்லது - விழுந்தது கையிலிருந்துதானா? யாருக்குத் தெரியும். மரணம் சாட்சி சொல்லாது.

இறுதிச் சடங்கு பெரிதாக நடந்தது - பெரிய வீட்டுச் சடங்குகள் சிறிதாக நடப்பதில்லை. மாவட்டம் முழுவதிலி-ருந்தும் கார்கள்; வெள்ளை வேட்டிகளின் கடல்; மூன்று முன்னாள் எம்.எல்.ஏ.க்கள்; ஒரு மடாதிபதியின் சீடர். குணசேகரன் - ஒரு வாரத்தில் பத்து வயது கூடியவன் போலத் தோற்றம் - தீ மூட்டினான்.

ஊரும் போனது. போகாமல் இருக்க ஊருக்குத் தெரியாது - சாவு வீடு சாவு வீடுதான். ஆனால் அன்வர் கடையில் அன்று மாலை யாரோ சொன்னதுதான் ஊரின் உண்மை-யான இரங்கல் செய்தி: "கூட்டம் பெருசுதான். அழுகைதான் காணும்."

அருள் தகனத்துக்குப் போகவில்லை. போவது நேர்மையா நாடகமா என்று அவனால் தீர்மானிக்க முடியவில்லை; தீர்மானிக்க முடியாததைச் செய்யக்கூடாது என்று மட்டும் தெரிந்தது. மாலை, சுடுகாட்டுப் புகை அடங்கிய நேரம், அவன் காவிரிக் கரையில் தனியாக நடந்துகொண்டிருந்-தான்.

அங்கே, படகுத்துறை மண்டபத்தில், சுந்தரம்பாள் உட்-கார்ந்திருந்தாள் - யாரோ பேரப்பிள்ளை கொண்டுவந்து விட்டிருக்க வேண்டும்; கையில் தண்ணீர்ச் செம்போடு.

"போயிட்டான்," கிழவி ஆற்றைப் பார்த்தபடி சொன்னாள் - அருளைத் திரும்பிப் பார்க்காமலே; அவன் வந்தது அவளுக்கு எப்படியோ தெரிந்திருந்தது. "என் வயசுக்காரன். ஒரே தெருவுல வெளையாண்டவங்க நாங்க - நம்பு. அவன் அப்பன் பணக்காரன் ஆவறதுக்கு முன்னாடி, அவனும் இந்த மண்ணுலதான் கொட்டிப் புரண்டான்."

அவள் செம்பிலிருந்து தண்ணீரை ஆற்றில் ஊற்றினாள் - யாருக்காக என்று சொல்லவில்லை.

"மன்னிப்பு கேக்காம போயிட்டான்," அருள் மெதுவாகச் சொன்னான்.

"ம்." கிழவி தலையசைத்தாள். "அதான் அவனோட தண்டனை, தம்பி. ஒனக்கு இல்ல; அவனுக்கு. கேக்காத மன்னிப்பு கேக்காதவன் கூடவே போவும் - சாம்பல்ல கூட அது எரியாம மிஞ்சும்."

அவள் மெல்ல எழுந்து, அருளின் தோளில் கை வைத்து, ஊர் பக்கம் திரும்பினாள். "வா. இருட்டப்போவுது."

அவர்கள் நடக்கத் தொடங்கியபோது, வானத்தில் - வெகு தூரத்தில், கீழ்த்திசையில் - மின்னல் ஒன்று சத்தமில்லாமல் வெட்டியது. காத்திருந்த பருவ மழையின் முதல் அறிவிப்பு.

ஜெயித்தது யார் என்று அன்றிரவு ஊரில் யாரும் பேசவில்லை. தோற்றது யார் என்றும். பேச ஒன்றுமில்லை - வெற்றி போல எதுவும் அங்கு இருக்கவில்லை. இருந்தது இவ்வளவுதான்: ஒரு திறந்த பெட்டி, ஒரு மூடிய சிதை, ஒரு வரப்போகும் மழை - மற்றும், எழுபது வருடங்களில் முதல்முறையாக, நிமிர்ந்த சில தலைகள்.

(பாகம் 4 நிறைவு)

திரும்புதல்

51

தபால்காரன் அருள்

மழை வந்துவிட்டது.

ஆடிக்கு முன்னதாகவே, அந்த வருடம், வானம் கணக்கைத் தீர்க்கத் தொடங்கியது. கொற்றமங்கலத்தின் ஓடுகள் மேல் இரவு முழுவதும் மழை - வெகுநாள் தூங்காத ஊருக்கு வானமே பாடிய தாலாட்டு.

அதே வாரம் இரண்டு முடிவுகள் வந்தன.

ஒன்று - நீதிமன்றத்திலிருந்து: சுப்பிரமணி தன் மனுவைத் திரும்பப் பெற்றுக்கொண்டான். வக்கீல் கட்டணம் கட்டியவன் மறைந்த பிறகு வழக்கு யாருக்கு? அவன் வந்து போனது அதைவிட வேடிக்கை - ஒரு மாலை, தயங்கித் தயங்கி, வாத்தியார் வீட்டு வாசலில்: "தம்பி... அதாவது... எங்க அப்பன் ஊட்டாண்டி காலத்துல எழுதின கடிதங்களும் அதுல இருக்குமாமே..."

இரண்டாவது முடிவு - அருளுடையது.

அன்று காலை அவன் கலிபோர்னியாவுக்கு ஒரு மின்னஞ்சல் அனுப்பினான். Drafts folder-இல் அல்ல - Send. நிறுவனத்துக்கு ராஜினாமா. நாற்பத்தெட்டாவது மின்னஞ்சல் - அனுப்பப்பட்ட முதல் மின்னஞ்சல்.

"நிச்சயமா?" நிலா கேட்டாள்.

"இல்ல," அருள் சிரித்தான். "அதான் நிச்சயம்னு நெனைக்கிறேன். இத்தனை வருஷம் நிச்சயமான விஷயங்-

களைத்தான் செஞ்சேன் - படிப்பு, வேலை, பதவி உயர்வு. எல்லாம் நிச்சயம்; எதுவும் நிஜம் இல்ல. இது நிச்சயம் இல்ல -" அவன் பெட்டக அறையைக் காட்டினான், "- ஆனா இது நிஜம்."

அன்று மாலை கதிர்வேல் வந்தார் - நெற்றியில் காயத்தின் வடு இன்னும் மங்காமல்; கையில் ஒரு பழைய தோல் பை. நாற்பது வருடப் பயன்பாட்டில் தோல் தேய்ந்து, வாயில் பித்தளைக் கொக்கி கறுத்து - ஆனால் வார் இன்னும் உறுதியாக.

"என் சர்வீஸ் பை," கிழவர் சொன்னார். "டிபார்ட்மெண்ட் புதுசு குடுத்தப்ப பழசை ஏலத்துல நானே வாங்கிக்கிட்டேன் - அஞ்சு ரூபா. இந்தப் பைல நாப்பது வருஷம் இந்த ஊரோட சந்தோஷமும் சோகமும் பயணம் பண்ணியிருக்கு." அவர் அதை அருளின் தோளில் மாட்டினார் - பதவியேற்பு போல; ஆசீர்வாதம் போல. "இனிமே ஒன் முறை. ஒரு விஷயம் ஞாபகம் வெச்சுக்கோ, தம்பி - தபால்காரன் வேலை கடிதம் சேர்க்கறது மட்டும் இல்ல. சேர்க்கற நேரம் பாக்கறதுங்கறதும் வேலைதான். சாவு வீட்டுல கல்யாணப் பத்திரிகை குடுக்கக்கூடாது."

அன்றிரவு, கூடத்தில், எழுபத்து மூன்று பெயர்களின் பட்டியல் சுவரில் ஒட்டப்பட்டது.

வேதநாயகம் ஒவ்வொரு பெயராக வாசித்து விளக்கினார் - யார் உயிரோடு இருக்கிறார்கள், யாருடைய வாரிசுகள் எங்கே, எந்தக் கடிதம் எந்த வீட்டில் என்ன எழுப்பும். சில பெயர்களுக்கு நேரே அவர் "நிதானம்" என்று எழுதினார்; சிலவற்றுக்கு "முதல்ல போகலாம்"; இரண்டு பெயர்களுக்கு நேரே வெறும் கேள்விக்குறி.

அருள் விதிகளை வைத்தான்: நேரில் மட்டும். கேமரா இல்லை - ("அண்ணே!" - "இல்ல, கார்த்திக்.") - கேட்டால் மட்டும் வாசித்துக் காட்டுவது. வாங்க மறுத்தால் வற்புறுத்தாமல் திரும்புவது - மறுக்கப்பட்ட கடிதங்கள் காப்பகத்தில், முத்திரையிட்டு. ஒவ்வொரு கடிதமும் அதன் உரிமையாளர் சொத்து; அதை அவர்கள் படிக்கலாம், பத்திரப்படுத்-

தலாம், கிழிக்கலாம், எரிக்கலாம் - அது அவர்கள் உரிமை.

"எரிச்சாலுமா?" கார்த்திக் அதிர்ந்தான்.

"எரிச்சாலும்," அருள் உறுதியாகச் சொன்னான். "செங்கமலம் இத சேத்து வெச்சது ஊரை மிரட்ட இல்ல; ஊர்கிட்ட திருப்பிக் குடுக்க. குடுத்த பொருளை வாங்கினவங்க என்ன பண்றாங்கன்னு குடுத்தவங்க கேக்கக்கூடாது."

மழை ஓய்ந்த மறுநாள் காலை, தோளில் தோல் பையோடு, கையில் முதல் ஐந்து கடிதங்களோடு, அருள் ஊருக்குள் இறங்கினான்.

தெருவில், அவனைப் பார்த்த ஒரு கிழவி தன் பேத்தியிடம் சொன்னது அவன் காதில் விழுந்தது: "பாரேண்டி... அவ பை. அவ நடை மாதிரியே இருக்கு."

52

முதல் கதவுகள்

முதல் கதவு - வேலாயி ஆச்சியின் பேரன்.

அறுபது வயது மனிதர்; ஊர்க்கூட்டத்தில் அன்று கையுயர்த்தியவர். அருள் பர்மா மணியனின் கடிதங்களை - ஆச்சி சொல்லச் சொல்ல செங்கமலம் எழுதிய வரைவுகளையும், பர்மாவிலிருந்து வந்த பதில்களின் பிரதிகளையும் - கைகளில் வைத்தபோது, அவர் நடுங்கும் விரல்களால் முதல் கடிதத்தைத் திறந்தார்.

"மணியா. காசு வேணாம்டா. நீ வா..."

"இது... இது எங்க கொள்ளுப்பாட்டி குரல்," அவர் சொன்னார் - கடிதத்தை இரு கைகளிலும் தாங்கி. "நான் பொறக்கறதுக்கு முன்னாடி போனவங்க. வீட்ல ஒரு படம் கூட இல்ல. இப்ப..." அவர் வாசலில் நின்றபடியே வாசித்து முடித்தார்; முடித்து, உள்ளே ஓடி, கண்ணாடி ஃப்ரேம் ஒன்றுடன் வந்தார் - "இத இதுக்குள்ள வெச்சு சாமி படத்துப் பக்கத்துல மாட்டப்போறேன். எழுத்துக்கும் படம்தானே, தம்பி?"

இரண்டாவது கதவு - அடைபட்டது.

நடுத்தெருவில் ஒரு வீடு. ஐம்பத்தைந்து வயது மனிதர். அவர் தந்தை - 1960-களில் - தன் காதலுக்கு செங்கமலத்திடம் கடிதங்கள் எழுதச் சொன்னவர்; காதல் நிறைவேறாமல், வேறு திருமணம்; அந்தக் காதலியின் முகவரி தெரி-

யாமல் நின்றுபோன மூன்று கடிதங்கள் - பெட்டகத்தில்.

அருள் நிதானமாக, மென்மையாக விளக்கினான். மனிதர் கேட்டார்; கேட்கக் கேட்க முகம் இறுகியது.

"நிறுத்து." அவர் கையை உயர்த்தினார். "எங்க அப்பன் செத்து இருபது வருஷம். எங்கம்மா செத்து பத்து. ரெண்டு பேரும் நல்லபடியா வாழ்ந்தாங்க - எங்க கண்ணுல. இப்ப நீ வந்து சொல்ற - அப்பன் இன்னொரு பொண்ண காதலிச்சாரு, அவளுக்கு கடிதம் எழுதினாரு. அதனால? எங்கம்மா நெனைவுக்கு நான் என்ன பதில் சொல்றது? எங்க அப்பன் இன்னொரு பொண்ணை காதலிச்சதை இப்ப சொல்லி என்ன ஆகணும்? யாருக்கு என்ன லாபம்? எடுத்துட்டுப் போ. எரிச்சிடு. இங்கேயே வேணும்னா எரிச்சிட்டுப் போ!"

கதவு அடைபட்டது - பலமாக; தாழ்ப்பாள் சத்தத்தோடு.

அருள் வெகுநேரம் அந்த வாசலில் நின்றான். பிறகு கடிதங்களை பையில் திரும்ப வைத்து நடந்தான். *கடிதம் அம்பு. விட்ட பிறகு திரும்பாது* - செங்கமலம் எழுதியது. ஆனால் இன்னொன்றும் உண்மை என்று இன்று புரிந்தது: சில அம்புகளை விடாமல் இருப்பதும் தபால்காரனின் தர்மம்தான். அந்த மூன்று கடிதங்கள் காப்பகத்துக்குத் திரும்பின - "மறுக்கப்பட்டது; முத்திரை" என்ற குறிப்போடு.

மூன்றாவது கதவு - எதிர்பாராதது.

கீழத்தெருவில், ஒரு நடுத்தர வயதுப் பெண் - பள்ளி சமையலர். அவளுக்கு வந்த கடிதம் - அவள் தாய் 1969-இல் எழுதச் சொன்ன ஒரு மனு; எழுதி, கூலியும் கொடுத்து, கடைசி நிமிடத்தில் "வேணாம்க்கா, கிழிச்சிடுங்க" என்று சொல்லிப்போனது; செங்கமலம் கிழிக்காமல் வைத்திருந்தது. மனுவின் தலைப்பு: *"குடும்ப வன்கொடுமையிலிருந்து பாதுகாப்பு கோரி."*

பெண் வாசித்தாள். வாசித்து முடித்ததும், கடிதத்தை மடியில் வைத்து, வெகுநேரம் சுவரையே பார்த்துக்கொண்டிருந்தாள்.

"எங்கம்மாவ நான் கோபிச்சுக்கிட்டே வளர்ந்தேன், தம்பி," கடைசியில் சொன்னாள். "'ஏம்மா அடி வாங்கிக்-

கிட்டே கெடக்கற, எதிர்த்து நில்லேன்'னு கத்தியிருக்கேன் - சின்னப் புள்ளத்தனத்துல. அவ எதிர்க்கவே இல்லன்னு நெனச்சேன்." அவள் மனுவை மார்போடு அணைத்தாள். "எதிர்த்திருக்கா. ஒரு தடவை, இந்தக் காகிதம் வரைக்கும் வந்திருக்கா. அப்புறம் எங்களுக்காக - நாங்க 'அப்பன் இல்லாத புள்ளைங்க'ன்னு பேரு வாங்கக்கூடாதுன்னு - திரும்பிப் போயிருக்கா." அவள் நிமிர்ந்தாள்; கண்கள் ஈரமாக, ஆனால் தெளிவாக. "ஐம்பது வருஷமா அவ மேல வெச்சிருந்த கோபத்தை இன்னிக்கு இந்தக் காகிதம் அவுத்துடுச்சு, தம்பி. இது மனு இல்ல எனக்கு. என் அம்மாவோட சத்தம்."

அன்றிரவு, பட்டியலில் முதல் ஐந்து பெயர்களுக்கு நேரே குறி போட்டபடி, அருள் நிலாவிடம் சொன்னான்:

"இன்னிக்கு ஒண்ணு புரிஞ்சுது. நாம குடுக்கறது தகவல் இல்ல. நேரம். ஒவ்வொரு கடிதமும் ஒரு நின்னுபோன கடிகாரம் - குடுக்கறப்ப அது திரும்ப ஓட ஆரம்பிக்குது. சில வீட்ல முன்னாடி ஓடுது. சில வீட்ல -" அவன் அடைபட்ட கதவை நினைத்தான், "- பின்னாடி."

53

சிங்கப்பூர் மின்னஞ்சல்

எழுபத்து மூன்று முகவரிகளில் பதினொன்று கடல் தாண்டியவை - சிங்கப்பூர், மலேசியா, இலங்கை, துபாய், கனடா.

அவற்றுக்காக கார்த்திக் ஒரு எளிய ஏற்பாடு செய்தான்: scan-களை அனுப்புவது; சம்மதம் கேட்பது; வேண்டுபவர்களுக்கு வீடியோ அழைப்பில் வாசித்துக் காட்டுவது. "டிஜிட்டல் தபால்காரன்," என்று தனக்குத்தானே பதவி சூட்டிக்கொண்டான்.

சிங்கப்பூர் அழைப்பு ஒரு ஞாயிற்றுக்கிழமை மாலை நடந்தது.

திரையில் - ஒரு நிறைந்த குடும்பம்: எண்பது வயது மூதாட்டி நடுவில்; சுற்றி மகன்கள், மருமகள்கள், பேரப்பிள்ளைகள்; பின்னால் சுவரில் தமிழ்க் கடவுள் படங்களும் சிங்கப்பூர் சாலையின் ஜன்னல் வெளிச்சமும்.

மூதாட்டியின் பெயர் சரஸ்வதி. 1964-இல், ஆறு வயதில், தாய் இறந்த பிறகு, தந்தை அவளை சிங்கப்பூருக்கு அழைத்துப்போனார். தாயின் நினைவாக அவளிடம் இருந்தது - ஒன்றுமில்லை. ஒரு புகைப்படம் கூட இல்லை. "அம்மா மொகமே ஞாபகம் இல்ல," என்று அவள் பேரப்பிள்ளைகளிடம் சொல்வதுண்டாம். "வாசம் மட்டும் ஞாபகம்

இருக்கு - வேப்பெண்ணெயும் சாம்பிராணியும்."

பெட்டகத்தில் இருந்தது: 1958—1963 - அவள் தாய் லட்சுமி, சிங்கப்பூரில் வேலை பார்த்த கணவருக்கு எழுதச் சொன்ன பதினேழு கடிதங்களின் வரைவுகள்.

"வாசிக்கட்டுமா, பாட்டி?" நிலா கேட்டாள்.

மூதாட்டி தலையசைத்தாள். குடும்பம் அமைதியானது.

நிலா முதல் கடிதத்தை - 1958 - வாசித்தாள்: *"...இங்க எல்லாம் சவுக்கியம். பொண்ணு தவழ ஆரம்பிச்சிருக்கா. நேத்து முத்தம் முழுக்கத் தவழ்ந்து திண்ணை வரைக்கும் போயிட்டா - ஊரே சிரிக்குது, இவ ஒங்க மாதிரி எங்கயாவது ஓடப் பாக்கறான்னு..."*

திரையில் சரஸ்வதி - கை வாயை மூட - *"பொண்ணு"* என்ற வார்த்தையில் அவள் கண்கள்.

கடிதங்கள் தொடர்ந்தன. பிள்ளையின் முதல் வார்த்தை. முதல் பொங்கல் பாவாடை. 1962-இல் - *"பொண்ணுக்கு ஸ்கூல்ல சேக்கணும். பொம்பளப் புள்ளைக்கு படிப்பு வேணாம்னு ஒங்கம்மா சொல்றாங்க. நான் விட மாட்டேன். நீங்க ஒரு வார்த்தை எழுதுங்க..."*

கடைசி கடிதம் - 1963, மார்கழி. மற்றவற்றை விடக் குறுகியது. எழுதியவளின் - செங்கமலத்தின் - குறிப்பு ஓரத்தில்: *"லட்சுமி ரொம்ப இளைச்சிருக்கா. இருமல் நிக்கல. டாக்டர்கிட்ட போகச் சொன்னேன்; 'பணம் சேரட்டும்க்கா' அப்படிங்கறா."* கடிதத்தின் உடல்:

> *"...எனக்கு ஒடம்பு அவ்வளவா சரியில்ல. பயப்பட ஒண்ணுமில்ல. ஆனா ஒரு வேளை - ஒரு வேளைன்னுதான் சொல்றேன் - நான் சீக்கிரம் ஒங்ககிட்ட வர முடியாமப் போச்சுன்னா, பொண்ண நீங்களே வளர்க்கணும். அவ அழுதா தோளுல போட்டு முதுகுல மூணு தட்டு தட்டுங்க - அப்படித்தான் பழக்கம். ராத்திரி பயப்படுவா - விளக்கு அணைக்காதீங்க. படிக்க வைங்க - கட்டாயம் படிக்க வைங்க. அவகிட்ட சொல்லுங்க - அம்மா எங்கயும் போகல; பொண்ணு படிக்கற எழுத்துக்குள்ளயே இருக்கான்னு."*

நிலா வாசித்து முடித்தபோது வீடியோவின் இரு பக்கங்களிலும் நிசப்தம் - ஆறாயிரம் கிலோமீட்டர் நீளமான நிசப்தம்.

சரஸ்வதி பேசினாள் - தமிழில்; அறுபது வருடச் சிங்கப்பூர் வாசம் தேய்க்காத தஞ்சைத் தமிழில்:

"நான்... நான் படிச்சேன்மா. அப்பா படிக்க வெச்சாரு - பிடிவாதமா. டீச்சரா வேலை பாத்தேன், நாப்பது வருஷம். ஏன் அப்பா அவ்வளவு பிடிவாதமா படிக்க வெச்சாருன்னு இன்னிக்குத்தான் தெரியுது." அவள் திரையை - திரை வழியே, காலம் வழியே - தொட்டாள். "அம்மா... நான் எழுத்துக்குள்ளதான் ஒன்னைத் தேடிக்கிட்டிருந்தேனோ, இத்தனை நாள்?"

அழைப்பு முடிந்தபின், சிங்கப்பூரிலிருந்து ஒரு மின்னஞ்சல் வந்தது - சரஸ்வதியின் பேரன் எழுதியது: *"Thank you. பாட்டி இன்னிக்கு ராத்திரி சாப்பிடும்போது அம்மா கதை சொன்னாங்க - first time in my life. அந்த கடிதங்களோட high-res scan அனுப்புங்க; நாங்க frame பண்ணப்போறோம். மற்றும் - உங்க archive project-க்கு நாங்க donate பண்ணணும். எவ்வளவு, எப்படின்னு சொல்லுங்க."*

கார்த்திக் அந்த மின்னஞ்சலை மூன்று முறை படித்தான். பிறகு மெதுவாகச் சொன்னான்: "அண்ணே... இதுவரைக்கும் நான் content-தான் பாத்திருக்கேன். இன்னிக்குதான் முதல் தடவை... எதுக்கு இதெல்லாம் பண்றோம்னு நெசமாவே புரியுது."

54

பொன்னம்மாளின் கடிதம்

பெரம்பூர் வீட்டில், அந்த ஞாயிற்றுக்கிழமை, வள்ளியம்மாளின் கட்டிலைச் சுற்றி அவர்கள் அமர்ந்திருந்தனர் - நிலா, அவள் அம்மா, அருள்.

நிலா கொண்டுவந்திருந்தவை இரண்டு.

முதலாவது - பொன்னுசாமியின் உண்மை உயிலின் வரைவு. அவள் அதை மெதுவாக வாசித்தாள்: *"...என் காலத்துக்குப் பிறகு என் நஞ்சை நிலம் முழுவதும் என் மனைவி பொன்னம்மாளுக்கும் என் மகள் வள்ளியம்மைக்கும் சேர வேண்டும்..."*

வள்ளியம்மாள் கண்களை மூடிக் கேட்டாள். *வள்ளியம்மை* - தன் பெயர், தந்தையின் வாயிலிருந்து, அறுபத்தெட்டு வருடம் கழித்து.

"அப்பா குரல்," அவள் மெதுவாகச் சொன்னாள். "எழுத்துல கூட அப்பா குரல் கேக்குது, பாத்தியாடி. 'என் மகள்'னு சொல்லியிருக்காரு பாரு... சாகறப்பவும் என் பேரு சொல்லியிருக்காரு..."

இரண்டாவது - நிலா அதை எடுக்கும்போது அவள் கைகள் நடுங்கின. ஒரு உறை; மேலே செங்கமலத்தின் கையெழுத்தில்: **"பொன்னம்மாள் அக்காவுக்கு. முகவரி**

கிடைத்தால் அனுப்புக." முகவரி கிடைக்கவே இல்லை - 1961-இன் postcard-க்குப் பிறகு வண்ணாரப்பேட்டைக் குடியிருப்பே இடம்பெயர்ந்துவிட்டிருந்தது. கடிதம் காத்திருந்தது.

"இது," நிலா சொன்னாள், "அவங்க ஒங்க அம்மாவுக்கு எழுதினது. அனுப்ப முடியாம போனது. வாசிக்கட்டுமா, பாட்டி?"

"வாசி."

"அக்கா,

இது ஒங்களுக்குக் கெடைக்குமான்னு தெரியாம எழுதறேன். கெடைக்காட்டியும் எழுதணும் - சில கடன் அப்படி.

அன்னிக்கு ராத்திரி நான் அங்க இருந்தேன். எல்லாம் பாத்தேன். ஒண்ணும் செய்யல. கத்தியிருக்கலாம்; ஊரக் கூட்டியிருக்கலாம்; நம்புவாங்களோ மாட்டாங்களோ - கத்தியிருக்கலாம். கத்தல. பயம்னு சொன்னா பாதி நெசம்; மீதி - அக்கா, மீதிக்கு இன்னும் எனக்குப் பேரு தெரியல. ஊரு நம்மள என்னவோ பண்ணி வெச்சிருக்கு - அநியாயத்தப் பாத்தா முதல்ல வர்றது கோபம் இல்ல; 'நமக்கேன்'ங்கற ஒரு குரல். அந்தக் குரல்தான் இந்த ஊரோட நெசமான சாமி. எல்லாரும் அதுக்குத்தான் பூஜை போடறோம் - நானும்தான்.

அதுக்கு நான் கட்டின அபராதம் இது: ஒங்க புருஷன் கடைசி வார்த்தைய நான் காப்பாத்தி வெச்சிருக்கேன். உயிலோட வரைவு என்கிட்ட இருக்கு. பத்திரத்தோட நகலும். எல்லாம் ஒரு பெட்டில - பத்திரமா.

ஒங்க காலத்துல இது உதவாதுன்னு ஒங்களுக்கே தெரியும்; எனக்கும் தெரியும். ஆனா அக்கா - வள்ளி இருக்கா. வள்ளிக்குப் புள்ளைங்க வருவாங்க. அவங்களுக்குப் புள்ளைங்க. அந்த வரிசைல எங்கயாவது ஒருத்தர் - தலை நிமிர்ந்து கேக்கற காலத்துல பொறந்த ஒருத்தர் - வருவாங்க. அவங்களுக்காக இத வெச்சிருக்கேன்.

ரயில் கௌம்பறப்ப கேட்டீங்கல்ல -
'வெச்சிருக்கியா'ன்னு. வெச்சிருக்கேன், அக்கா. சாகற
வரைக்கும் வெச்சிருப்பேன். சாவுக்கப்புறமும் -
காகிதத்துக்கு என் வாக்கு.
- செங்கமலம்"

அறையில் மூன்று தலைமுறைகள் - வள்ளியம்மாள், அவள் மகள், நிலா - மூவரும் அழுதுகொண்டிருந்தனர்; மூன்று வெவ்வேறு அழுகைகள்: ஒன்று நினைவுக்காக; ஒன்று தாய் இத்தனை வருடம் சுமந்த மௌனத்துக்காக; ஒன்று - நிலாவுடையது - தான் தேடிவந்த கதை தன்னையே தேடிவந்த விந்தைக்காக.

வள்ளியம்மாள்தான் முதலில் தேறினாள். கண்ணீரைத் துடைத்து, தலைமாட்டு தகர டப்பாவைக் காட்டினாள். "எடுடி."

இரும்புச் சாவி - மறுபடி வெளியே வந்தது.

"இத," கிழவி சாவியை நிலாவின் கையில் வைத்தாள், "திரும்ப அங்க கொண்டு போ. வீடு இல்லன்னு சொன்ன - பரவாயில்ல. வீடு இல்லன்னாலும் மண் இருக்கு. எங்க அப்பன் நெலத்து மண்ணுல, எங்காவது ஒரு இடத்துல, இதப் புதைச்சிடு. அறுபத்தெட்டு வருஷம் சாவி எங்க கூட இருந்துது; இனிமே அது வீட்டுக் கூடப் போய் இருக்கட்டும் - வீடு மண்ணா இருந்தாலும் சரி."

55

நில இழப்பீடு

ராஜலட்சுமி சட்ட நிலைமையை வெள்ளந்தியாக விளக்கினார்:

"நெசத்த நேருக்கு நேரா சொல்றேன். 1958 பத்திரத்தை ரத்து பண்ண civil suit போடலாம் - forgery ஆதாரத்தோட. ஆனா அறுபத்தெட்டு வருஷ adverse possession அவங்க பக்கம்; வழக்கு பத்து பதினைஞ்சு வருஷம் ஓடும்; ரெண்டு appeal; ஒங்க பாட்டிக்கு வயசு எழுபத்தெட்டு. சட்டம் நீதியோட பக்கம்தான் - ஆனா சட்டத்தோட கடிகாரம் வேற டைம் சோன்ல ஓடுது."

தீர்வு வந்தது சட்டத்திலிருந்து அல்ல - ஒரு மருத்துவரிடமிருந்து.

ராசையாவின் கருமாதி முடிந்த பதினாறாம் நாள், ஜெயந்தி வாத்தியார் வீட்டுக்கு வந்தாள் - இம்முறை பகலில்; மறைக்காமல். கூடவே தேன்மொழி.

"ஒரு settlement draft கொண்டு வந்திருக்கேன்," ஜெயந்தி நேரடியாகத் தொடங்கினாள். "மேட்டுத்தோட்டத்துலேந்து ஆறு ஏக்கர் - மூணு மாரியப்பன் குடும்பத்துக்கு; மூணு வள்ளியம்மாள் வாரிசுகளுக்கு. பத்திரப் பதிவு செலவு எங்களோடது. ஹைவே நஷ்ட ஈடுல அந்த நெலங்களுக்கு வர்ற பங்கு - அந்தந்தக் குடும்பங்களுக்கே."

"மொத்த நெலம் பதினாலு ஏக்கர்," நிலா அமைதியாகச் சொன்னாள்.

"தெரியும்." ஜெயந்தி மறுக்கவில்லை. "மீதி எட்டுல வீடு இருக்கு, தோட்டத்தோட மையம் இருக்கு - அத எழுதிக் குடுக்கற அதிகாரம் எனக்கு இல்ல; சொத்து என் பேர்ல இல்ல; என் புருஷன், அவன் அக்கா தங்கைங்க - வாரிசு வரிசை நீளம். நான் சாதிச்சது இந்த ஆறு - அதுக்கே என் வீட்ல ரெண்டு வாரம் யுத்தம்." அவள் அருளைப் பார்த்-தாள். "இது நீதி இல்ல. தெரியும். இது நான் கொண்டு வர முடிஞ்சது. நீதிக்காகக் காத்திருக்கலாம் - பதினைஞ்சு வரு-ஷம், கோர்ட்ல. இல்ல இத வாங்கிக்கிட்டு, மீதிக்கு வழக்-கையும் தொடரலாம் - settlement-ல அந்த உரிமையை விட்டுக்குடுக்கலன்னு வாசகம் சேத்திருக்கேன்; என் வக்கீல் முட்டாள்னு என்னைத் திட்டினான்; சேத்திருக்கேன்."

அந்தக் கடைசி வாசகம் - அதுதான் எல்லோரையும் நிமிர வைத்தது.

வேதநாயகம் மெதுவாகச் சொன்னார்: "அம்மா... நீங்க எந்தக் குடும்பத்துலேந்து வந்தீங்களோ அந்தக் குடும்பத்துக்கு எதிரா இந்த வாசகம்."

"இல்ல, சார்." ஜெயந்தி தலையசைத்தாள். "இந்த வாச-கம்தான் அந்தக் குடும்பத்துக்கு நான் பண்ற ஒரே உதவி. கடன் முழுசா அடைக்க முடியாதவன் கூட வட்டியாவது கட்டணும் - இல்லாட்டி கடன் பெருகிக்கிட்டே இருக்கும். இது வட்டி. அசல் - அசல் கோர்ட்டுலயோ காலத்துலயோ தீரட்டும்."

பத்திரப் பதிவு நாள், சார்-பதிவாளர் அலுவலகத்தின் முன், ஒரு சிறிய கூட்டம்.

மாரியப்பன் புது வேட்டியில் - அசௌகரியமாக, ஆனால் நிமிர்ந்து. கையெழுத்துப் போட்ட பிறகு அவன் ஆவணத்தை வாங்கி வெகுநேரம் பார்த்தான். பிறகு மகனி-டம் - கோயம்புத்தூரிலிருந்து வந்திருந்தான் - கொடுத்தான்: "வீட்ல அப்பா படத்துக்குக் கீழ வை. அவரு கேட்டது கூலி உயர்வுதான்; கெடச்சிருக்கு நெலம். நாப்பத்தெட்டு வருஷ

வட்டியோட."

நிலா - வள்ளியம்மாள் சார்பாக, பவர் ஆஃப் அட்டார்னியில் - கையெழுத்திட்டாள். எழுதிமுடித்து வெளியே வந்தபோது அவள் அருளிடம் சொன்னாள்: "தெரியுமா - நான் டாக்குமெண்டரி பண்ண வந்தப்ப ஒரு rule வெச்சிருந்தேன்: 'கதைக்குள்ள இறங்காத; பதிவு மட்டும் பண்ணு'ன்னு. இன்னிக்கு நான் கதையோட பத்திரத்துல கையெழுத்துப் போட்டிருக்கேன்." அவள் சிரித்தாள் - கண்ணீர் கலந்த சிரிப்பு. "என் professor பாத்தா fail பண்ணிடுவாங்க. என் கொள்ளுப்பாட்டி பாத்தா -"

"பாஸ் பண்ணுவாங்க," அருள் முடித்தான்.

56

சாமிநாதனின் பயணம்

அவர் வந்தது ஒரு வெள்ளிக்கிழமை - சொல்லிக்கொண்டு அல்ல; காலை பஸ்ஸில், ஒரு துணிப் பையோடு, பதினெட்டு வருடங்களுக்குப் பிறகு இரண்டாவது முறையாக.

முதல் முறை வந்தபோது அவர் கத்தினார்: "*கொளுத்து.*" இந்த முறை வாத்தியார் வீட்டு வாசலில் நின்று மெதுவாகக் கேட்டார்: "அவ... எங்க இருக்கா?"

சுடுகாட்டுக்கு அப்பால், காவிரிக் கரை ஓரமாக, ஊர் புதைக்கும் இடம். அங்கே, ஒரு புங்க மரத்தடியில், ஒரு சிறிய கருங்கல் - பெயர் இல்லை; வெறும் இரண்டு எழுத்து, உளியால் செதுக்கியது: **செ. செ.**

"கல்லு நான் வெச்சது," கதிர்வேல் - கூட வந்திருந்தார்; விலகி, மரியாதையான தூரத்தில் நின்றார் - மெதுவாகச் சொன்னார். "பேரு போடலாமான்னு யோசிச்சேன். அவ கேக்க மாட்டான்னு தோணுச்சு. 'ஊருக்கு என் பேரு வேண்டாம்; எழுத்து போதும்'பா. அதான் - எழுத்து."

சாமிநாதன் கல்லின் முன் நின்றார். வெகுநேரம்.

அருள் தந்தையின் பின்னால், சில அடி தள்ளி. அவன் பார்த்தான் - அறுபத்தெட்டு வயது மனிதர், மெல்ல மெல்ல, முழங்கால் மடிய, கல்லின் முன் தரையில் உட்காருவதை.

கை நீண்டு - தயங்கி - கல்லைத் தொடுவதை. செ. செ. - இரண்டு எழுத்துகளின் மேல் விரல்கள் ஓடுவதை - பார்வையற்றவர் வாசிப்பது போல.

"அம்மான்னு..." - சாமிநாதனின் குரல்; காற்றுக்கும் கல்லுக்கும் மட்டும் கேட்கும் அளவு; ஆனால் அருள் கேட்டான் - "...ஒரு தடவை கூப்பிட்டிருக்கலாம்டா. ஒரே ஒரு தடவை. தெருவுல எதிர்ல வந்தப்ப... தண்ணி குடுத்தப்ப... கட்டிப்புடிச்சு அழுதப்பவாவது... ஒரு தடவை வாய் தொறந்து கூப்பிட்டிருந்தா - அவ எழுபது வருஷம் பாக்கி வெச்ச சம்பளம் அடைஞ்சிருக்கும். ஒரு வார்த்தைடா. ஒரே வார்த்தை. அத நான் பத்து பைசா வட்டிக்குக் கூடக் குடுக்கல..."

அவர் அழுதார் - அந்தத் தலைமுறை ஆண்கள் அழும் முறையில்: சத்தத்தை விழுங்கி, தோள்களால்.

அன்றிலிருந்து நான்கு நாட்கள் அவர் ஊரில் தங்கினார்.

பகலில் - ஊரைச் சுற்றினார்: தான் ஓடிய தெருக்கள், படித்த பள்ளி, "அத்தை"யின் திண்ணை இருந்த இடம் - வீடு இப்போது இல்லை; புதிய கட்டிடம்; ஆனால் திண்ணை இருந்த திசையை அவர் கணக்கிட்டு வெகுநேரம் நின்றார்.

இரவுகளில் - வாத்தியார் வீட்டின் ஒரு அறையில், விளக்கின் கீழ், கடிதங்கள். நூற்றுத் தொண்ணூற்றேழில் ஒவ்வொன்றாக - வரிசையாக, 1959-இலிருந்து. சில இரவுகளில் ஒரே கடிதம்தான்; சில இரவுகளில் பத்து. யாரும் தொந்தரவு செய்யவில்லை. அந்த அறையின் மூடிய கதவுக்கு வெளியே வீடு நடந்துகொண்டிருந்தது - மெதுவாக, மரியாதையாக; உள்ளே ஒரு மகன் தன் தாயை முதன்முறையாகச் சந்தித்துக்கொண்டிருக்கிறான் என்று தெரிந்த வீட்டின் நடை.

நான்காம் நாள் காலை அவர் அருளிடம் ஒரு உறையை நீட்டினார். மூடிய உறை. மேலே அவர் கையெழுத்தில் - அரசு அலுவலகத்து நாற்பது வருடக் கையெழுத்தில், ஆனால் இம்முறை நடுக்கத்தோடு - ஒரே வரி:

"அம்மாவுக்கு."

"அவ எனக்கு நூத்தி தொண்ணூத்தி ஏழு எழுதினா," சாமிநாதன் சொன்னார். "நான் ஒண்ணாவது எழுதணும்ல. ராத்திரி முழுக்க உட்கார்ந்து எழுதினேன். எழுத்து சரியில்ல - அவ மாதிரி ஆத்துத்தண்ணி இல்ல என் கை; சர்க்கார் ஃபைல் கை. பரவாயில்லன்னு நெனைக்கிறேன். அம்மா-வுங்க புள்ளைங்க கையெழுத்தைத் திருத்தறதில்ல."

அவர் தொண்டையைச் செருமினார். "இத... அவ கல்-லுக்கிட்ட வெச்சிடு. இல்ல -" ஒரு கணம் யோசித்தார், "- இல்ல. நீ சொன்னியே, அந்தப் பெட்டிக்குள்ள அவளோட 'அனுப்பாத கடிதங்க' இருக்குன்னு. இதையும் அங்கேயே சேத்திடு. அவ கணக்குல இனிமே இதுவும் இருக்கட்டும் - *அனுப்பப்பட்ட* கடிதம் ஒண்ணு. முகவரி சேர்ந்த கடிதம் ஒண்ணு."

கிளம்பும் முன், பஸ் நிறுத்தத்தில், அவர் திடீரென்று நின்றார். "அருள். அந்த ஆளு... அவரு..." - வார்த்தை வரவில்லை; வேறு வழியில் கேட்டார் - "...தபால்காரரு. எங்க இருக்காரு?"

"தெற்குத் தெருவுல, அப்பா. முல்லைப் பந்தல் வீடு."

சாமிநாதன் வெகுநேரம் பஸ் வரும் திசையைப் பார்த்-துக்கொண்டு நின்றார். பிறகு சொன்னார்: "இந்தத் தடவை இல்ல. இந்தத் தடவை அம்மாவுக்குத்தான் வந்தேன் - அவ்வளவுதான் என் ஒடம்பு தாங்கும். அடுத்த தடவை..." அவர் மகனைப் பார்த்தார். "அடுத்த தடவை வரும்போது நீ கூட வா. ரெண்டு பேரும் சேர்ந்து போவோம். சரியா?"

பஸ் வந்தது. ஏறுமுன் அவர் மகனின் தோளில் கை வைத்தார் - இந்தக் குடும்பத்தில் ஆண்கள் தொடுவதில்லை என்ற பூட்டு, மெல்ல, துருப்பிடித்து உடைந்துகொண்டிருந்-தது.

57

கதிர்வேல்-சாமிநாதன்

இரண்டாவது வருகை இரண்டு வாரங்களில் வந்தது.

இம்முறை சாமிநாதன் தனியாக வரவில்லை - மீனாட்சியும் கூட. "நீ வரலன்னா இவரு இன்னும் ஆறு மாசம் தள்ளிப்போடுவாரு," என்று அவள் அருளிடம் சிரித்துச் சொன்னாள் - சிரிப்புக்குப் பின்னால் கணவனை இத்தனை தூரம் நகர்த்திய பொறுமையின் களைப்பு.

தெற்குத் தெரு. முல்லைப் பந்தல் வீடு.

அருள் முன்னே போய் சொல்லிவிட்டிருந்தான். கதிர்வேல் காலையிலிருந்து திண்ணையில் - வெள்ளை வேட்டி, தோளில் புதிய துண்டு; வீடு பெருக்கி, முற்றம் தெளித்து, பந்தலின் உதிர்ந்த பூக்களைக் கூடப் பொறுக்கி வைத்திருந்தார். தொண்ணூற்றிரண்டு வயதில் ஒரு மனிதர் ஒரு சந்திப்புக்காக இப்படித் தயாராவது -

சாமிநாதன் வாசலில் வந்து நின்றார்.

இருவரும் ஒருவரை ஒருவர் பார்த்தனர். அறுபத்தெட்டு வருடங்கள் - ஒரே ஊரில் பாதி, ஒரே தபால் வழியில்; கையெழுத்து வாங்கிய ரசீதுகள்; கொடுத்த கல்யாணப் பத்திரிகை; வாங்கிய மணியோசைகள் - எல்லாம் இடையில் நின்றன.

யாரும் பேசவில்லை. பேச்சு அந்தச் சந்திப்பின் மொழி இல்லை.

கதிர்வேல் மெல்ல எழுந்தார். உள்ளே போய், அந்த மரப் பெட்டியோடு வந்தார். திறந்தார். உள்ளே - மணி இருந்த இடம் காலியாக (*அது இப்போது அருளிடம்*); இருந்தது ஒன்றே ஒன்று: காலத்தால் மஞ்சளேறிய, மடிப்புகளில் தேய்ந்த, ஒரு சிறிய தாள்.

"1956," கிழவர் சொன்னார் - குரல் தடுமாறாமல் இருக்க ஒவ்வொரு வார்த்தைக்கும் போராடியபடி. "கல் மண்டபத்து தூணுக்கடியில அவ எனக்கு வெச்ச முதல் கடிதம். பெட்டியப் புதைக்கறப்ப எல்லாத்தையும் உள்ள வெச்சேன் - இத மட்டும் வெச்சுக்கிட்டேன். திருட்டுதான். ஒத்துக்கறேன். எழுபது வருஷத்துல நான் பண்ண ஒரே திருட்டு."

அவர் தாளை நீட்டினார் - சாமிநாதனிடம்.

"ஒன் அம்மா கையெழுத்து. அவ மனசோட முதல் தாள். இது இனிமே ஒன்கிட்ட இருக்கணும். எங்கிட்ட இருந்தா இன்னும் கொஞ்ச நாள்; ஒன்கிட்ட இருந்தா -" அவர் வாக்கியத்தை முடிக்கவில்லை; முடிக்கத் தேவையில்லை.

சாமிநாதன் தாளை வாங்கினார். திறக்கவில்லை - திறக்கும் தைரியம் அப்போது இல்லை; அது அவரது தனிமைக்கான வாசிப்பு. வாங்கியவர், வெகுநேரம் தாளையே பார்த்துக்கொண்டு நின்றவர், திடீரென்று - யாரும் எதிர்பாராமல், அவரே எதிர்பாராமல் - முன்னே வந்து, அந்தக் கிழவரின் - தன் தந்தையின் - கால்களைத் தொட்டார்.

"வேண்டாம்... வேண்டாம்டா..." கதிர்வேல் பதறித் தூக்கினார் - தூக்கியவர், தூக்கிய கைகளால் அப்படியே பிடித்துக்கொண்டார். தொண்ணூற்றிரண்டு வயதுக் கைகள்; அறுபத்தெட்டு வயது தோள்கள்.

"ஒரு வார்த்தை கூட பேசலியே நீங்க ரெண்டு பேரும்," மீனாட்சி பிறகு வண்டியில் சொன்னாள்.

"பேசினோம்," சாமிநாதன் ஜன்னலுக்கு வெளியே பார்த்தபடி சொன்னார். சட்டைப் பையில், நெஞ்சோடு, ஒரு பழைய தாள். "எங்க குடும்பத்து மொழில பேசினோம். அந்த மொழில வார்த்தை கெடையாது - அவ்வளவுதான்."

58

முத்துவின் பிராயச்சித்தம்

கடன் கதை முடிந்தது எதிர்பாராத திசையிலிருந்து.

குணசேகரனின் சாம்ராஜ்யம் சரிந்தபோது அதன் நிதிச் சங்கிலிகளும் வெளிச்சத்துக்கு வந்தன - கந்துவட்டி வலை மீது மாவட்ட அளவில் புகார்கள்; ராஜலட்சுமி முத்துவின் கோப்பை அதில் இணைத்தார்: அசல் பதிமூன்றுக்கு கட்டிய வட்டியே பதினொன்று; சட்டப்படி மீதி நிலுவை மறுகணக்கீடு; வங்கி மறுசீரமைப்பு. வீடு ஏலம் நின்றது.

"கடன் இன்னும் இருக்குடா," முத்து அருளிடம் சொன்னான் - ஆனால் இம்முறை அந்த வாக்கியத்தில் மூச்சுத் திணறல் இல்லை. "ஆனா இப்ப அது கடன் மட்டும்தான். கழுத்துல கயிறு இல்ல."

அவன் broker வேலையை விடவில்லை - "பொழப்பு, அதவிட்டா வேற தெரியாது" - ஆனால் ஹைவே கமிஷனை மட்டும் தொடவில்லை. "அந்தக் காசுல என் கை பட்டா எனக்கு அந்தக் கேன் வாசம் அடிக்குதுடா," என்றான்.

அதற்குப் பதிலாக அவன் செய்தது வேறு.

வாசகசாலைத் திட்டம் பேச்சுக்கு வந்தபோது - இடம், அனுமதி, கட்டுமானம், நிதி - முத்து தன்னை அதில்

முழுவதுமாகப் புதைத்துக்கொண்டான். பஞ்சாயத்து அனுமதி அவன் பின்னால் ஓடி வாங்கினான்; சிங்கப்பூர் நன்கொடைக்கு FCRA சிக்கல்களை அவிழ்த்தான்; கட்டுமானக் கணக்கை - ஒரு பைசா பிசகாமல் - Excel-இல் வைத்து வாரா வாரம் ஊர் நோட்டீஸ் போர்டில் ஒட்டினான். "broker கணக்கு வெச்சா ஊரு நம்பாது," என்று சிரித்தான்; "அதான் broker-ஏ கணக்க பொது இடத்துல ஒட்டறான்."

கூலி? "வாங்க மாட்டேன்."

"முத்து, இது வேலை. வேலைக்குக் கூலி-"

"டேய்." முத்து நிமிர்ந்தான். "எனக்கு இது வேலை இல்ல. ஒன் வீட்டுக்கு நான் ஒரு ராத்திரி ஆளு கூட்டிட்டுப் போனேன். அந்த ராத்திரிக்கு நான் கட்டற அபராதம் இது. அபராதத்துக்குக் கூலி வாங்கினா அது அபராதமே இல்ல."

ஒரு மாலை, வாசகசாலை அஸ்திவாரக் குழி வெட்டும் வேலையைப் பார்த்தபடி இருவரும் நின்றிருந்தனர். முத்து திடீரென்று சொன்னான்: "நாலாங்கிளாஸ்ல சைக்கிள் கதை ஞாபகம் இருக்கா. நீ அன்னிக்கு கேட்ட - 'அன்னிக்கு இருந்த முத்து இன்னிக்கும் இருக்கானா'ன்னு."

"ம்."

"இல்லடா." முத்து குழியையே பார்த்தபடி சொன்னான். "அவன் இல்ல. அவன் தண்ணில குதிச்சவன் - யோசிக்காம. இவன் யோசிச்சவன்; யோசிச்சு தப்பு பண்ணினவன்; தப்பு தெரிஞ்சு திரும்பினவன். அவன பாத்து நீ friendஷிப் வெச்ச. இவன பாத்து வைக்கறியான்னு -"

"டேய்," அருள் இடைமறித்தான். "குழி வெட்டறத பாரு. அஸ்திவாரம்னா என்ன தெரியுமா - பழைய மண்ணை எடுத்துட்டு, அதே இடத்துல, புது கல்லு வைக்கறது. இடம் அதேதான்டா. கட்டடம்தான் புதுசு."

முத்து அவனைப் பார்த்தான். பிறகு - பல மாதங்களில் முதன்முறையாக - பழைய சிரிப்பு; முழுச் சிரிப்பு.

"சரி வாத்தியாரே," என்றான். "சிமெண்ட் மூட்டை எத்தனை வந்திருக்குன்னு கணக்குப் பாரு போ."

59

ரேவதியுடன் சமாதானம்

தீர்வு வடிவம் பெற்றது ஒரு வரைபடத்தில்.

இறுதி அளவீட்டில் ஹைவே சீரமைப்பு லேசாக நகர்ந்திருந்தது - வயல் நிலம் முழுவதும் கையகப்படுத்தலுக்குள்; வீட்டு மனை அதன் எல்லைக் கோட்டுக்கு வெளியே. நிலத்துக்கு நஷ்ட ஈடு - நல்ல தொகை; வீட்டு மனைக்கு - வாங்க ஆள் வேண்டும்; இடிந்த வீட்டோடு, "சர்ச்சைக் கதையோடு" சேர்ந்த மனையை வாங்க ஊரில் யார் முன்வருவார்?

அருள் முன்வைத்த திட்டம்: நில நஷ்ட ஈட்டில் தன் பங்கு முழுவதையும் ரேவதி தரப்புக்கு எழுதிவிடுவது; பதிலாக, வீட்டு மனையில் அவளது பங்கை வாசகசாலை அறக்கட்டளைக்கு அவள் தானமாக எழுதுவது. அவளுக்கு - பிள்ளைகளின் படிப்புக்கு உடனடிப் பணம், முழுமையாக. ஊருக்கு - மனை. அவனுக்கு - ஒன்றுமில்லை; அதுதான் திட்டத்தின் மையம்.

"உனக்கு ஒண்ணுமே வேண்டாமா?" ரேவதி போனில் கேட்டாள் - சந்தேகத்தோடு; சந்தேகம் அவளுக்கு இப்போது இரண்டாவது சுபாவம்.

"வேணும்," அருள் சொன்னான். "மனை மேல ஒரு பேரு எழுதணும் - அது மட்டும்தான் என் condition. வேற ஒண்ணும் இல்ல."

பத்திரப் பதிவுக்கு அவள் நேரில் வந்தாள் - கணவனோடு; இம்முறை நிருபர் இல்லாமல்.

கையெழுத்துகள் முடிந்தபின், அலுவலக வராந்தாவில், இருவரும் ஒரு கணம் தனியாக நின்றனர். ரேவதி வெகுநேரம் தரையைப் பார்த்துக்கொண்டிருந்தாள்.

"டிவில அன்னிக்கு நான் பேசினத..." - தொடங்கினாள்; நிறுத்தினாள்; வேறு வழியில் தொடங்கினாள் - "...என் பையன் இப்ப அந்த மீம் போட்ட பசங்ககிட்டயே சண்டை போட்டிருக்கான், தெரியுமா. 'எங்க கொள்ளுத்தாத்தா தப்புதான் பண்ணினாரு; அத எங்க சித்தப்பாதான் வெளீல சொன்னாரு; ஒங்க வீட்ல யாராவது அப்படிச் சொல்ற தைரியம் இருக்கா'ன்னு கேட்டிருக்கான்." அவள் நிமிர்ந்தாள். "அவன் சொன்னத கேட்டப்ப எனக்கு... கோபமா வரலை, அண்ணா. அதான் விசித்திரம்."

"ரேவதி-"

"முடிக்கட்டும்." அவள் கையை உயர்த்தினாள். "நீ கிளறினது சரிதான் - இத ஒத்துக்க எனக்கு இவ்வளவு மாசம் ஆச்சு. ஆனா இன்னொண்ணும் சொல்லியே ஆகணும் - வலிச்சது. நெசமாவே வலிச்சது. ரெண்டும் ஒண்ணா இருக்க முடியும்னு எனக்கு இப்பதான் தெரியுது. சரியா இருக்கறதுக்காக வலிக்காம இருக்காது; வலிக்கறதுக்காக தப்பா ஆகாது." அவள் பையை எடுத்தாள். "வாசகசாலை திறப்புக்கு என்னை கூப்பிடாத. நான் வர மாட்டேன் - இப்பவும் அந்த ஊர்ப் பக்கம் வர்றப்ப நெஞ்சு கனக்குது. ஆனா மனை பத்திரத்துல என் கையெழுத்து இருக்கு. அது போதும்னு நெனைக்கிறேன். கையெழுத்து சில நேரம் கால்களை விட தூரம் போவும்."

அவள் போனபிறகு, பதிவாளர் அலுவலக ஆவணத்தில், மனைத் தான வாசகத்துக்குக் கீழ், அருள் கேட்டுக்கொண்டபடி சேர்க்கப்பட்டிருந்த ஒரு வரியை நிலா மீண்டும் வாசித்-

தாள்:

"இந்த மனையில் எழவிருக்கும் கட்டடத்திற்கு 'செங்கமலம் நினைவு வாசகசாலை' என்று பெயரிடப்படும் - வேறு எந்தப் பெயரும், எக்காலத்திலும், சூட்டப்படக் கூடாது."

60

இடிப்பு

இடிப்பு நாள் குறிக்கப்பட்டது - ஆடி முதல் வாரம்.

அதற்கு முந்தைய வாரம் "எடுப்பு" வேலை: இடிபாட்டிலிருந்து காப்பாற்ற வேண்டியவை. வேதநாயகம் பட்டியல் போட்டார்; ஊரே வந்து உதவியது - இடிக்கப்போகும் வீட்டுக்கு ஊர் இப்படி வருவது விசித்திரம்; ஆனால் இப்போது அது "அந்தப் பழைய வீடு" இல்லை; "எழுத்தாச்சி வீடு."

தேக்கு நிலைக்கால்கள் - செதுக்கிய அன்னப்பறவைகளோடு - முழுதாகப் பெயர்க்கப்பட்டன: "வாசகசாலை வாசல் இதுதான்," முத்து அறிவித்தான். பூஜை அறையின் கருங்கல் தரைப் பலகைகள் - பெட்டகம் உறங்கிய இடத்தின் கற்கள் - எண்ணிட்டு எடுக்கப்பட்டன: "உள்ள reading hall நடுவுல இதே வரிசைல பாவப்படும்." கூடத்து உத்திரத்திலிருந்து ஒரு துண்டு; 1921-ஆம் ஆண்டு எழுத்துப் பொறித்த நிலைக்கதவின் மேல்சட்டம்.

இடிப்புக்கு முந்தைய மாலை, அருள் தனியாக வீட்டுக்குள் ஒரு முறை நடந்தான்.

வெறும் சுவர்கள். வெறும் தரை. எல்லாம் எடுக்கப்பட்டபின் வீடு வீடாக இல்லை - ஆனால் இன்னும் ஏதோ இருந்தது; வாசம் போகவில்லை; ஈரமும் காலமும் கலந்த அந்தப் பழைய வாசம். பூஜை அறையில், காலியான குழியின் ஓரத்தில், அவன் சிறிது நேரம் உட்கார்ந்தான். "நன்றி,"

என்று சொன்னான் - யாரிடம் என்று தெளிவில்லாமல்; வீட்டிடமா, குழியிடமா, குழி காத்த பெண்ணிடமா.

மறுநாள் காலை இயந்திரம் வந்தது.

ஊர் கூடியது - திருவிழாக் கூட்டம் அல்ல; இறுதி ஊர்வலக் கூட்டம். மஞ்சள் இயந்திரத்தின் கை உயர்ந்து, முதல் அடி விழுந்தபோது - மேல்மாடிச் சுவர் ஒரு பெருமூச்சு போலச் சரிந்தபோது - கூட்டத்தில் அங்கங்கே விசும்பல்.

அருள் அழவில்லை.

தனக்குத்தானே அவன் ஆச்சரியப்பட்டான் - அழுகை வரும் என்று தயாராக இருந்தான்; வரவில்லை. நூற்றைந்து வருடச் சுவர்கள் புழுதியாகச் சரிவதைப் பார்த்தபடி அவன் உணர்ந்தது வேறு: இந்த வீட்டின் உயிர் - அதன் நினைவு, அதன் சாட்சியம், அதன் ரகசியம் - எப்போதோ வெளியேறி, பத்திரமான இடங்களுக்குப் போய்விட்டது. ஒரு இரும்புப் பெட்டிக்குள்; ஒரு cloud-இல்; எழுபத்து மூன்று வீடுகளின் பீரோக்களில்; சிங்கப்பூர் ஃப்ரேமில்; ஒரு தந்தையின் சட்டைப் பையில். சுவர் சாட்சி சொல்லாது; சுவருக்கு அதுவும் தெரியும் போலும் - அதான் இவ்வளவு அமைதியாக விழுகிறது.

மாலையில் எல்லாம் முடிந்திருந்தது. செங்கல்லும் மண்ணுமான ஒரு மேடு - அவ்வளவுதான் கைலாச விலாசம்.

அதே வாரம், ஊரின் இன்னொரு கோடியில், இன்னொரு மண் சடங்கு.

மாரியப்பன் குடும்பத்துக்கு எழுதப்பட்ட மூன்று ஏக்கரில் ஆடிப் பட்டம் முதல் நடவு. வரப்பில் நின்று வேடிக்கை பார்த்தவர்களில் நிலாவும் - கையில் ஒரு சிறிய மண்வெட்டியோடு.

வயலின் வடகிழக்கு மூலையில் - வள்ளியம்மாள் போனில் சொன்ன அடையாளப்படி: "பனை மரம் இருந்த மூலை; மரம் போயிருக்கும், மேடு இருக்கும்" - மேடு இருந்தது. அங்கே, ஈர மண்ணில், நிலா ஒரு சிறு குழி தோண்டி, துணியில் சுற்றிய இரும்புச் சாவியை வைத்து, மூடினாள்.

"என்னம்மா புதைக்கறீங்க?" மாரியப்பனின் பேரன் கேட்-டான்.

"சாவி," நிலா சொன்னாள்.

"எதுக்கு சாவி?"

நிலா மண்ணைத் தட்டிச் சமன் செய்தபடி யோசித்தாள். "வீட்டுக்கு," என்றாள் கடைசியில். "வீடு இப்ப இல்ல. ஆனா சாவி ஊருக்கு வந்திடுச்சு. சில நேரம் அதுவே போதும், தம்பி - போன இடத்துக்கு சாவியாவது திரும்பி வர்றது."

(பாகம் 5 நிறைவு)

ஆறு ஓடுகிறது

61

ஆடிப்பெருக்கு

ஆடி பதினெட்டு.

காவிரி கரை நிறைந்து வந்தது - மேலே பெய்த மழைகளின் கூட்டுக் கையெழுத்து. ஊரே ஆற்றங்கரையில்: பெண்கள் காப்பு கட்டி, மஞ்சள் அரிசி, வெல்லம், பூ; குழந்தைகள் தண்ணீரில் கால் நனைத்துக் கூச்சல்; கரை முழுக்க சிறு விளக்குகள் - அந்தி சாயச் சாய அவை ஆற்றின் இன்னொரு நட்சத்திர வானமாயின.

சுந்தரம்பாளை அவள் பேத்தி நாற்காலியில் உட்கார வைத்து கரைக்குக் கொண்டுவந்திருந்தாள். தொண்ணூறு வயது மூதாட்டி நீரோட்டத்தையே பார்த்துக்கொண்டிருந்தாள் - எத்தனை ஆடிப்பெருக்குகள் பார்த்த கண்கள்.

அருள் வந்து அருகில் உட்கார்ந்தான். "பெருக்கு நல்லா வந்திருக்கு பாட்டி."

"ம்." கிழவி தலையசைத்தாள். "அவ இருந்தா இன்னிக்கு இங்கதான் இருப்பா. ஆடிப்பெருக்குன்னா அவளுக்கு உசுரு. 'வருஷம் முழுக்க ஆறு நம்மள பாத்துக்குது; இந்த ஒரு நாள் நாம ஆத்த பாக்கணும்'பா." அவள் அருளைத் திரும்பிப் பார்த்தாள். "கடிதம் எல்லாம் சேர்ந்துடுச்சா?"

"கிட்டத்தட்ட, பாட்டி. அறுபத்தொண்ணு போயிடுச்சு. மீதி பனிரெண்டுல சிலது மறுப்பு; சிலது முகவரி தேடிக்கிட்டிருக்கோம்."

"ம்." கிழவி மறுபடி ஆற்றைப் பார்த்தாள். நீண்ட மௌனம். அருள் எழப்போனபோது, அவள் - ஆற்றையே பார்த்தபடி, மிக இயல்பாக, நாளை மழை பெய்யுமா என்று கேட்பது போல - கேட்டாள்:

"பெட்டகத்தோட அடியில பார்த்தியா?"

அருள் நின்றான். "அடியிலயா? பெட்டி காலிதான் பாட்டி, எல்லாம் எடுத்தாச்சு-"

"காலிப் பெட்டிய தட்டிப் பாத்தியா?" சுந்தரம்பாள் இப்போது அவனை நேராகப் பார்த்தாள். தொண்ணூறு வயதுக் கண்களில் ஒரு மின்னல் - முப்பத்தொரு வருடம் காத்த ஒரு வாக்கின் மின்னல். "அவ சொன்னா: 'சரியான ஆளு, சரியான நேரத்துல, எல்லாத்தையும் கண்டுபுடிச்சு, கடைசில இது மட்டும் மிச்சம்னு நிக்கற நேரம் வரும் - அப்ப சொல்லு'ன்னு. நேரம் வந்திடுச்சுன்னு நெனைக்கிறேன், தம்பி. கடிதமெல்லாம் சேந்தாச்சு. வீடு போயாச்சு. நெலம் திரும்பியாச்சு. நீ இன்னும் இங்கதான் நிக்கற - எதுக்காகன்னு ஒனக்கே தெரியாம. அதான் அடையாளம்."

அவள் அவன் கையைப் பிடித்தாள்.

"போ. பெட்டிய கொண்டு வா. இங்கேயே - ஆத்தங்கரைலயே - தொற. அவ அப்படித்தான் விரும்புவா."

இரவு எட்டு மணி. கரையின் ஓரம், படகுத்துறை மண்டபத்தில், விளக்குகளின் நடுவில், இரும்புப் பெட்டகம் - மாரியப்பன் வீட்டிலிருந்து மாட்டு வண்டியில், கடைசி முறையாக, பயணித்து வந்தது.

சுற்றி அவர்கள்: அருள், நிலா, வேதநாயகம், கதிர்வேல், முத்து, கார்த்திக், மாரியப்பன், சுந்தரம்பாள் - மற்றும், அன்று மதியமே வந்து சேர்ந்திருந்த சாமிநாதனும் மீனாட்சியும்.

காலிப் பெட்டியின் அடித்தளத்தை அருள் தட்டினான்.

டொக். டொக். - பிறகு, நடுவில் - *டக்.*

வேறு ஒலி. உள்ளீடு இல்லாத ஒலி.

கார்த்திக் டார்ச் அடித்தான். உற்றுப் பார்த்தால் - அடிப்பலகை பெட்டியின் உடலை விட புதிய மரம்; ஓரங்களில்

நுட்பமான ஆணிகள். முத்து தன் பைக் டூல்கிட்டிலிருந்து ஒரு திருகாணியைக் கொண்டுவந்தான். ஆணிகள் - ஒன்று, இரண்டு, ஆறு - மெல்ல எழுந்தன.

பலகை விலகியது.

அடியில் - இரண்டு அங்குல ஆழ இடைவெளி. அதில், மெழுகுத் துணியில் சுற்றி, இரண்டு பொருட்கள்.

ஒன்று - ஒரு சிறு கட்டு: பதினொரு கடிதங்கள், நூலில் கட்டி; மேல் சீட்டில்: **"க.வுக்கு."**

இரண்டு - ஒரு தனி உறை; கனமான, பல தாள்களின் கனம்; மேலே, அந்தச் சாய்ந்த - ஆற்றுத் தண்ணீர் - கையெழுத்தில்:

"எனக்குப் பிறக்கப்போகும் பேரனுக்கு."

மண்டபத்தில் காற்று கூட நிற்பது போலிருந்தது. ஆற்றின் இரைச்சல் மட்டும் - பெருகி ஓடும் காவிரியின் ஓயாத, ஆழமான இரைச்சல்.

சுந்தரம்பாள் மெதுவாகச் சொன்னாள்: "அவ இத எழுதினது 1990-ல - நீ ஒங்கம்மா வயித்துல இருந்தப்ப. 'பொறக்கப்போற பேரன்'னு எழுதினா. நான் கேட்டேன் - 'பேரன்தான்னு எப்படி'ன்னு. சிரிச்சா. 'பொண்ணா பொறந்தா இன்னும் நல்லது; எழுத்து பொம்பளைங்க கைல பத்திரம்'பா." கிழவி அருளைப் பார்த்தாள். "தொற, தம்பி. முப்பத்தாறு வருஷம் காத்திருந்த தபால் இது. இதுக்கு மேல காக்க வைக்காத."

62

கடைசி கடிதம்

அருள் உறையைத் திறந்தான். விளக்கை நிலா அருகே நகர்த்தினாள். அவன் வாசித்தான் - உரக்க; ஆற்றுக்கும் கேட்கட்டும் என்பது போல.

"எனக்குப் பிறக்கப்போகும் பேரனுக்கு,
வணக்கம், கண்ணா.

நீ இன்னும் பொறக்கல. ஓங்கம்மா வயித்துல இருக்க.
ஆனா எனக்குத் தெரியும் நீ வருவன்னு - ஏழாம் மாசம்,
ஓங்கம்மா கோயில்ல வலம் வர்றத தூரத்துல பாத்தேன்;
அவ நடைல ஒரு பத்திரம் இருந்துது; பத்திரமான
வயித்துல இருக்கறவங்க பத்திரமா வருவாங்க.

நான் யாருன்னு இந்நேரம் ஒனக்குத் தெரிஞ்சிருக்கும் -
இத நீ படிக்கறன்னா, என் பெட்டியக் கண்டுபுடிச்சு, என்
வாழ்க்கையப் படிச்சு, கடைசில இங்க வந்து நிக்கற. அப்ப
ஒனக்கு எல்லாம் தெரியும். நான் ஒன் அப்பன அவன்
அத்தையா வளர்த்த கதை. ஒன் கொள்ளுத்தாத்தா
சைக்கிள் மணி கதை. இந்த ஊரு புதைச்ச
கதைகளெல்லாம்.

அதனால இந்தக் கடிதத்துல நான் கதை சொல்லப்
போறதில்ல. வேற ஒண்ணு சொல்லப் போறேன் - எழுபது
வருஷம் எழுதினவ கடைசியா கத்துக்கிட்டது. நாலே நாலு
விஷயம். ஞாபகம் வெச்சுக்க முடிஞ்சா வெச்சுக்க;

முடியாட்டி இந்தத் தாளே ஞாபகம் வெச்சுக்கும்.

ஒண்ணு - உண்மையப் பத்தி.

என் பெட்டி நெறைய உண்மை இருக்கு. உண்மைன்னா என்ன கண்ணா - அது நெருப்பு மாதிரி. அதை ஆயுதமா எடுத்தா எரிக்கும்; விளக்கா எடுத்தா வெளிச்சம் தரும். ரெண்டுக்கும் நெருப்பு ஒண்ணுதான்; எடுக்கற கைதான் வேற. நீ எத எடுத்திருக்கன்னு எனக்குத் தெரியாது. ஆனா என் ரத்தம் ஒன் ஒடம்புல ஓடுதுன்னா - விளக்கா எடுத்திருப்பன்னு நம்பறேன். யாரையாவது எரிச்சிருந்தா - நிறுத்திக்க, கண்ணா. எரிஞ்ச இடத்துல எதுவும் வளராது. நான் எழுபது வருஷம் இந்த ஊர்ல பாத்தது அதுதான் - பழி பழியை வளர்க்கும்; வெளிச்சம் மட்டும்தான் பயிரை வளர்க்கும்.

ரெண்டு - தனிமையப் பத்தி.

ஒன்னை நான் ஒரே ஒரு தடவைதான் பாத்திருக்கேன் - தொட்டில்ல, தூரத்துல. ஆனா எனக்கு ஒரு பயம் இருக்கு, கண்ணா. ரத்தம் குணத்தையும் கொண்டு போவும். என் குணத்துல ஒண்ணு ஒன்கிட்ட வந்திருக்குமோன்னு பயம் - எழுதி வெச்சுட்டு அனுப்பாம இருக்கற குணம்.

நான் ஏன் அனுப்பலன்னா - என் காலத்துல அனுப்பறதுக்கு வழி இல்ல. சொன்னா ரெண்டு குடும்பம் எரியும்; ஒரு புள்ள வாழ்க்கை கெடும். என் மௌனம் ஒரு விலை கொடுத்து வாங்கினது.

ஒன் காலம் அப்படி இல்ல, கண்ணா. ஒன் காலத்துல மௌனம் விலை இல்ல; வெறும் பழக்கம். அது ரொம்ப மோசமான பழக்கம் - ஏன்னா அது தியாகம் மாதிரியே மொகம் காட்டும். நீ எழுதி வெச்சிருக்கறதெல்லாம் - மனசுல எழுதினது, காகிதத்துல எழுதினது, இன்னும் எதுல எழுதறீங்களோ அதுல எழுதினது - எல்லாத்தையும் அனுப்பு. சொல்ல வேண்டியவங்ககிட்ட சொல்லு. நேசிக்கிறவங்ககிட்ட 'நேசிக்கிறேன்'னு சொல்லு - அவங்க இருக்கும்போதே. என் பெட்டி நெறைய 'சொல்லாம விட்டது' இருக்கு. ஒன் பெட்டி காலியா இருக்கட்டும்.

அதுதான் நீ எனக்குச் செய்யற நெசமான கருமாதி - அன்னிக்கு ஒன் அப்பன்கிட்ட சொன்னேன்; ஒன்கிட்டயும் சொல்றேன்.

மூணு - இந்த ஊரப் பத்தி.

இத வெறுக்காத. எனக்காகக் கூட வெறுக்காத. இந்த ஊரு என்னை வாசல்படில நிறுத்துச்சு - நெசம். இதே ஊரு ராத்திரில என் திண்ணைக்கு வந்து தன் மனசை ஒப்படைச்சுது - அதுவும் நெசம். ஊருன்னா ஒண்ணு இல்ல, கண்ணா; அது ஆயிரம். அதுல கொடுமையும் இருக்கு, கருணையும் இருக்கு - ரெண்டும் ஒரே வீட்டுல, ஒரே மனுஷன்கிட்ட கூட. நீ வெளிநாட்டுல இருப்பன்னு எனக்கு எப்படியோ தோணுது - போனவங்க எல்லாம் ஊர வெறுத்துப் போனதில்ல; ஊர நெனச்சு நெனச்சுத்தான் போறாங்க. திரும்பி வந்தா - வெறுப்போட வராத. வெறுப்போட வந்தவன் ஊர பாக்க மாட்டான்; தன் காயத்தைத்தான் பாப்பான்.

நாலு - என்னப் பத்தி. இது கடைசி.

எனக்காக அழாத. அழலாம் - கொஞ்சம். ஆனா என் கதைய சோகக் கதையா மட்டும் வெச்சுக்காத. கேளு கண்ணா - நான் தோத்தவ இல்ல.

எனக்கு புருஷன் இல்ல; ஆனா எழுபது வருஷம் நீடிச்ச ஒரு காதல் இருந்துது - எத்தனை தாலி கட்டினவங்களுக்கு அது கெடச்சிருக்கு? என் புள்ளைய நான் வளக்கல; ஆனா அவன் என் கண் முன்னாடியே வளர்ந்தான், படிச்சான், நல்லவனா இருக்கான் - எத்தனை தாய்மாருக்கு அந்தப் பாக்கியம் முழுசா கெடச்சிருக்கு? ஊரு என்னை ஒத்துக்கல; ஆனா ஊரோட எழுபது வருஷம் என் பேனா வழியா ஓடுச்சு - எத்தனை பேருக்கு ஒரு ஊரே வந்து மனசைக் காட்டும்?

கணக்குப் பாத்தா, கண்ணா, நான் பணக்காரி.

சரி. விளக்கு மங்குது; கையும்தான். கடைசியா ஒண்ணு. இந்தக் கடிதத்தோட கூட இன்னொரு கட்டு இருக்கும் - அது ஒனக்கு இல்ல. அது யாருக்குன்னு மேல

எழுதியிருக்கு. அவரு இன்னும் இருந்தா - இருப்பாரு; அவரு வாக்குக் காரரு - அவர்கிட்ட நேர்ல குடு. குடுக்கும்போது சொல்லு: "இது தாமதமான தபால்; தபால்காரர் மன்னிப்பாராம்."

வா, கண்ணா. ஒன்னை நான் தூக்கிப் பாக்க முடியல. இந்தக் கடிதம்தான் என் கை. இத நீ புடிச்சிருக்கற இந்த நிமிஷம் - இதுதான் நான் ஒன்னைத் தூக்கிக்கிற நிமிஷம்.

ஆறு ஓடட்டும்.

- ஒன் பாட்டி,

செ. செங்கமலம்"

63

கரையில்

வாசிப்பு முடிந்தபோது மண்டபத்தில் விளக்குச் சுடர்களின் அசைவு மட்டும்.

அருள் தாள்களைப் பிடித்தபடி நின்றிருந்தான். *இதுதான் நான் ஒன்னைத் தூக்கிக்கிற நிமிஷம்.* அவன் முப்பத்தாறு வருடங்கள் - விமானங்கள், கண்ணாடி கோபுரங்கள், அனுப்பப்படாத மின்னஞ்சல்கள், ஆள் நிறைந்த அறைகளின் தனிமை - எல்லாம் வழியெங்கும் உதிர்ந்து, கடைசியில் மிஞ்சியது ஒன்றுதான்: ஒரு பாட்டியின் மடியில் தூக்கி வைக்கப்பட்ட ஒரு குழந்தை.

அவன் அழுதான்.

ஒளிக்கவில்லை; சமாளிக்கவில்லை; "sorry" சொல்லவில்லை. கரை மண்ணில் உட்கார்ந்து, கடிதத்தை மார்போடு வைத்து, அழுதான் - பதினான்கு வயதுக்குப் பிறகு முதல்முறையாக, முழுமையாக. நிலா அருகில் உட்கார்ந்தாள் - தொடவில்லை; இருந்தாள்; சில நேரம் இருப்பதுதான் தொடுதல்.

சாமிநாதன் - மகனின் அழுகையைப் பார்த்தபடி நின்றவர் - மெல்லச் சொன்னார், யாரிடமும் இல்லாமல்: "அழுடா. அழு. எங்க வீட்டுல மூணு தலைமுறை அழாம வெச்சிருந்த அழுகை அது. யாராவது ஒருத்தன் ஆரம்பிச்சுதான் ஆகணும்."

அழுகை அடங்கியதும், ஆடிப்பெருக்கின் சடங்கு.

மீனாட்சி கொண்டுவந்திருந்த தட்டு - பால், பூ, மஞ்சள் அரிசி, ஒரு சிறு விளக்கு. ஆனால் முதலில் - கட்டு.

அருள் பதினொரு கடிதங்களின் கட்டை எடுத்தான். **"க.வுக்கு."** கதிர்வேலின் முன் போய் நின்றான்.

"தாத்தா. இது உங்களுக்கு. அவங்க சொல்லச் சொன்னாங்க -" அவன் தொண்டை கட்டியது; சொன்னான் - "'இது தாமதமான தபால்; தபால்காரர் மன்னிப்பாராம்.'"

கதிர்வேல் கட்டை வாங்கினார். தொண்ணூற்றிரண்டு வருடக் கைகள் - எத்தனை லட்சம் கடிதங்களைச் சுமந்த கைகள் - தங்களுக்கு வந்த முதல் கடிதங்களை வாங்கி நடுங்கின. அவர் கட்டை அவிழ்க்கவில்லை - நெஞ்சோடு வைத்துக்கொண்டார்; கண்களை மூடினார்; மூடிய கண்களுக்குள், எங்கோ, ஒரு கல் மண்டபத்தில், மழை பெய்துகொண்டிருந்திருக்க வேண்டும்.

"தபால்காரன் மன்னிக்கல," வெகுநேரம் கழித்து அவர் சொன்னார் - கண்களைத் திறக்காமலே; குரலில் கண்ணீரும் சிரிப்பும் ஒன்றாக. "தபால்காரன் நன்றி சொல்றான். எழுபது வருஷம் தாமதம்னாலும் - சேர்ந்துடுச்சில்ல. சேராத கடிதம்தான் தோல்வி. தாமதம் தோல்வி இல்ல."

பிறகு கரையில், பெருகி ஓடும் தண்ணீரின் விளிம்பில், அவர்கள் வரிசையாக நின்றனர்.

மீனாட்சி பால் ஊற்றினாள். சுந்தரம்பாள் - பேத்தியின் தோள் பிடித்து நின்று - மஞ்சள் அரிசி தூவினாள்: "வந்துட்டோம்டி. ஒன் ஆத்துக்கே வந்துட்டோம்." சாமிநாதன் பூவை நீரில் விட்டார் - விட்டபோது அவர் உதடுகள் அசைந்தன; என்ன சொன்னார் என்று ஆற்றுக்கு மட்டும் தெரியும்; ஆனால் அந்த அசைவில் ஒரு வார்த்தையின் வடிவம் இருந்தது - இரண்டே எழுத்து வார்த்தை; அவர் வாழ்நாளில் சொல்லாத வார்த்தை.

கடைசியில் அருள் - சிறு விளக்கை ஒரு வாழை மடலில் வைத்து, நீரில் இறக்கினான்.

விளக்கு மிதந்து போனது - பெருக்கின் வேகத்தில் சுழன்று, தள்ளாடி, ஆனால் அணையாமல் - கரை விளக்குகளின் நட்சத்திர வரிசையைக் கடந்து, இருட்டை நோக்கி, கடலை நோக்கி.

"பாத்தீங்களா," நிலா மெதுவாகச் சொன்னாள் - அவள் கன்னத்திலும் ஈரம்; குரலில் ஆச்சரியம் - "அழுகை... அழுகை இனிக்குது. இப்படியும் ஒரு அழுகை இருக்கா?"

"இருக்கு," வேதநாயகம் சொன்னார் - ஆற்றைப் பார்த்தபடி. "தமிழ்ல அதுக்குத்தான் ஆனந்தக் கண்ணீர்னு பேரு. வாழ்க்கைல ரொம்பத் தாமதமா அறிமுகம் ஆகற சொல் அது. ஆனா அறிமுகம் ஆனா - அப்புறம் மறக்காது."

64

திறப்பு விழா (2030)

நான்கு வருடங்கள் ஓடின - ஆறு ஓடுவது போல: சில இடங்களில் வேகமாக, சில இடங்களில் தேங்கி, ஆனால் ஓயாமல்.

2030, தை மாதம். கொற்றமங்கலத்தில், பழைய மனையில், புதிய கட்டடம்: செங்கல் சுவர், ஓட்டுக் கூரை, முன்னால் - தேக்கு நிலைக்கால்கள்; செதுக்கிய அன்னப்பறவைகள் - நூற்றொன்பது வயதில், புதுப் பூச்சில், மறுபடி வாசல் காத்தபடி. மேலே, கல்லில்:

செங்கமலம் நினைவு வாசகசாலை

"எழுதறவங்க போயிடுவாங்க. எழுத்து எழுதிக்கிட்டே இருக்கும்."

திறப்பு விழாவுக்கு ஊர் மட்டும் வரவில்லை - மாவட்டமே வந்தது. வந்தவர்களில்: சிங்கப்பூரிலிருந்து சரஸ்வதியின் இரண்டு பேரன்கள் (பாட்டி 2028-இல் மறைந்துவிட்டாள் - "அம்மா கடிதத்தோட frame-ஐ தலைமாட்டுல வெச்சுத்தான் போனாங்க"); திருச்சியிலிருந்து ரேவதியின் மகன் - *"அம்மா வரலை; 'என் கையெழுத்து அங்க இருக்கு, அது போதும்'னு சொல்லச் சொன்னாங்க; நான் வந்தேன்"*; மருத்துவராகிவிட்ட தேன்மொழி - தாயோடு; கூட்டத்தின் கடைசி வரிசையில், யாரும் கவனிக்காத இடத்தில், ஒரு களைத்த நடுத்தர வயது மனிதன் - குணசேகரன்;

வழக்கு இன்னும் நீதிமன்றத்தில்; அவன் இங்கு வந்தது தைரியமா பிராயச்சித்தமா என்று யாரும் கேட்கவில்லை; வந்தான்; நின்றான்; விழா முடியும் முன் போனான்.

உள்ளே, வாசிப்பு அரங்கின் நடுவில், கண்ணாடிப் பேழைக்குள் - இரும்புப் பெட்டகம்; திறந்த நிலையில்; உள்ளே ஆவணங்களின் காப்பகப் பிரதிகள். அதன் பக்கத்துச் சுவரில், ஃப்ரேமில் - கடைசி கடிதத்தின் முதல் பக்கம்; கீழே ஒரு சிறிய அலமாரியில் - பச்சை நிற ஜெர்மன் மை பேனா.

பேனாவை அங்கு வைத்தது சாமிநாதன். திறப்புக்கு முந்தைய இரவு, அவர் அதை அருளிடம் காட்டினார்: "பரண்ல இருந்துது. எங்கப்பா - வைரவன் - பரண்ல எறக்கி வெச்சத நான் பாத்திருக்கேன்; 'தொடாத'ம்பாரு. சென்னை போனப்ப எல்லாத்தோட கூட இதுவும் வந்துது; லாஃப்ட்ல முப்பது வருஷம். யாருதுன்னு தெரியாம வெச்சிருந்தேன். இப்ப தெரியுது - என் தாயோடது; அவ அப்பனோடது; என் ஒடம்புல ஓடற எழுத்தோடது."

விழாவின் இறுதி நிகழ்ச்சி - அரங்கின் திரையில், நிலாவின் ஆவணப்படத்தின் முதல் காட்சி:

«எழுத்தாச்சி» - *இயக்கம்: நிலா / தொகுப்பு: கார்த்திக்*

தொண்ணூறு நிமிடங்கள். கடிதங்கள்; குரல்கள்; சுந்தரம்பாளின் நேர்காணல் - *(படத்தின் இறுதி அட்டையில்: "சுந்தரம்பாள் நினைவுக்கு - இந்தப் படம் முடிவதற்கு இரண்டு மாதம் முன் மறைந்தார்")*; கதிர்வேலின் சைக்கிள் மணியின் close-up - *கிண்-கிண்-கிணீங்*; சரஸ்வதியின் வீடியோ அழைப்புக் காட்சி; மாரியப்பனின் வயலில் முதல் அறுவடை.

படம் முடிந்து விளக்குகள் எரிந்தபோது அரங்கம் எழுந்து நின்றது. கைதட்டல் - நீண்ட, நீண்ட கைதட்டல். மேடையில் நிலா மைக்கின் முன் நின்றாள்; பேச முயன்றாள்; முடியவில்லை; கடைசியில் ஒரே வாக்கியம் சொன்னாள்:

"இந்தப் படத்துல நான் பண்ணது ஒண்ணுமே இல்ல - எழுபது வருஷம் முன்னாடியே ஒருத்தங்க எல்லாத்தையும் எழுதி வெச்சிட்டாங்க. நான் வெறும்... தபால்காரி."

65

பதில் இல்லாத கேள்விகள்

எல்லா முடிச்சுகளும் அவிழவில்லை. வாழ்க்கை அப்படி அவிழ்வதில்லை.

குணசேகரன் வழக்கு நத்தை வேகத்தில் - 1992 மறு-FIR; விசாரணை; ஒத்திவைப்புகள்; மேல்முறையீடுகள். அவன் சிறைக்குப் போகவில்லை; வெளியேயும் இல்லை - anticipatory bail என்ற நூல்மேல் நாலு வருடம். அரசியல் முடிந்தது; சொத்துகளில் பாதி வழக்குச் செலவில். தண்டனையா இது? சட்டப் புத்தகம் இல்லை என்கிறது. ஜெயந்தி - இப்போது தனியாக, மருத்துவமனை அடுக்ககத்தில் - ஒருமுறை சொன்னாள்: "தீர்ப்பு வராது போல. ஆனா அவரு தினமும் ஒரு கோர்ட்டுல நிக்கறாரு - தேன்மொழி கண்ணுல. அந்த கோர்ட்டுல ஒத்திவைப்பு கெடையாது."

1978 வழக்கு - சின்னத்துரை இறந்துவிட்டதால் abate; ஆனால் மறுவிசாரணைக் குழுவின் அறிக்கை அரசு ஆவணமானது: "*மரணம் விபத்து அல்ல.*" ராமசாமியின் பெயரில் ஊர் ஒரு சிறு நினைவுத் தூண் - மடையின் அருகே. மாரியப்பனுக்கு அது போதுமா? "போதாது," அவன் சொன்னான். "ஆனா இருக்கு. இல்லாததுக்கும் போதாததுக்கும் நடுவுல ஒரு ஆறு தூரம், ஐயா."

கனகம் - நடேசனின் பெயர் அதிகாரப்பூர்வமாகத் துடைக்கப்பட்டது; கோயிலில் அவன் நினைவாக ஒரு மணி - *நடேசன் நினைவு மணி* - அர்ப்பணிக்கப்பட்டது; அர்ப்பணித்தது வேதநாயகம், தன் ஓய்வூதியச் சேமிப்பில். ஆனால் குணசேகரன் தரப்பு அனுப்பிய "சமரச நிதியை" கனகம் வாங்க மறுத்தாள்; மன்னிப்பு வேண்டுதலையும். "மன்னிக்கறது என் தம்பி வேலை," என்றாள். "அவன கேக்கச் சொல்லுங்க. சேர்ற முகவரி அவங்களுக்கே தெரியும்தானே - அனுப்பட்டும்."

ரேவதி ஊருக்கு வரவே இல்லை. பொங்கலுக்கும் இல்லை; திறப்புக்கும் இல்லை. ஆனால் ஒவ்வொரு வருடமும், வாசகசாலை ஆண்டு நிதிக் கணக்கில், "பெயர் வெளியிட விரும்பாதவர்" என்ற வரியில் ஒரு தொகை வந்துகொண்டிருந்தது - திருச்சி வங்கிக் கிளையிலிருந்து.

சுந்தரம்பாள் 2029 கார்த்திகையில், தூக்கத்தில். தொண்ணூற்று மூன்று வயது. அவள் தலைமாட்டில் ஒரு துண்டுச் சீட்டு - பேத்திக்கு: "என் வேலை முடிஞ்சுது. சொல்ல வேண்டியதைச் சொல்லியாச்சு. செங்கமலத்துக்குப் பக்கத்துல இடம் பாத்து வை."

கதிர்வேல் - வாசகசாலை திறந்த மூன்றாம் மாதம். தொண்ணூற்றாறு வயது. கடைசி நாட்களில் அவர் தினமும் வாசகசாலைக்கு வருவார் - வாசிக்க அல்ல; வாசல் திண்ணையில் உட்கார்ந்து, அன்னப்பறவை நிலைக்கால்களைப் பார்த்தபடி, வருவோர் போவோரைப் பார்த்தபடி. போகும்போது அவர் கையில் - பதினொரு கடிதங்களின் கட்டு; நூல் அவிழ்க்கப்பட்டு, மறுபடி கட்டப்பட்ட நூல். அவர் இறுதி ஊர்வலத்தில் அந்தக் கட்டும் கூடப் போனது - அவர் எழுதி வைத்திருந்த விருப்பப்படி: *"இது என்கூட வரணும். மீதி எல்லாம் ஊருக்கு; இது எனக்கு."*

சாமிநாதன் கொள்ளி வைத்தார்.

ஊர் முழுவதும் அன்று ஒரு கேள்வி ஓடியது - மெல்லிய, மரியாதையான கேள்வி: *சாமிநாதன் ஏன்?* சாமிநாதன் பதில் சொல்லவில்லை. சொன்னது அன்வர் - கடையில், டீ

ஆற்றியபடி, தனக்குத்தானே சொல்வது போல: "சில கேள்-விக்கு பதில் தபால்ல வரும்யா. பொறுமையா இருங்க."

ஊர் பொறுமையாக இருந்தது. ஊருக்கு இப்போது தெரி-யும் - எல்லாக் கதைகளும் ஒரு நாள் சொல்லப்படும்; அவசரப்படுத்தக்கூடாது; அவசரப்பட்ட கதை அம்பாகும்; பொறுத்த கதை விளக்காகும்.

66

முகவரி

2030, ஆடிப்பெருக்கு.

காவிரி மறுபடி நிறைந்து ஓடிக்கொண்டிருந்தது. கரையில் மறுபடி விளக்குகள், மஞ்சள் அரிசி, குழந்தைகளின் கூச்சல். நான்கு வருடங்களில் ஊர் கொஞ்சம் மாறியிருந்தது - ஹைவே ஓரமாக புதுக் கடைகள்; வாசகசாலையில் மாலைதோறும் படிக்கும் பிள்ளைகளின் சைக்கிள்கள்; அன்வர் கடைக்கு இப்போது QR code; ஆலமரத்தடியில் இப்போதும் பஞ்சாயத்து - சில விஷயங்கள் மாறாது; மாற வேண்டியதும் இல்லை.

படகுத்துறை மண்டபத்தில், மாலை வெயிலில், அருள் உட்கார்ந்திருந்தான்.

அவன் இப்போது இங்குதான் - முழுதாக. வாசகசாலையின் காப்பாளர்; காப்பகத்தின் பொறுப்பாளர்; மற்றும் - ஊர் அவனுக்கு வைத்த பெயர்தான் நிலைத்தது - "தபால்காரத் தம்பி." மீதி பன்னிரண்டு கடிதங்களில் ஒன்பது இந்த நான்கு வருடங்களில் முகவரி கண்டு சேர்ந்தன; மூன்று இன்னும் காப்பகத்தில் - காத்திருக்கின்றன; அவனுக்கு இப்போது காத்திருப்பின் மொழி தெரியும்.

நிலா வந்து பக்கத்தில் உட்கார்ந்தாள்.

அவள் இப்போது சென்னைக்கும் இந்த ஊருக்குமாக - ஆவணப்படத்தின் வெற்றி அவளுக்கு அடுத்த படங்களைக்

கொடுத்திருந்தது; ஆனால் ஒவ்வொரு திட்டத்தின் முடிவிலும் அவள் வண்டி இந்தத் திசையில் திரும்பியது. அவர்களுக்குள் இருந்த உறவுக்கு இன்னும் பெயர் வைக்கப்படவில்லை. ஊர் பலமுறை வைக்கப் பார்த்தது; இருவரும் சிரித்து விட்டுவிட்டார்கள். சில உறவுகள் அப்படி - பெயருக்கு முன்னால் நடக்கின்றன; பெயர் பின்னால் வரும்; வந்தால் வரட்டும்.

"எழுதறியா?" அவள் அவன் மடியில் இருந்த புத்தகத்தைப் பார்த்தாள் - புதிய நோட்டு; அட்டையில் எதுவும் எழுதப்படாதது.

"ஆரம்பிக்கலாம்னு." அவன் சட்டைப் பையிலிருந்து பேனாவை எடுத்தான் - பச்சை நிற, கனமான, ஜெர்மன் பேனா. வாசகசாலை அலமாரியில் வைத்திருந்ததன் அசல்; சாமிநாதன் சென்ற மாதம் ஊருக்கு வந்தபோது அதை எடுத்து மகனின் கையில் வைத்தார்: "காட்சிப் பொருளா வெச்சா பேனா செத்திடும்டா. எழுது. அதுதான் அதுக்கு மூச்சு." *(அலமாரியில் இப்போது அதன் இடத்தில் ஒரு சீட்டு: "பேனா வேலையில் இருக்கிறது.")*

"என்ன எழுதப் போற?"

அருள் ஆற்றைப் பார்த்தான். பெருகி ஓடும் தண்ணீர் - எழுபது வருடங்களுக்கு முன் ஒரு பெண்ணின் கையெழுத்தை யாரோ ஒப்பிட்ட அதே தண்ணீர். அவன் நோட்டைத் திறந்தான். மை நிரப்பிய பேனாவை - ஒரு கணம் - காகிதத்துக்கு மேல் நிறுத்தினான்.

"எனக்கு ஒரு கடிதம் வந்துது," மெதுவாகச் சொன்னான். "நான் பொறக்கறதுக்கு முன்னாடியே எழுதப்பட்ட கடிதம். அது வந்து சேர முப்பத்தாறு வருஷம் ஆச்சு - ஆனா சேர்ந்துது. சேர்ந்து என் வாழ்க்கையே மாத்துச்சு." அவன் நிலாவைப் பார்த்தான். "அப்ப எனக்கும் ஒரு கடன் இருக்கு இல்ல - அடுத்த ஆளுக்கு. யாரோ ஒருத்தர், எப்பவோ, இன்னும் பொறக்காத யாரோ ஒருத்தர் - அவங்களுக்கு."

அவன் எழுதத் தொடங்கினான். முதல் வரி - சாய்ந்த எழுத்தில்; முழுதாக அவனுடையதும் இல்லாத, முழுதாக

இன்னொருத்தியுடையதும் இல்லாத - இரண்டும் கலந்த கையெழுத்தில்:

"எனக்குப் பிறக்கப்போகும் பேத்திக்கு,
வணக்கம், கண்ணம்மா. நீ இன்னும் பிறக்கவில்லை.
ஒரு வேளை இன்னும் ரொம்ப காலத்துக்குப் பிறக்காமலும்
இருக்கலாம். பரவாயில்லை. எங்கள் குடும்பத்தில்
கடிதங்களுக்குப் பொறுமை அதிகம்..."

கரையில் கோயில் மணி அடித்தது - சாயங்காலப் பூஜைக்கு. தூரத்தில் எங்கோ ஒரு சைக்கிள் மணி - *கிண்-கிண்* - ஏதோ ஒரு பிள்ளை ஆற்றங்கரைச் சாலையில் போய்க்கொண்டிருந்தது. நிலா அவன் தோளில் சாய்ந்து, அவன் எழுதுவதைப் பார்த்துக்கொண்டிருந்தாள் - எழுதும்போது அவன் நாக்கு லேசாக வெளியே வந்திருந்தது; அவள் அதைச் சொல்லவில்லை; சிரித்துக்கொண்டாள்; சில விஷயங்கள் ரத்தத்தில் வரும்; சொல்லத் தேவையில்லை.

பேனா ஓடிக்கொண்டிருந்தது.

ஆறு ஓடிக்கொண்டிருந்தது.

இரண்டும் ஒரே திசையில் - கடல் நோக்கி; காலம் நோக்கி; இன்னும் பிறக்காத வாசகர்களை நோக்கி.

(முற்றும்)

www.ingramcontent.com/pod-product-compliance
Lightning Source LLC
LaVergne TN
LVHW100301210926
848480LV00003B/990
* 9 7 9 8 9 0 5 4 0 6 9 4 2 *